ഗ്രീൻ ബുക്സ്

മുംബൈ മേരി ജാൻ

കെ.സി. ജോസ്

1950 മെയ് 23ന് തൃശൂർ ജില്ലയിലെ പൂങ്കുന്നത്ത് ജനനം.
സി.എം.എസ്. ഹൈസ്കൂൾ, ശ്രീകേരളവർമ്മ കോളേജ്
എന്നിവിടങ്ങളിൽ വിദ്യാഭ്യാസം. അഡ്വൈർടൈസിംഗ് ആന്റ്
പബ്ലിക്കേഷൻ റിലേഷൻസിൽ പി.ജി. ഡിപ്ലോമ
(സിദ്ധാർത്ഥ് കോളേജ് ഓഫ് മാസ് കമ്യൂണിക്കേഷൻസ്, ബോംബെ).
ബോംബെയിലെ വിവിധ പത്രങ്ങളിൽ പ്രവർത്തിച്ചു.
യാത്രാക്കുറിപ്പുകൾ, ലേഖനങ്ങൾ, കാർട്ടൂണുകൾ,
ഫീച്ചറുകൾ തുടങ്ങിയവ മലയാളത്തിലെ മുൻനിര
ആനുകാലികങ്ങളിൽ പ്രസിദ്ധീകരിച്ചിട്ടുണ്ട്.
'മുംബൈ രാത്രികൾ' ഗ്രീൻ ബുക്സ് പ്രസിദ്ധീകരിച്ചു.

ലേഖനം
മുംബൈ മേരി ജാൻ

കെ.സി. ജോസ്

ഗ്രീൻ ബുക്സ്

green books private limited
little road, ayyanthole, thrissur- 680 003
ph: 0487-2361038
website: www.greenbooksindia.com
e-mail: info@greenbooksindia.com

(malayalam)
mumbai meri jan
(article)
by
k.c. jose

first published november 2015
copyright reserved

cover design : rajesh chalode

branches:
thrissur 0487-2422515
palakkad 0491-2546162
kannur 0497-2763038
Thiruvananthapuram 9846670899

isbn : 978-81-8423-462-6

no part of this publication may be reproduced, or transmitted in any form or by any means, without prior written permission of the publisher

GMPL/709/2015

മുഖക്കുറി

നൊമ്പരങ്ങളുടെ കനൽ വാരിയിടുന്ന മുംബൈ അനുഭവങ്ങൾ, വ്രണിതഹൃദയരും സ്വയംഭ്രഷ്ടരുമായ ഒരുപാട് മനുഷ്യർ. പാവ്‌വാലകൾ, ഡബ്ബാവാലകൾ, ടാക്സിവാലകൾ, കോലികൾ, പാഴ്സികൾ, സിന്ധികൾ, മല്ലൂസ്, ഗോവൻ ക്രിസ്ത്യാനികൾ, ഭയ്യമാർ, ആയമാർ, തമിഴ് വംശജർ, മറാത്തികൾ. ബഹുമുഖ സംസ്ക്കാരങ്ങളുടെ ഒരു മഹാനഗരം. അധോലോകരാജാക്കന്മാരുടെ ധാരാവി, ചുകന്ന തെരുവുകൾ, റിയൽ എസ്റ്റേറ്റ്, ഇറാനി റസ്റ്റോറന്റുകൾ എന്നിങ്ങനെ മുംബൈയുടെ ബഹുവിധ കാഴ്ചകൾ. നെഞ്ചോടുചേർത്തു പിടിക്കാവുന്ന ഒരു പുസ്തകം, 'മുംബൈ മേരി ജാൻ.'

ഒരു പത്രപ്രവർത്തകന്റെ ഭാവുകത്വത്തോടെ, ഈ എഴുത്തുകാരൻ വേറെയാരും പറഞ്ഞിട്ടില്ലാത്ത മുംബൈയുടെ ജീവിതകാഴ്ചകൾ പങ്കുവെയ്ക്കുന്നു.

കൃഷ്ണദാസ്
മാനേജിങ് എഡിറ്റർ

മുംബൈ മേരി ജാൻ!

മഹാനഗരങ്ങളുടെ മറവിലെന്നും ആരാലും കണക്ക് വെയ്ക്കപ്പെടാത്ത ചെറിയ മനുഷ്യരുടെ വലിയ പ്രയത്നങ്ങളുടെ കഥകളുണ്ട്. ഒരു നഗരത്തിനെ സ്വപ്നം കാണാൻ പഠിപ്പിക്കുന്നത് സ്വപ്നങ്ങളിൽ സ്വയം നഷ്ടപ്പെട്ട ഇതേ ജീവിതങ്ങളാണ്. തങ്ങളുടെ വേരുകൾ പറിച്ചു പോന്നവർ. വേരുകൾ തേടി ഇനിയൊരു തിരിച്ചുപോക്കില്ലാത്തവർ. അവരിൽ നഗരത്തിന്റെ നിരതെറ്റാതെയുള്ള ചലനങ്ങളുണ്ട്. ആഴമുള്ള മുറിവുകളും മുറിവുണക്കുന്ന സാന്ത്വനങ്ങളുമുണ്ട്. പരിചയമില്ലാത്തതും എന്നാൽ തീർച്ചയായും പരിചയപ്പെടേണ്ടതുമായ രുചിഭേദങ്ങളുണ്ട്. മഹാനഗരത്തിന്റെ ഭാഷയുടെ ചെറുതുരുത്തുകൾ തീർക്കുന്നവരുമുണ്ട്. വിശപ്പിന്റെ അകംപുറം കാഴ്ചകളുണ്ട്. മഹാനഗരത്തിന്റെ അച്ചുതണ്ടിൽ മാത്രം കറങ്ങാൻ വിധിക്കപ്പെട്ടവർ.

മുംബൈ എന്റെ പ്രണയം

ടാക്സിയുടെ വളയം പിടിക്കുമ്പോഴും ഡബ്ബ ചുമക്കുമ്പോഴും
ധോബി താലോവിൽ അന്യരുടെ വിഴുപ്പലക്കുമ്പോഴും
തങ്ങളുടെ രണ്ടറ്റം കൂട്ടിമുട്ടിക്കാൻ പെടാപ്പാടുകൾ പേറുന്നവർ
അവരുടെ ധർമ്മസങ്കടങ്ങളിലേക്ക്
ആ കനൽജീവിതങ്ങളിലേക്ക്
ജീവിത വ്യഥകളിലേക്ക് ഒരെത്തിനോട്ടം.....

ഇത് വർഷങ്ങൾ നീണ്ടുനിന്ന ഒരന്വേഷണത്തിന്റെ സംക്ഷിപ്ത രൂപം..........

മഹാനഗരത്തിനോടുള്ള എന്റെ കെട്ടടങ്ങാത്ത
പ്രണയം പുസ്തക രൂപത്തിലാക്കാൻ പ്രേരിപ്പിച്ചവരും
സഹായിച്ചവരുമായി പലരുണ്ട്.

ചന്ദ്രിക പീരിയോഡിക്കൽസ് എഡിറ്റർ ശിഹാബുദ്ദീൻ
പൊയ്ത്തുംകടവ്, ചന്ദ്രിക വാരിക സബ്ബ് എഡിറ്റർ
വി.കെ. സുരേഷ്, മഹാരാഷ്ട്ര സെക്രട്ടറിയേറ്റിലെ
ഉന്നത ഉദ്യോഗസ്ഥനായിരുന്ന ആത്മ സുഹൃത്ത് പി. വിജയൻ,
നാബാർഡ് ജനറൽ മാനേജരായിരുന്ന പ്രിയ സുഹൃത്ത്
വി.എസ്. വഡ്ഗാവ്ക്കർ, ബോബൻ കൊള്ളന്നൂർ,
സുഹൃത്ത് കവി വി.ജി. തമ്പി

ഫാദർ പാട്രിക് ഡിസൂസ, ഭാവിക റാവ്ത്ത്,
സന്തോഷ് ശൃംഗാരേ, ഡോ. ജെസ്സി വെണ്ണേയ്ൽ,
ഫേവർ ഫ്രാൻസിസ്, ഐ. ഷൺമുഖദാസ്...

'മുംബൈ മേരി ജാൻ' പുസ്തക രൂപത്തിലേക്കാക്കാൻ
നിർബന്ധിച്ച ഗ്രീൻ ബുക്സ് മാനേജിംഗ് ഡയറക്ടർ
കൃഷ്ണദാസ്, ടൈപ്പ്സെറ്റിങ്ങ് നിർവ്വഹിച്ച റോയ് അക്കര

എഴുത്തിന്റെ വഴിയിലേക്ക് എന്നെ നയിച്ച അന്തരിച്ച ജ്യേഷ്ഠ
സഹോദരനും വഴികാട്ടിയുമായ കവി കെ.സി. ഫ്രാൻസിസ്

ഇതിന് പ്രൗഢഗംഭീരമായ അവതാരികയെഴുതിയ
എഴുത്തുകാരനും കുങ്കുമം അവാർഡ് ജേതാവുമായ എന്റെ
മറ്റൊരു ജ്യേഷ്ഠ സഹോദരൻ കെ.സി. സേവിയർ

'മുംബൈ മേരി ജാനി'ന്റെ ഓരോ അധ്യായവും
വായിച്ച് തുറന്നടിച്ച അഭിപ്രായങ്ങൾ നിർദ്ദേശിച്ച മകൾ
രേഷ്മ കെ ജോസ്. ഒപ്പം ധാരാവിയിലെ പാവങ്ങളും.

സർവ്വോപരി, എന്നും 8.24ന് കടകടാരവം മുഴക്കി
അതിശീഘ്രം പായുന്ന വീരാർ ഫാസ്റ്റിലെ സഹയാത്രികർ.....
എല്ലാവർക്കും നന്ദി.

കെ.സി. ജോസ്

അവതാരിക

മുംബൈ
കാലിഡോസ്കോപ്പ്

കെ.സി. ജോസ് പത്രപ്രവർത്തകനാണ്. ഇതര കർത്തവ്യങ്ങൾക്കു പുറമെ പ്രശ്നങ്ങളുടെ അസുന്ദരമുഖം വെളിക്ക് കൊണ്ടുവരികയും അങ്ങനെ പരിഹാരങ്ങളിലേക്ക് വഴി നയിക്കുകയുമാണ് പത്ര പ്രവർത്തകന്റെ ജോലി. പ്രസ്തുത കൃത്യം സത്യസന്ധമായിതന്നെ ജോസും നിർവ്വഹിച്ചിട്ടുണ്ട്. 'സത്യമറിയുക, മോചിക്കപ്പെടുക' എന്നാണല്ലോ ആപ്തവാക്യം. എന്നാൽ ഇക്കാലത്ത് നമ്മുടെ നാട്ടിൽ സാംസ്ക്കാരിക സ്ഥാപനങ്ങൾ പുതുപണക്കാരനെപ്പോലെയാണ്. പഴയകാല ചരിത്രവും വർത്തമാനകാലത്തിലെ പുഴുക്കുത്തു പിടിച്ച ഭാഗങ്ങളും അവന് 'അനാത്തമ'യത്രെ. ഈയിടെ സംസ്ക്കാരത്തിന്റെപേരിൽ നടന്ന വധങ്ങൾ ഇവിടെ ഓർക്കുക. അതുകൊണ്ടാണ് നഗരചരിത്രത്തെപ്പറ്റി, എന്നുവെച്ചാൽ ചരിത്രത്തെപ്പറ്റി, സമൂഹത്തെപ്പറ്റി അധികമാരും എഴുതാത്തത്.

വ്യവസായ വിപ്ലവത്തിന്റെ പര്യന്തഃഫലമായി നഗരങ്ങളുടെ എണ്ണം പെരുകുകയും ഉള്ളവതന്നെ വിപുലീകൃതമാകയും ചെയ്തു. ജോലി തേടി അലഞ്ഞ ജനങ്ങൾ നഗരങ്ങളിലേക്കു തള്ളിക്കയറി. എല്ലാ വൃത്തികേടുകളും ഒപ്പം എത്തി. വില ഇടിഞ്ഞ അധ്വാനവർഗ്ഗം നിലനില്ക്കേണ്ടത് വർഗ്ഗവ്യവസ്ഥയുടെ ഒഴിച്ചുകൂടാനാവാത്ത ആവശ്യമായിരുന്നു. 'കൈ തൊട്ട് വായ്വരെ'യുള്ള നിലനില്പു മാത്രമേ മേൽക്കിടക്കാർ താഴെക്കിടക്കാർക്ക് അനുവദിച്ചു കൊടുത്തുള്ളു. തന്മൂലം "പണം കുമിഞ്ഞുകൂടി, മനുഷ്യൻ തുലഞ്ഞടിഞ്ഞു" എന്ന് മാത്യു അർണോൾഡ് ഒരു കവിതയിൽ ലണ്ടനെക്കുറിച്ചു പ്രലപിക്കുന്നു.

ജീവിതവ്യവസ്ഥയിൽ അടിസ്ഥാനപരമായ ഒരു മാറ്റമാണ് ഈ പ്രശ്നാവസ്ഥയ്ക്ക് പരിഹാരം. ചാൾസ് ഡിക്കൻസ്, വിക്ടർ യൂഗോ, മാക്സിം ഗോർക്കി തുടങ്ങിയ യഥാതഥ സാഹിത്യകാരന്മാർ തങ്ങളുടെ നിരവധി ഗ്രന്ഥങ്ങളിൽ ഇക്കാര്യം ചൂണ്ടിക്കാണിച്ചിട്ടുണ്ട്.

ചേരിപ്രദേശങ്ങളിലെ നരകയാതനകൾക്കും നിലനില്പിനുംവേണ്ടിയുള്ള പരസ്പര സമരവും, രോഗവും, കുറ്റവും, മനസ്സിന്റെ കാഠിന്യവല്ക്കരണവും ഇവരുടെയൊക്കെ കൃതികളിൽ വളരെ ശക്തമായിത്തന്നെ ചിത്രീകരിച്ചിരിക്കുന്നു. മലയാളത്തിൽ പു.സാ. കാലത്ത് ഇത്തരം പുസ്തകങ്ങൾ സാമാന്യം ധാരാളമായി തന്നെ പുറത്തിറങ്ങിയിരുന്നു. ഇന്നിപ്പോൾ ജീവിതപ്രശ്നങ്ങളിൽനിന്ന് പിൻവലിഞ്ഞ ഒട്ടകപ്പക്ഷികളായിത്തീർന്നിരിക്കുന്നു നമ്മുടെ എഴുത്തുകാർ. പത്രറിപ്പോർട്ടുകളിൽ ചിലത് മാത്രം അല്പം ധൈര്യം കാണിക്കുന്നുണ്ട്.

അതുകൊണ്ടാണ് നഗരജീവിതത്തിന്റെ അധികം വെളിച്ചം കടന്നുചെല്ലാത്ത മുക്കിലും മൂലയിലും പ്രവേശിച്ച് യാഥാർത്ഥ്യങ്ങളുടെ മറനീക്കിക്കാണിക്കാൻ ജോസിന്റേത് പോലുള്ള ലേഖന പരമ്പരകൾ സ്വാഗതാർഹങ്ങളാകുന്നത്. ജോസ് മുംബൈയെപ്പറ്റി എഴുതിയപ്പോൾ അവിടുത്തെ ചേരി നഗരമായ ധാരാവിയെ കേന്ദ്രീകരിച്ച് എഴുതാൻ കൂടുതൽ ശ്രദ്ധ കാണിച്ചിരിക്കുന്നു. ഇതിന് പൂർവ്വ മാതൃകകൾ മലയാളത്തിൽ ഇല്ലായെന്ന് തന്നെ പറയാം. ആത്മകഥാപ്രധാനമായ 'ഡൗൺ ആന്റ് ഔട്ട് ഇൻ പാരിസ് ആന്റ് ലണ്ടൻ' എന്നൊരു ഗ്രന്ഥം ജോർജ്ജ് ഓർവെൽ എഴുതിയിട്ടുണ്ട്. പാവങ്ങളോടൊപ്പം ജീവിച്ച് അവരെക്കുറിച്ച് ആഴത്തിൽ പഠിച്ച് അദ്ദേഹം എഴുതി. അതുപോലെത്തന്നെ കല്ക്കത്തയിലെ ചേരിപ്രദേശത്ത് ചേറിലും ചെളിയിലും രോഗത്തിലും മരണമദ്ധ്യത്തിലും ജീവിച്ച് തദ്ദേശവാസികളുടെ യാതനയും ദുരിതവും അവരുമായി പങ്കുവെച്ച് അവരിൽ ഒരാളായിത്തീർന്ന മഹാനായ മറ്റൊരു എഴുത്തുകാരനാണ് ഡൊമനിക് ലാപിയേർ. അദ്ദേഹത്തിന്റെ 'സിറ്റി ഓഫ് ജോയ്' പത്രപ്രവർത്തകന് ഒരാശാസ്യമാതൃക സമ്മാനിക്കുന്നു. ആത്മകഥയും റിപ്പോർട്ടാഷും സമന്വയിപ്പിച്ച് രചിച്ച പുസ്തകമാണ് 'സിറ്റി ഓഫ് ജോയ്.'

സമൂഹത്തിന്റെ ഏറ്റിറക്കപ്പലകയിൽ കാൽ നിലത്ത് മുട്ടി നിൽക്കുന്ന, മേലേക്കുള്ള കുതിപ്പു കാത്തുകഴിയുന്ന പാവങ്ങളെയാണ് ജോസ് കഥാപാത്രങ്ങളായി തെരഞ്ഞെടുത്തിരിക്കുന്നത്. ധാരാവിയിലെ ചെവിതോണ്ടി ജീവിക്കുന്നവർ, പഞ്ഞി കടയുന്ന പിഞ്ചാറുകൾ, മൺപാത്രനിർമ്മാതാക്കൾ, എന്നിവർക്കൊക്കെ പറയാനുള്ളത് കണ്ണീരിന്റെ കഥകൾ മാത്രം. ശരീരം തകർക്കുന്ന അദ്ധ്വാനത്തിന്റെ തിക്താനുഭവങ്ങൾ മാത്രം — ഒക്കെ ശ്ലഥചിത്രങ്ങളാണ്, പക്ഷേ എല്ലാം ദീപ്തം, വർണ്ണശബളം.

എന്നാൽ ധാരാവിയിലെ ഇരുൾപ്പരപ്പിലും വെളിച്ചം കണ്ടുതുടങ്ങിയിരിക്കുന്നുവെന്ന് ജോസ് ചൂണ്ടിക്കാണിക്കുന്നു. വിരലിലെണ്ണാവുന്നവരെങ്കിലും രക്ഷപ്പെടുന്നുണ്ട്. ചെറുകിട വ്യവസായങ്ങൾ ആരംഭിക്കാൻ ചിലർക്ക് കഴിഞ്ഞിട്ടുണ്ട്. സഹകരണാടിസ്ഥാനത്തിൽ ചില വ്യവസായങ്ങൾ സംഘടിപ്പിക്കാനും ആരംഭിച്ചിരിക്കുന്നു.

എങ്കിലും ഭൂരിപക്ഷം ജനങ്ങളും ഇപ്പോഴും പട്ടിണിയിലും കഷ്ടപ്പാടിലുമാണെന്ന കാര്യം വിസ്മരിച്ചുകൂട.

ധാരാവി മുംബൈയുടെ അവഗണിക്കപ്പെട്ട എന്നാൽ പ്രാമുഖ്യമാർന്ന ഒരു ഭാഗമാണ്. അതുപോലെത്തന്നെ ശ്രദ്ധേയരാണ് പ്രധാന നഗരത്തിലും നഗരപ്രാന്തങ്ങളിലും സ്ഥാനമുറപ്പിച്ച താഴെക്കിടക്കാരും മേലെക്കിടക്കാരും ഇടത്തരക്കാരും. ഈ ഗണങ്ങളുടെ പ്രതിനിധികളെന്നവണ്ണം ഗ്രന്ഥകാരൻ ചില വ്യക്തികളേയും സംഭവങ്ങളെയും പ്രതിപാദ്യമാക്കിയിരിക്കുന്നു.

മലയാളികൾ പലപ്പോഴും അദ്ഭുതഭാവത്തിൽ വാ പാതി തുറന്ന് ഉറ്റുനോക്കുന്ന പാർസികൾ, അവർ സമ്പന്നരാണ്. അവരെപ്പറ്റി ആദ്യമോർക്കുക അവരുടെ മരണാനന്തരക്രിയകളാണ്. ജോസ് അത് രസകരമായി വിവരിച്ചിരിക്കുന്നു. കഴുകന്മാർക്ക് ഭക്ഷിക്കാൻ വിട്ടു നല്കിയാണ് അവർ മൃതദേഹം സംസ്ക്കരിക്കുന്നത്. നിഷ്ഠൂരത കൊണ്ടല്ല. മതാചാരം നിഷ്ക്കർഷിക്കുന്നതുകൊണ്ടാണ്. മറ്റെല്ലാ സഹൃദയരെയുംപോലെ സൗഹാർദ്ദപുരസരമാണവരുടെ പെരുമാറ്റം. സമൂഹത്തിന്റെ നാലതിരുകൾക്കു പുറമെ അവർ വിവാഹബന്ധത്തിലേർപ്പെടുന്നില്ല. തന്മൂലം അവരുടെ ജനസംഖ്യാനിരക്ക് കുറഞ്ഞുവരികയാണ്. ജനിതക ശാസ്ത്രജ്ഞന്മാർ പറയുന്നത് ഇൻബ്രീഡിങ്ങ് കൊണ്ടാണ് ഇത് സംഭവിക്കുന്നത് എന്നത്രെ. സംരംഭനിരതരായതുകൊണ്ട് പോയിടത്തൊക്കെയും പണം ഉണ്ടാക്കുന്നതിൽ മിടുക്കരാണവർ. തൃശൂർ വന്ന് സീതാറാം മില്ലിൽ ഉയർന്ന ഉദ്യോഗസ്ഥരായി പണിയെടുത്തിരുന്ന മേത്ത- കവീനമാരുടെ ചിത്രം വളരെ മിഴിവുറ്റതാണ്.

ദേ ബ്രിട്ടോ എന്ന ഈസ്റ്റ് ഇന്ത്യൻ മഹാരാഷ്ട്രീയന്റെ കഥ അതുപോലെത്തന്നെ രസകരമാണ്. കേരളവുമായി ആത്മബന്ധം സ്ഥാപിച്ചിരിക്കുകയാണ് ഈ യുവാവ് - മുരിങ്ങൂർ ധ്യാനം വഴി. കേരളീയർക്കും ഈസ്റ്റ് ഇന്ത്യാക്കാർക്കും പൊതുവായി ഒരു പോർത്തുഗീസു പൈതൃകമുണ്ടല്ലോ - അതാകാം ഒരു കാരണം. വസായി, താനെ തുടങ്ങിയ അയൽമേഖലകളിലും മറ്റു പരിസര പ്രദേശങ്ങളിലുമായി ഈസ്റ്റ് ഇന്ത്യക്കാർ ഒത്തുചേർന്ന് താമസിക്കുന്നു. നമ്മുടെ നാട്ടിലെ ചില ചെത്തുതൊഴിലാളികൾ വസായിലും അതേ തൊഴിൽ തുടർന്നു പോരുന്നുവെന്നത് ആശ്ചര്യകരമായ വസ്തുതയാണ്. മലയാളി രൂപതയിലെ സഭാധികാരികൾ എന്തോ തടസ്സമുന്നയിച്ചപ്പോൾ പാലാക്കാരൻ ഒരാൾ കുട്ടിയുടെ മാമോദീസ ഈസ്റ്റ് ഇന്ത്യൻ പള്ളിയിൽ നടത്തിക്കുകയുണ്ടായിയെന്നത് ഈസ്റ്റ് ഇന്ത്യക്കാരുടെ മതസൗഹാർദ്ദത്തിന് നല്ല ഉദാഹരണമാണത്രെ.

ഇനി ഇറാനികൾ : ഇറാനി ചായപോലെത്തന്നെ സ്വാദിഷ്ഠമാണ് ഇറാനിച്ചായക്കടകളെ കുറിച്ചുള്ള വിവരങ്ങളും. നിസിം എസ്കിയേലിന്റെ പത്തു "പ്രമാണ"വും അതിൽ ഉൾചേർത്തിട്ടുണ്ട് - രസകരവും സന്ദർഭോചിതമായ രീതിയിൽ. പത്രപ്രവർത്തകനെന്ന

നിലയിൽ ഒരു ഇറാനിക്കടയുടെ ഫോട്ടോ എടുത്തിട്ട് ജോസ് ഫോട്ടോ കോപ്പി പിറ്റേദിവസം കൊടുക്കാമെന്നു പറഞ്ഞു. കൗണ്ടറിൽ രണ്ടു ഇറാനി വൃദ്ധന്മാരാണുണ്ടായിരുന്നത്. ഒരുവൻ പണത്തിൽനിന്ന് തല യുയർത്താതെ എണ്ണിക്കൊണ്ടിരുന്നു. അപരൻ പറഞ്ഞത് 'എന്തിനാണ്? എന്ന്. അപ്പോഴും ആദ്യത്തെ വൃദ്ധൻ പണത്തിൽനിന്ന് തല യുയർത്താതെ എണ്ണിക്കൊണ്ടിരുന്നു. അവർക്കു പബ്ലിസിറ്റി വേണ്ട. ഇറാനികൾക്ക് അത്രയെറെ ദിവസപ്പറ്റുകാരുണ്ട്.

'ഗാന്ധിടോപ്പി ഔർ ലാൽറുമാൽ' ഡബ്ബവാലകളുടെ നെറ്റ്‌വർക്കിനെ വിവരിക്കുമ്പോൾ ഓർമ്മ വരിക തേനീച്ചക്കൂടിന്റെ പാറ്റേൺ ആണ്. തുടക്കത്തിൽ ഒരു ഡബ്ബവാല ചോറ്റുപാത്രം വീട്ടിൽനിന്ന് ഏറ്റുവാങ്ങുന്നു. പിന്നീടതും വഹിച്ച് വണ്ടികയറിച്ചെന്ന് മറ്റൊരുവന് കൈമാറുന്നു. തുടർന്ന് മറ്റൊരുവന്റെ കൈയിൽ. അതങ്ങനെ കൈമാറി കൈമാറി ഒടുക്കം മേൽവിലാസക്കാരന്റെ ഓഫീസിൽ അവന്റെ കൈയിൽ എത്തുന്നു. പോസ്റ്റൽ നെറ്റ് വർക്കിങ്ങിനെ അനുകരിക്കുന്ന ഈ ഡെലിവറി സമ്പ്രദായം മഹാദേവ് ഹാവ്ജി എന്നയാളുടെ ബുദ്ധിതരംഗമായാണ് ഉദ്ഭവിച്ചത്.

ടാക്സിവാലയുടെ കഥാഖ്യാനം : ഗ്രന്ഥകാരൻ ഒരു ഗതാഗതക്കുരുക്കിൽ പെട്ടതാണ്. വേണ്ടത്ര വേഗത്തിൽ ഓടാൻ പറ്റാതെ നിന്നും നീങ്ങിയും മുന്നേറുന്ന അവസരത്തിൽ വൃദ്ധനായ ടാക്സിക്കാരൻ തന്റെ ചരിത്രം പറയുന്നു. ലക്നൗവിനടുത്ത് നവാബുമാരുടെ നാട്ടിലാണ് ജനനം. നവാബുവ്യവസ്ഥ നാമാവശേഷമായതോടെ ടാക്സിവാലയ്ക്ക് നർത്തകിമാരുടെയും ഗായകരുടെയുമൊപ്പം കൊട്ടാരം വിട്ടു പോരേണ്ടിവന്നു. വന്നെത്തിയത് കാമാട്ടിപുരയിൽ. ജോസിന്റെ കവിതാമയമായ വർണ്ണനയിൽ ടാക്സിക്കാരന്റെ ചരിത്രം ചെറുകഥ മാതിരി വായിച്ചുപോകാം.

'ദി ടെയ്സ്റ്റ് ഓഫ് ഉഡുപ്പി ഏതാണ്ട് ഇറാനി മാതൃക പിന്തുടരുന്നു. അവരുടെ ചായയും കാപ്പിയും മുംബൈയിൽ ജനപ്രീതി സമ്പാദിച്ചിരിക്കുകയാണ്. ഉഡുപ്പി ഹോട്ടലിൽ കുശിനിക്കാരനായ ഒരാൾ പിന്നീട് നല്ലതുപോലെ കേസുള്ള ഒരു വക്കീലായി. കർണ്ണാടകത്തിൽനിന്ന് തുടർന്ന് ഒരു പ്രവാഹമുണ്ടായി. കഴിവുള്ളവർ നൈറ്റു സ്കൂളിൽ ചേർന്നു പഠിച്ചു ഉന്നതോദ്യോഗങ്ങൾ സമ്പാദിച്ച വിജയകഥകളുമുണ്ട്. ശിവസേനയുടെ സൗത്ത് ഇന്ത്യൻ വിരോധകാലത്ത് ഉഡുപ്പി ഹോട്ടലുകളുടെ വിനാശകാലമായിരുന്നു.

ദക്ഷിണേന്ത്യക്കാർ അനുഭവിച്ചിരുന്ന പീഡനങ്ങൾ പിന്നീട്, സഹിക്കേണ്ടിവന്നത് നോർത്ത് ഇന്ത്യക്കാരായിരുന്നു - പ്രത്യേകിച്ചും ബീഹാറികൾ. അവരുടെ ആദ്യകാലം വലിയ ഉപദ്രവം കൂടാതെ കഴിഞ്ഞു. രാജ് താക്കറേയുടെ കാലത്ത് അക്രമങ്ങൾ അഴിഞ്ഞാടി. റാം ഭരോസയുടെ കഥയെടുക്കുക. മകൾ ആരുടെയോ കൂടെ ഓടിപ്പോവുകയായിരുന്നു. ഒടുക്കം ജലാശയത്തിലാണ് അനിതയുടെ ശരീരം കണ്ടെത്തിയത്. അപ്പോഴവൾ പൂർണ്ണഗർഭിണിയായിരുന്നു.

വെറും വസ്തുസ്ഥിതികഥനമായിട്ടല്ല ഈ ചരിത്രമത്രയും എഴുതിച്ചേർത്തിരിക്കുന്നത്. ജോസിന്റെ പ്രകാശനരീതി പലപ്പോഴും ഓർവെല്ലിനെയും ലാപിയറേയും അനുസ്മരിപ്പിക്കും. ഉപമയും ഉപഹാസവും മൃദുവായ ആക്ഷേപവും നർമ്മവും ഇണക്കിച്ചേർത്ത ആഖ്യാനം ഹൃദയസ്പർശിയായിട്ടുണ്ടെന്ന് സമ്മതിച്ചേ തീരൂ.

'ചില നാർക്കോട്ടിക് വിചാരങ്ങളിൽ' ഈ കഥാകഥനശൈലി പരമോന്നതങ്ങളിൽ എത്തിയിട്ടുണ്ടെന്ന് പറയണം. മദ്യത്തിനും മയക്കുമരുന്നിനും അടിമയായ നാദ്കർണിയെക്കുറിച്ചുള്ള ആഖ്യാനം അയാളുടെ സാധാരണ ഒരു ദിവസത്തിൽ ആരംഭിക്കുന്നു. കൈയിൽ കാശില്ല. നൂറുരൂപ വേണം. അപ്പോഴാണ് കൂട്ടുകാരന്റെ ഫോൺവിളി. രൂപ അടിക്കാനുള്ള സാദ്ധ്യത തെളിഞ്ഞുവന്നു. അന്ന് സന്ധ്യയ്ക്ക് നിശ്ചിത സ്ഥലത്ത് ഒത്തുചേരണം. ഒത്തുചേർന്നു. കൂട്ടുകാരൻ പറഞ്ഞതനുസരിച്ച് വലിയ വീണ്ടാലോചന കൂടാതെ ഒരു കരാർ മറ്റൊരു മനുഷ്യനുമായി ഉറപ്പിച്ചു. സർക്കാർ ഉദ്യോഗസ്ഥനായ നാദ്കർണിയുടെ ക്വാർട്ടേഴ്സ്. ആ മൂന്നാമന് സാമാന്യം നല്ലൊരു വാടകയ്ക്ക് നല്കണം - അഡ്വാൻസായി 60,000 രൂപ വാങ്ങി. മദ്യത്തിന്റെയും മയക്കുമരുന്നിന്റെയും സ്വാധീനത്തിൽ മസ്തിഷ്ക പ്രക്ഷാളനം ശരിക്കും വിജയകരമായിരുന്നു. പിന്നീടങ്ങോട്ട് ധൂർത്താണ്. ഒടുക്കം പൊലീസ് വന്നു. പുതിയ വാടകക്കാരൻ ഒരു കള്ളക്കടത്തുകാരനാണ്, അതും മയക്കുമരുന്നിന്റെ. മാത്രമല്ല ക്വാർട്ടേഴ്സ് കൈമാറുക കുറ്റകരവുമാണ്. നാദ്കർണി ജയിലിലായി. അധികം കഴിഞ്ഞില്ല. അയാൾ ജയിലിലെ ജനലഴികളിൽ കെട്ടിത്തൂങ്ങി മരിച്ചു. ജോസിന്റെ റിപ്പോർട്ട് വെറുമൊരു പത്രറിപ്പോർട്ടല്ല. അതിൽ ചെറുകഥയുടെ ആഖ്യാനശൈലി സ്വീകരിച്ചിരിക്കുന്നു. ഒപ്പം വസ്തുതാകഥനവും. അങ്ങനെ ഒരു മിശ്രരൂപം. വികാരോന്മീലന സമർത്ഥവും. തത്സമയം തന്നെ സത്യസന്ധവും വസ്തുതാപരവും. വസ്തുതാപരമായ റിപ്പോർട്ട് മാത്രമവലംബിച്ചാൽ ആധികാരികതയുണ്ടാകും. പക്ഷേ ഉദ്വേഗോദ്ദീപനക്ഷമത കുറവായിരിക്കും.

ഇതേപോലുള്ള സംഭവകഥകളാണ് ഒരു 'ബാഹർവാലയുടെ ആത്മവിലാപ'വും 'ചിലന്തിവല'യും. രണ്ടും തട്ടിപ്പിന്റെ കഥകൾ. നാട്ടിലെ കലാപങ്ങളിൽ ജോലി നഷ്ടപ്പെട്ട ബാഹർവാല ഒടുവിൽ എത്തിപ്പെടുന്നത് മനുഷ്യക്കടത്തുകാരുടെ കൈയിലാണ്. അറേബ്യൻ സ്വപ്നങ്ങളുമായി സമുദ്രയാത്രയാരംഭിച്ച വള്ളത്തിൽ നിന്നിറങ്ങിയത് രത്നഗിരിയിലാണ്. 'നാടോടിക്കാറ്റിന്റെ' ഇത്തരം പൂർവ്വരൂപങ്ങൾ ആ സിനിമയ്ക്കു വളരെ മുമ്പുതന്നെ, എന്നുവച്ചാൽ വളരെ പണ്ട് പടിഞ്ഞാറൻ തീരങ്ങളിൽ അരങ്ങേറിയിരുന്ന തമാശയാണ്. ഇപ്പോൾ അവ നിന്നുപോയതായി തോന്നുന്നു - കസ്റ്റംസിന്റെയും കോസ്റ്റൽ ഗാർഡിന്റെയും പരിശ്രമഫലമായി.

ചിലന്തിവല മറ്റൊരു തട്ടിപ്പിന്റെ കഥ അവതരിപ്പിക്കുന്നു. ഇവിടെ മലയാളി ദമ്പതികളാണ് ആപ്പിൽ പെടുന്നത്. നാളതുവരെ കഷ്ടപ്പെട്ട് മിച്ചമുണ്ടാക്കിയ പണവും വീട്ടിൽനിന്ന് കിട്ടിയ കുടുംബ ഓഹരി വിറ്റുകിട്ടിയ പണവും ചേർത്തു ഏജന്റ് രാമസ്വാമിയുടെ വാഗ്ധോരണിക്ക് വഴങ്ങി ഫ്ളാറ്റുടമസ്ഥന് കൈമാറി. അവർ ഫ്ളാറ്റിൽ താമസം ഉറപ്പിക്കുന്നു. അധികം താമസിച്ചില്ല കൊതുകുകളും വൃത്തിഹീനമായ പരിസരവും അവരുടെ ജീവിതം ക്ലേശകരമാക്കുന്നു. പിന്നെ, അനധികൃതമായി നിർമ്മിക്കപ്പെട്ട ബിൽഡിങ്ങ് ഗവണ്മെന്റ് ബുൾഡോസർ വെച്ച് ഇടിച്ചു നിരത്തുകയും ചെയ്യുന്നു. കഥാപാത്രങ്ങളായ ദമ്പതികൾ ഇന്നും ജീവിക്കുന്നുണ്ട്, ജീവച്ഛവങ്ങളെപ്പോലെ.

ധാരാവിയെപ്പോലെത്തന്നെ മഹാനഗരത്തിന്റെ അവിഭാജ്യഘടകമത്രേ ചുവന്ന തെരുവ്. ബ്രിട്ടീഷ് പട്ടാളക്കാരാണ് ചാളുകളിൽ വേശ്യാവൃത്തി പ്രോത്സാഹിപ്പിച്ചത്. പിന്നീടത് സമ്പന്നരായ ഇന്ത്യക്കാർ ഏറ്റുപിടിച്ചു. വേശ്യാവൃത്തിയിൽ ഏർപ്പെടാൻ പലർക്കുമുള്ള കാരണങ്ങൾ പലതാണ്. അവരുടെ വിസ്തരിച്ച ചരിത്രമാണ് 'ശിവപ്പ് രാശാത്തി'കൾ എന്ന ഖണ്ഡത്തിൽ പ്രത്യക്ഷപ്പെടുന്നത്. അവർക്കു തങ്ങളുടെ തൊഴിൽകൊണ്ടു നടക്കാനുള്ള അവകാശമില്ലേയെന്നത് കാലാകാലങ്ങളായി ഉത്തരം ലഭിക്കാത്ത ചോദ്യമാണ്. എന്തായാലും അവരുടെ ദൈന്യജീവിതത്തിലേക്കും അതിനു കാരണഭൂതമായ സാഹചര്യങ്ങളിലേക്കും നോട്ടപ്പഴുതിലൂടെയുള്ള ഒരു എത്തിനോട്ടം വായനക്കാർക്ക് ലഭിക്കുന്നതായി കാണാം.

ധാരാവിയിലെ ദാരുണവൃത്താന്തങ്ങൾക്കു പുറമെ മുംബൈയുടെ വിവിധഭാഗങ്ങളിൽനിന്നുള്ള സംഭവങ്ങൾ, സഹാനുഭൂതിയും കൗതുകവും മാറിമാറി ഉണർത്തുന്ന വിവരണം, മാറിയും മറിഞ്ഞുമുള്ള വിവിധ ചിത്രങ്ങൾ എന്നിവ ആഖ്യാനത്തിന് ഒരു താളപ്പൊലിമ സമ്മാനിക്കുന്നു. ആത്മകഥനത്തിനോടൊപ്പം ഇതര സർവ്വനാമസംഭാഷണങ്ങളും പ്രസ്തുത ആരോഹണാവർത്തനക്രമത്തിന് മാറ്റുകൂട്ടുന്നുമുണ്ട്.

പാവങ്ങളോടുള്ള സഹാനുഭൂതി ജോസിന്റെ സാഹിത്യപ്രവർത്തനത്തെ മുന്നോട്ട് നയിക്കുന്നു. സ്വയം ജീവിതത്തിൽ അനുഭവിച്ചറിയാതെയെങ്കിലും കവികൾക്ക് സ്വകീയമായ ആഗ്രഹ ചിന്തയിൽനിന്ന് ഉയിർക്കൊണ്ട വികാരതീവ്രമായ ഒരു കവിത ഞങ്ങളുടെ ജ്യേഷ്ഠൻ കെ.സി. ഫ്രാൻസിസ് എഴുതിയിട്ടുണ്ട്. — "പാവങ്ങളുടെ പാട്ടുകാരൻ", 'വേശ്യയും കുരുടനും കുഷ്ഠരോഗി'യും ആ പാട്ടുകാരന്റെ കൂട്ടുകാരാണ്. ജോസിലെ മാനവികത ഈ ഗായകന്റെ ജീവിത വേദാന്തവുമായി താദാത്മ്യം പ്രാപിച്ചിരിക്കുകയാണ് എന്ന് അറിയാതെ തോന്നിപ്പോകുന്നു.

കെ.സി. സേവിയർ

■

എന്റെ പ്രിയ ജ്യേഷ്ഠൻ
കെ.സി. ഫ്രാൻസിസിന്റെ സ്മരണയ്ക്കുമുമ്പിൽ
ഈ കൃതി ഭക്തിപൂർവ്വം സമർപ്പിക്കുന്നു.

ഉള്ളടക്കം

മുംബൈ ചാ മാണുസ് 19
ധാരാവികളുടെ ഉല്പത്തിവിചാരങ്ങൾ 25
അതിജീവനം 34
ചിലന്തിവല 41
ഒരു ബാഹർവാലയുടെ ആത്മകഥ 51
ഫ്രം പേർഷ്യ വിത്ത് ലൗ! 58
മുംബൈ കലാപത്തിന്റെ കാണാപ്പുറങ്ങൾ 65
ഗാന്ധി ടോപ്പി ഔർ ലാൽ റുമാൽ 70
ടാക്സി, ടാക്സി! 75
മീ ഏക് കോലി! 81
ടെയ്സ്റ്റ് ഓഫ് ഉഡുപ്പി 87
കാ കരത് ഹോ ഭയ്യാ... 92
ചില നാർക്കോട്ടിക് വിചാരങ്ങൾ 97
തമേ പാഴ്സി ചോ? 103
കർജത് ഫാസ്റ്റ് 110
മഹാനഗരത്തിലെ മല്ലൂസ് 114
ഏകാ വസായ്കറാൻചി കഥ 121
അംചി മഹാനഗർ 127
കോകിലയുടെ കഥ 135
മഹാനഗരത്തിലെ തമിഴകം 142
ശിവപ്പ് രാശാത്തികൾ 151
മുംബൈച്ചാ ഗോവേക്കർ 160

മുംബൈ ചാ മാണുസ്

ഒരൊറ്റ മഴകൊണ്ട് കുതിരുന്ന സ്വപ്നങ്ങളുമായി, ഒരൊറ്റ കാറ്റ് കടന്നു വീശിയാൽ തകരുന്ന ജീവിതങ്ങളുമായി മഹാനഗരത്തിന്റെ രേഖപ്പെടുത്താത്ത മുഖം. അവിടെ അമ്പരപ്പിക്കുന്ന ത്യാഗങ്ങളുണ്ട്. അവിശ്വസനീയങ്ങളായ അതിജീവനങ്ങളുണ്ട്. എല്ലാറ്റിനും മുകളിൽ നഗരവേഗങ്ങളെ അണയാതെ കാക്കുന്ന കനൽ പേറുന്ന ജീവിതങ്ങളുണ്ട്. ചാരംമൂടി കിടക്കുന്നതിനാൽ നാം കാണാതെ പോകുന്നവ. ഉള്ളിലിപ്പോഴും ചൂടും വെളിച്ചവും പേറുന്നവ. ഒന്നൂതിയാൽ ആളിക്കത്താൻ കെൽപ്പുള്ളവ.

സാധാരണ ജീവിതങ്ങളുടെ അസാധാരണ ലോകം.

പത്രത്താളുകളിൽ നിറഞ്ഞുനിൽക്കാത്ത മുഖങ്ങൾ. ചാനലുകളിൽ മിന്നിമറയാത്ത ശരീരങ്ങൾ. സെലിബ്രിറ്റി പാർട്ടികളിലോ അധോലോക വീരകഥകളിലോ ഇടംകാണാത്തവർ. അവരുടേയും കൂടിയാണ് മുംബൈ. അല്ലെങ്കിൽ അവരാണ് മുംബൈ.

സാധാരണ ജീവിതങ്ങളുടെ അസാധാരണ ലോകങ്ങൾ. അവരിൽ ചിലരുടെ ജീവിതത്തെക്കുറിച്ച്, ജീവിതവ്യഥകളെക്കുറിച്ച്...

ഗുൽബർഗ എക്സ്പ്രസ്

ഗുൽബർഗയിലെ പഹാഡി ഗ്രാമത്തിൽനിന്ന് ഹനുമന്ദ് മുംബൈയിലേക്കു വന്നിട്ട് മുപ്പത്തിയഞ്ച് വർഷങ്ങൾ പിന്നിട്ടിരിക്കുന്നു. അന്ന് അയാൾക്ക് പതിനാറ് വയസ്. ഹനുമന്ദിന്റെ അമ്മയെക്കൂടാതെ പിതാവിന് മൂന്നു ഭാര്യമാരുണ്ടായിരുന്നതിനാൽ നിൽക്കക്കള്ളിയില്ലാതെ വണ്ടി കയറുകയായിരുന്നു. ഗുൽബർഗ സ്റ്റേഷനിൽ പുലർച്ചെ ആദ്യം വന്ന വണ്ടിയിൽ കയറി, ടിക്കറ്റില്ലാതെത്തന്നെ. ഗിരിവർഗഭാഷ മാത്രമറിയുന്ന ഹനുമന്ദ് എങ്ങനെയൊക്കെയോ കല്യാണിലാണ് വന്നുപെട്ടത്. ചെറിയ കെട്ടിടങ്ങളും ധാരാളം നായ്ക്കളുമുള്ള ആ സ്ഥലം ഇന്ന് തികച്ചും അപരിചിതമായിരിക്കുന്നുവെന്ന് ഹനുമന്ദ് പറഞ്ഞു.

ഹനുമന്ദിന് കാത് വൃത്തിയാക്കലാണ് ജോലി. നമ്മുടെ നാട്ടിൽ തികച്ചും അപരിചിതമായ ഈ ജോലി നോക്കി അയാൾ വീടു പുലർത്തുന്നു. കല്യാണിലെ ടിമ്പർ കടയിൽ. പിന്നീട് ഹോട്ടലിൽ, അതിനുശേഷം അലക്കു

കടയിൽ. അവസാനം പണി ചെയ്തത് ടാറ്റാ കമ്പനിയുടെ കോൺട്രാക്റ്റ് ലേബർമാരിലൊരാളായി. കോൺട്രാക്റ്ററുടെ കുതന്ത്രം മൂലം ('ഗാൺമസ്തി' എന്ന് ഹനുമന്ദ് അതിനെ വിശേഷിപ്പിക്കുന്നു) ഒരു കൊല്ലത്തിനുശേഷം അവിടെനിന്ന് പുറത്താക്കപ്പെട്ടു. പിന്നീട് ധാരാവിയിലെത്തി ഒരു സോപ്പു നിർമ്മാണ കമ്പനിയിൽ ചേർന്നു. കൈയിൽ സോപ്പുനിർമ്മാണത്തിന്റെ അനന്തരഫലമെന്നോണം ധാരാളം നിറങ്ങളുണ്ടായതിനാൽ ആ ജോലിയും വിട്ടു. അല്പം കോങ്കണ്ണുള്ള, കറുത്ത നിറവും നീണ്ടമൂക്കും തലപ്പാവും അയഞ്ഞ ഷർട്ടും ധരിച്ച ഹനുമന്ദ് മൊത്തത്തിൽ ശാന്തശീലനാണ്. പണി യില്ലാതെ കിട്ടുന്നത് ഭക്ഷിച്ച് കടത്തിണ്ണയിൽ കിടന്നുറങ്ങി ജീവിതം തള്ളി നീക്കുന്ന ആ നാളിലാണ് അയാൾ ഉത്തർപ്രദേശുകാരൻ റാം ചന്ദിനെ പരിചയപ്പെടുന്നത്. റാം ചന്ദ് ഹനുമന്ദിനെ 'ചെവി തോണ്ടൽ' പഠിപ്പിച്ചു. അധികം മുതൽമുടക്ക് ആവശ്യമില്ല. ഒരു ചെറിയ പെട്ടി മാത്രം. അതിൽ ഒരു ക്രോഷിയും പഞ്ഞിയും. അധ്വാനവും കുറവ്. അങ്ങനെ അയാൾ ചെവി വൃത്തിയാക്കൽക്കാരനായി. ഇപ്പോൾ മുപ്പത്തിരണ്ട് വർഷങ്ങളായി ആയിര ങ്ങളുടെ ചെവി വൃത്തിയാക്കിയിരിക്കുന്നു. പോലീസുകാർക്കും ദാദകൾക്കും ഫീസ് ഈടാക്കുന്നില്ല. 'സോച്ച് സമച്കർ ദീജിയേ സാബ്' (അറിഞ്ഞു തരിക) എന്നാണ് കണ്ടാൽ ആദരവ് തോന്നിക്കുന്നവരോട് അയാൾ പറ യുക. അത്ര ആദരവ് തോന്നിക്കുന്നവർ ചെവി തോണ്ടാൻ അധികം വരിക യില്ലെന്നും ഹനുമന്ദ് പറഞ്ഞു. വെറുതെയിരിക്കുന്നവർ, രസത്തിനുവേണ്ടി ചെയ്യുന്നവർ തുടങ്ങിയവരാണ് ഹനുമന്ദിന്റെ കസ്റ്റമേഴ്സ്. കാതു വൃത്തി യാക്കുന്നതുകൊണ്ട് 'കാൺ ഹൽക്കാ ഹോ ജായേഗാ' അതായത് ചെവിക്ക് സുഖം ലഭിക്കുമെന്ന് ഹനുമന്ദ് പറയുന്നു.

അയാൾ ഇപ്പോൾ ധാരാവി, സയൺ തുടങ്ങിയ സ്ഥലങ്ങളിലാണ് കറ ങ്ങുന്നത്. പത്തു മുതൽ ഇരുപതു പേരുടെ ചെവി ദിവസവും ഹനുമന്ദ് വൃത്തി യാക്കുന്നു. ചിലപ്പോൾ ഒരാളെപ്പോലും ലഭിക്കില്ല. അല്പം പഞ്ഞി ക്രോഷി യിൽ ചുറ്റി മെഡിക്കൽ ഷോപ്പിൽ നിന്നു കിട്ടുന്ന ഇയർ ഡ്രോപ്സ് ഒഴിച്ച് പർദ്ദ (ടിമ്പനം) പൊട്ടാതെ അയാൾ നിങ്ങളുടെ ചെവി വൃത്തിയാക്കുന്നു. ധാരാവിയിലെ 1388 നമ്പർ മുറിയിൽ രണ്ടു മക്കൾക്കൊപ്പമാണ് ഹനുമന്ദ് താമസിക്കുന്നത്.

ഹനുമന്ദിന്റെ ഭാര്യ ശാന്താബായ് വീട്ടുജോലിക്കു പോകുന്നുണ്ട്. ഗ്യാസും വെള്ളവും മുറിയിലുണ്ട്. ചായ ഹനുമന്ദ് കുടിക്കാറില്ല. പകരം വടാപാവ് ഭക്ഷിക്കും. ഉച്ചയ്ക്കു രണ്ടു റോട്ടിയും ബാജി(പച്ചക്കറി)യും അല്പം ചോറും. മദ്യപിക്കാത്ത ഹനുമന്ദ് തമ്പാക്കിന്റെ അടിമയാണ്. രാവിലെ ആറു മണിക്ക് ധാരാവിയിലെ ചോപ്ടയിൽ നിന്നിറങ്ങിയാൽ വൈകീട്ട് ഏഴുമണിക്ക് കൂട ണയും. തൊഴിലാളികളും ഡ്രൈവർമാരും മറ്റു ചെറുകിട ജോലിക്കാരും വരുന്നിടത്ത് ഹനുമന്ദിനെപ്പോലുള്ളവരെ കാണാം. മന്ത്രാലയ പരിസരം, ഓവൽ മൈതാനം, ആസാദ് മൈതാനം, ഒഴിഞ്ഞ കടത്തിണ്ണകൾ, പ്ലാസാ തിയറ്ററിനു സമീപമുള്ള സർക്കിൾ തുടങ്ങിയ സ്ഥലങ്ങളിൽ സാധാരണ ഇവർ ഇരകളെ തേടിയെത്തുന്നു.

കെയ്കേ പാൻ ബനാറസ് വാലേ

65 വർഷങ്ങൾക്കു മുമ്പ് ഉഡുപ്പിയിലെ ഒരു ഗ്രാമത്തിൽ നിന്ന് ജീവിത മാർഗം തേടി മുംബൈയിലെത്തിയ സീന ബങ്കേര ആദ്യം ബൈക്കുളയിലെ ഒരു കാന്റീനിൽ ജോലിക്കാരനായി ചേർന്നു. ദിവസക്കൂലി ഒരണയും ഭക്ഷണ വുമായി ആരംഭിച്ച ജീവിതം ഇപ്പോൾ കലാനഗറിലെ പാൻപെട്ടി പീടിക യിൽ എത്തിനിൽക്കുന്നു. സീനയുടെ മകൻ ശേഖർ ബങ്കേരയാണ് കട നട ത്തുന്നതെങ്കിലും വാർധക്യത്തിന്റെ ബോറടിയിൽനിന്ന് ഒഴിവാകാൻ സീന ബങ്കേരയും ദിനവും കടയിലെത്തുന്നു.

നല്ല പ്രസരിപ്പുള്ള മുഖം. ചെറിയ ഫ്രെയിമുള്ള കണ്ണടയും പാനിന്റെ കറ തടയാൻ ചുവന്ന ഷർട്ടും ധരിച്ച ശേഖർ ബീകോം വരെ പഠിച്ചിട്ടുണ്ട്. പത്തുവർഷങ്ങൾ പിന്നിട്ട് പാൻ കച്ചവടത്തിന്റെ എല്ലാ മർമങ്ങളും മനസ്സി ലാക്കി ശേഖർ വ്യാപാരം ചെയ്യുന്നു. ബാന്ദ്ര ഈസ്റ്റിൽ പ്രവർത്തിച്ചുവരുന്ന 'ഉഡുപ്പി പാൻ പെട്ടി ഷോപ്പിൽ' സിഗററ്റും 'മാവ' യും(ഒരു തരം പുകയില ഉല്പന്നം) ചന്ദനത്തിരിയും മറ്റും വിറ്റുവരുന്നു.

രാജാക്കന്മാരുടെ കാലം മുതൽ പാൻ ജനങ്ങൾ ഉപയോഗിച്ചു. വെറ്റില മുതൽ ഏലക്കായ വരെ അടങ്ങുന്ന പാനിന്റെ എട്ടു മുതൽ പന്ത്രണ്ടു ചേരുവകൾ ഇന്ത്യയിലെ വിവിധ സംസ്ഥാനങ്ങളിൽ നിന്നെത്തുന്നവ യാണെന്ന് ശേഖർ പറഞ്ഞു. നാനാത്വത്തിൽ ഏകത്വം എന്ന് ശേഖർ അതിനെ വിശേഷിപ്പിക്കുന്നു. വെറ്റില കൽക്കത്തയിൽനിന്നും പുകയില ദില്ലി യിൽനിന്നും നോയ്ഡയിൽനിന്നും അടയ്ക്ക കർണാടകത്തിൽനിന്നും ഏലയ്ക്കാ കേരളത്തിൽനിന്നും മുംബൈയിലെ പാൻ കടകളിലെത്തുന്നു. മഗയ് പാൻ, കൽക്കത്ത പാൻ, ബനാറസി, പൂന മസാല, ഏക് സൗ ബീസ് തുടങ്ങിയ പാനുകൾ ദിനംപ്രതി ഒന്നരക്കോടിയിലധികം മുംബൈയിൽ വിറ്റഴിക്കപ്പെടുന്നു. ഉത്തരേന്ത്യക്കാർ ആണ് കൂടുതലും പാൻ ഉപയോഗിച്ചി രുന്നത്. ഈ കച്ചവടം അവരുടെ മാത്രം കുത്തകയായിരുന്നു. ഇപ്പോൾ കർണാടകക്കാരും രംഗപ്രവേശം ചെയ്തിട്ടുണ്ട്. തേച്ചുമിനുക്കിയ പിച്ചള, ചെമ്പു പാത്രങ്ങളിൽ വെറ്റിലയും പാനിന്റെ ചേരുവകളും സൂക്ഷിച്ചിരുന്ന കാലം പോയ്മറഞ്ഞ് അവിടെ സ്റ്റീൽപാത്രങ്ങളും ഡബ്ബുകളും സ്ഥലം പിടിച്ചു.

ഇതെഴുതുമ്പോൾ മഗയ് പാന് ഇരുപത്തെട്ടും ബനാറസി പാന് ഏഴും പൂന മസാലയ്ക്ക് പത്തു രൂപയും വിലയുണ്ട്. പല്ലംഗ് തോട് പാന് ലൈംഗിക ഉത്തേജകശക്തി ഉണ്ടെന്നാണ് അവകാശവാദം. വയാഗ്രപോലുള്ള മരുന്നു കൾ പൊടിച്ചുചേർത്താണ് അവ ഉപഭോക്താക്കൾക്ക് നൽകുന്നതത്രേ. മുജ്റ ഡാൻസുകളിലും ഗ്രാന്റ് റോഡ്, മുംബൈ സെൻട്രൽ തുടങ്ങിയ ചുവന്ന തെരുവുകളുള്ള പ്രദേശത്തും 'പല്ലംഗ് തോട്' ചൂടപ്പം പോലെ വിറ്റഴിയുന്നു. ഇവയ്ക്ക് അതിന്റെ ശക്തിയനുസരിച്ച് 150 മുതൽ 600 രൂപ വരെ വിലയുണ്ട്!

ഖാസിവാല പാൻ ചുമയ്ക്കും തൊണ്ടയടപ്പിനും നല്ലതെന്ന് മുച്ചട് പാൻവാല പറയുന്നു. ദഹനക്കേടിന് ഖാന ഹസാം പാൻ, ശരീരത്തിന്

തണുപ്പേകാൻ ഐസ് പാൻ തുടങ്ങിയവ. മുംബൈയുടെ സമ്പന്നവർഗം വസിക്കുന്ന പാലി ഹിൽ, കൊളാബ, മലബാർ ഹിൽ തുടങ്ങിയ സ്ഥലങ്ങളിൽ ധാരാളമായി വിൽക്കപ്പെടുന്നു.

ഗുഡ്ക ഉല്പന്നങ്ങൾ മാർക്കറ്റിലിറങ്ങിയതോടെ യഥാർത്ഥ പാൻ ബിസിനസിന് അല്പം അപകീർത്തി വന്നുഭവിച്ചുവെന്ന് ബങ്കേര ദുഃഖപൂർവം പറഞ്ഞു. ഉത്തരേന്ത്യൻ സ്ത്രീകളും കല്യാണങ്ങളിലും മറ്റും വിശേഷാവസരങ്ങളിലും പാൻ ഉപയോഗിക്കാറുണ്ട്. ശേഖറിന്റെ ഉഡുപ്പി പാൻ പെട്ടിഷോപ്പിൽ പ്രതിദിനം ഉദ്ദേശം 300 പാൻ വിറ്റഴിയുന്നു. മുംബൈ നഗരത്തിൽ മൊത്തം ഇത്തരം ഷോപ്പുകൾ എത്ര ഉണ്ടെന്ന് തിട്ടമാക്കിയിട്ടില്ല.

ഈ കച്ചവടംകൊണ്ട് ജീവിതം സുന്ദരമാണോ എന്ന ചോദ്യത്തിന് ശേഖർ ഒരു മിസ്റ്റിക് ചിരി ചിരിച്ചു.

പിഞ്ജാറുകളുടെ കഥ

ബാന്ദ്രാ കോളനിയിലൂടെ സഞ്ചരിച്ച് ഭാരത് നഗറിലെത്തിയപ്പോൾ മുംബൈയിലെ വർഷകാലം പെട്ടെന്ന് ആരംഭിച്ചു. മഴയിൽ തിമിർത്തുകളിക്കുന്ന കുട്ടികൾ. മൂളിപ്പറക്കുന്ന ഈച്ചകളും കോഴിത്തൂവലുകളും മറ്റുമുള്ള ദുർഗന്ധവാഹിനിയായ ഗട്ടറുകൾ താണ്ടി റിയാജുദ്ദീൻ (70) എന്ന പിഞ്ജാറിന്റെ മുറിയിലെത്തുമ്പോൾ വൈകീട്ട് മണി ഏഴ് കഴിഞ്ഞിരിക്കുന്നു.

രാജസ്ഥാനിലെ പാവപ്പെട്ട ജനതയുടെ ഒരു റാന്റം സാംപിൾ മുറിയിൽ കണ്ടു. ഒരേ തൊഴിൽ ചെയ്യുന്ന ഏഴുപേർ വേറെ. മരംകൊണ്ടുള്ള 'പിഞ്ജാണി' എന്ന ഉപകരണംകൊണ്ട് കിടക്കകളുടെ പഞ്ഞി കടയുന്ന ജോലിയാണ് പിഞ്ജാർ ചെയ്യുന്നത്. ജയ്പൂർ ജില്ലയിലെ തൊതാർപൂർ ഗ്രാമത്തിൽ കണ്ടുവരുന്ന ഇത്തരക്കാർ ഇപ്പോൾ നാമാവശേഷമായിക്കൊണ്ടിരിക്കുന്നു.

വയസ്സ് എഴുപതിനോടടുത്തുവെങ്കിലും റിയാജുദ്ദീൻ ഏഴാംക്ലാസ് വരെ പഠിച്ചിട്ടുണ്ട്. തന്റെ കുടുംബത്തൊഴിലായ പഞ്ഞികടച്ചിൽ എന്നു മുതലാണ് ഏറ്റെടുത്തതെന്ന് ഓർമിക്കാൻ ആ വൃദ്ധന് കഴിയുന്നില്ല. അമ്മാവന്റെ അകന്ന ബന്ധത്തിലൊരുവളെ വിവാഹം ചെയ്തതിന് റിയാജുദ്ദീന് സ്ത്രീധനമായി ലഭിച്ചത് ഭാരത് നഗറിലെ 180 ചതുരശ്ര അടി വിസ്തീർണമുള്ള മുറിയിൽ താമസിക്കാനുള്ള അവകാശം മാത്രം. മൂന്ന് ആൺമക്കളുണ്ട്. വിവാഹിതരായി. അവരും പിതാവിന്റെ ജോലിതന്നെ സ്വീകരിച്ച് കുർളയിൽ കഴിയുന്നു. ഭാര്യയും ചെറിയ പേരക്കുട്ടികളും ഗ്രാമത്തിൽ. ഭക്ഷണം തന്റെ മുറിയിൽത്തന്നെ പാചകം ചെയ്യുന്നു. കലാനഗർ മുതൽ സാന്താക്രൂസ് വരെ ഇവർ തങ്ങളുടെ പിഞ്ജാണിയുമായി സഞ്ചരിക്കും. അതിന്റെ രണ്ടറ്റവും കൂട്ടിയോജിപ്പിക്കുന്ന റബ്ബർ ചരട് ഇടയ്ക്കിടെ വലിച്ച് പ്രത്യേക ശബ്ദമുണ്ടാക്കിയാണ് പിഞ്ജാറുകൾ അവരുടെ സാന്നിധ്യമറിയിക്കുന്നത്. ദിവസം രണ്ടുമൂന്നു കിടക്കകളുടെ പഞ്ഞി കടയാൻ കഴിയുമെങ്കിലും ചിലപ്പോൾ ഒന്നുപോലും കിട്ടാത്ത അവസ്ഥ ധാരാളം.

രാജസ്ഥാനി മുസ്ലിം വിഭാഗക്കാരിൽ ഒരു പ്രത്യേക വർഗമാണ് പിഞ്ജാറുകൾ. അവരുടെ സ്വതസിദ്ധമായ നൈപുണ്യത്താൽ കടയുന്ന കിടക്കയിലുറങ്ങാൻ പ്രത്യേക സുഖമുണ്ടെന്ന് സന്തോഷ് ശൃംഗാരേ എന്ന മീഡിയ എക്സിക്യൂട്ടീവ് പറയുന്നു. ഇപ്പോൾ യന്ത്രവൽക്കരണം ഈ പാവങ്ങളേയും തളർത്തിയിരിക്കുന്നു. മെഷീനുകളിട്ട് പുതിയ ബിസിനസ്സുകാർ അരങ്ങ് തകർക്കുന്നു. അവരും രാജസ്ഥാനി മുസ്ലീംകൾ തന്നെ. ചകിരി, സിന്തറ്റിക് റബ്ബർ തുടങ്ങിയവ ഉപയോഗിച്ച് നിർമ്മിക്കുന്ന കിടക്കകളും ഇപ്പോൾ സുലഭമാണല്ലൊ.

തീവ്രമതഭക്തിയുള്ള റിയാജുദ്ദീന് ഭരിക്കുന്നവരെക്കുറിച്ച് ഒന്നുമറിയില്ല. മൊബൈൽ സാർവത്രികമായ ഈ യുഗത്തിലും പിഞ്ജാറുകളുടെ കൈയിൽ അവ കണ്ടില്ല. തങ്ങളുടെ ബന്ധുക്കൾക്ക് എല്ലാവരും കൂടി കത്തെഴുതി അവ ഒരു കവറിലിട്ട് സ്റ്റാമ്പൊട്ടിക്കാതെ അയക്കുകയാണ് പതിവ്. കൂലിക്കത്തായതിനാൽ മാത്രം മേൽവിലാസക്കാരനെ കണ്ടെത്തി സ്റ്റാമ്പിന്റെ നാലിരട്ടി പണം വാങ്ങുന്ന പോസ്റ്റുമാൻമാരാണ് അവിടെയുള്ളതത്രെ. സ്റ്റാമ്പൊട്ടിച്ചാൽ അത് വിലാസക്കാരന്റെ കൈയിലെത്തുമോ എന്ന കാര്യം സംശയമെന്ന് റിയാജുദ്ദീൻ അല്പമൊരു പുഞ്ചിരിയോടെ പറഞ്ഞു.

പിഞ്ജാറുകളുടെ ലോകം വളരെ ഇടുങ്ങിയതാണ്. തങ്ങളുടെ 'ഗാവ് വാല' കളുമായി മാത്രമേ അവർക്ക് നിരന്തരസമ്പർക്കമുള്ളൂ. പെരുന്നാളിന് മാത്രം അവർ ജോലി ചെയ്യുന്നില്ല. അല്പം ഭാരമുള്ള പിഞ്ജാണികൾ തോളിലേറ്റി മധ്യവർഗക്കാരുടെ വാസസ്ഥലങ്ങളിൽ പ്രഭാതത്തിൽ എത്തുന്ന അവർ ജീവിതത്തിന്റെ രണ്ടറ്റം മുട്ടിക്കാൻ ബദ്ധപ്പെടുന്നു.

മുംബൈയിൽ മഴയെത്തിയാൽ പിഞ്ജാറുകൾ നഗരം വിടും. നിർഭാഗ്യവശാൽ കഴിഞ്ഞ വെള്ളപ്പൊക്കത്തിൽ റിയാജുദ്ദീന്റെ കുടിൽ മുങ്ങിപ്പോയി. തങ്ങളുടെ അന്നദാതാവായ പിഞ്ജാണികൾ വെള്ളപ്പാച്ചിലിൽ ഒഴുകുന്നത് തടയാനായില്ലെന്നും റിയാജുദ്ദീൻ പറഞ്ഞു. ടി.വിയിലോ മറ്റു സമയം കൊല്ലുന്ന പരിപാടികളിലോ അവർക്ക് താത്പര്യമില്ല. ഒഴിവുസമയങ്ങളിലും മറ്റും തങ്ങളുടെ സുഹൃത്തുക്കളുമായി 'ഗപ്പയടിച്ച്' (സൊറ പറഞ്ഞ്) കഴിച്ചു കൂട്ടും. ബീഡിയും തമ്പാക്കും യഥേഷ്ടം ഉപയോഗിക്കുന്ന റിയാജുദ്ദീനും കൂട്ടുകാരും അവരുടെ പരിമിതികളിൽ സംതൃപ്തരാണെന്ന് വേണം കരുതാൻ.

ആടുജീവിതം

ദാദർ ഹിന്ദു കോളനിയിലൂടെ അതിശീഘ്രം നടന്നുനീങ്ങുന്ന, കൈയിൽ പ്ലാസ്റ്റിക് സഞ്ചിയും നിറം മങ്ങിയ സാരിയും ധരിച്ച, അല്പം കിളരം കുറഞ്ഞ, വെളുത്ത ആ സ്ത്രീയെ ശ്രദ്ധിക്കൂ. അവരാണ് രാധാബായി. അവർ ഒരു വീട്ടുജോലിക്കാരിയാണ്. രാവിലെ ഏഴുമണിയോടെ സമ്പന്നവർഗത്തിന്റെ താമസസ്ഥലത്തെത്തി വീട്ടുജോലിയിലേർപ്പെട്ട് വൈകീട്ട് ഏഴെട്ടു മണിയോടെ സമീപത്തുള്ള ചേരിപ്രദേശങ്ങളിലോ ചാളുകളിലോ ഉള്ള തങ്ങളുടെ

വീടുകളിലേക്കെത്തുന്ന ഇത്തരം രാധാബായിമാർ മഹാനഗരത്തിന്റെ എല്ലാ ഭാഗങ്ങളിലും ധാരാളമായുണ്ട്.

രാധാബായിയുടെ കഥ തന്നെയെടുക്കാം. മഹാരാഷ്ട്രയിലെ ഷോളാപ്പൂരിൽ നിന്ന് വിവാഹം കഴിച്ച് മുംബൈയിലെ സയൺ-ധാരാവിയിൽ കൊണ്ടുവരപ്പെട്ട അവർക്ക് ആശകളേറെയുണ്ടായിരുന്നു. എന്നാൽ ഭർത്താവിന് വേറൊരു ഭാര്യയും മൂന്നു കുട്ടികളും ഉണ്ടെന്നറിഞ്ഞപ്പോൾ സർവപ്രതീക്ഷകളും അസ്തമിച്ചു. മകൾ ജനിച്ച് അല്പനാളുകൾക്കുശേഷം കൽപ്പണിക്കാരൻ ഭർത്താവ് അവരെ ഉപേക്ഷിച്ച് കടന്നുകളഞ്ഞു. ഇതോടെ രാധാബായി അടുക്കളപ്പണിക്കാരിയായി. അടിച്ചുവാരലും തറ തുടക്കലും കുട്ടികളെ സ്കൂളിലെത്തിക്കുന്നതുമുൾപ്പെടെ അഞ്ചു സമ്പന്നവീടുകളിലെ ജോലിയിൽനിന്ന് രാധാബായി ഉദ്ദേശം 5,500 രൂപ പ്രതിമാസം സമ്പാദിക്കുന്നു. ബാരാവി (പ്ലസ് ടുവിന് ഇക്കൂട്ടർ ഇങ്ങനെയാണ് പറയുക) പഠിക്കുന്ന മകളുടെ വിദ്യാഭ്യാസച്ചെലവ്, മുറിവാടക, ഭക്ഷണം, ലൈറ്റ് ബിൽ തുടങ്ങിയവ തീർത്തു വരുമ്പോൾ കൈയിലൊന്നുമുണ്ടാവില്ലെന്ന് രാധാബായി പറയുന്നു. ഉച്ചയ്ക്ക് ബജ്റയുടെ മൂന്നു റൊട്ടിയും മേഥി ബാജിയും മാത്രം കഴിക്കുന്ന അവർക്ക് ചായയും ചിലപ്പോൾ അല്പം ഭക്ഷണവും സഹൃദയരായ വീട്ടമ്മമാർ നൽകാറുണ്ടത്രെ! രണ്ടു കൊല്ലത്തിനകം മകളുടെ 'ശാക്കർ പൂഡ' (വിവാഹനിശ്ചയം) നടത്തുന്നതിന് കിണഞ്ഞുപരിശ്രമിക്കുന്ന അവർ സമീപത്തുള്ള ഒരു 'പത്പേട്ടി' (കുറിയിടപാട് സ്ഥാപനം)യിൽ കുറച്ചു പണം പ്രതിമാസം നിക്ഷേപിക്കുന്നുണ്ട്.

'ആഖിർ ഭഗ്വാൻ മേരാ ബലാ കരേഗാ'. അവസാനം ഭഗവാൻ തന്നെ രക്ഷിക്കുമെന്ന് കൈയിലെ ഉറുക്ക് കാണിച്ച് രാധാബായി പറഞ്ഞു. മുംബൈയിലുള്ള ഇക്കൂട്ടരുടെ ജീവിതം സുരക്ഷിതമല്ലെന്നുവേണം പറയാൻ. ലൈംഗികപീഡനം എന്നും തങ്ങളുടെ തലയ്ക്കു മുകളിൽ തൂങ്ങുന്നു. ഭർത്താക്കന്മാരുടെ തൊഴിയും ചോപ്ടകളിലെ താമസവും കുഞ്ഞുകുട്ടി പരാധീനതകളും രോഗങ്ങളും ജീവിതം അക്ഷരാർത്ഥത്തിൽ താറുമാറാക്കുന്നു.

സ്ലം അതോറിറ്റി അനുവദിക്കുന്ന 150 ചതുരശ്ര അടി മുറി ലഭിക്കാൻ രാധാബായി ഒരു ആംദാറിനു (കോർപ്പറേറ്റർ) നൽകിയ രൂപ വെള്ളത്തിലായെന്നും അവർ പറഞ്ഞു. നാരീമുക്തി സേനകളും വിമൺസ് കൗൺസിലും മറ്റും അരങ്ങു തകർക്കുന്ന മഹാനഗരത്തിൽ രാധാബായിമാരുടെ നരകതുല്യമായ ചുറ്റുപാടുകൾ ഒഴിവാക്കാൻ ഒരാളും ചെറുവിരൽപോലും ഉയർത്തുന്നില്ല എന്നതാണു സത്യം.

ധാരാവികളുടെ ഉല്പത്തിവിചാരങ്ങൾ

സയണിൽനിന്ന് പടിഞ്ഞാറുഭാഗത്തേക്കുള്ള വഴി ധാരാവിയിലേക്കു തിരിയുന്നു. ഏഷ്യയിലെ ഏറ്റവും വലിയ ചേരിപ്രദേശമായ അവിടെയെത്തുമ്പോൾ സമയം രാവിലെ 9 കഴിഞ്ഞു. ബൃഹൺ മുംബൈയ് മുനിസിപ്പൽ കോർപ്പറേഷന്റെ തൂപ്പുകാർ നിരത്ത് വൃത്തിയാക്കുന്ന തിരക്കിൽ. ധാരാവിയിൽ പുതിയതായി പല ബഹുനിലക്കെട്ടിടങ്ങളും പൊന്തിവന്നിട്ടുണ്ട്. പതിനായിരക്കണക്കിന് ചാളുകളും ചോപ്ഡകളും തിങ്ങിനിറഞ്ഞ ആ പ്രദേശത്തിന് കണ്ണുപറ്റാതിരിക്കാനെന്നവണ്ണം!

വിസർജ്യവസ്തുക്കൾ, പഴത്തൊലി, കരിമ്പിൻചണ്ടി, ചപ്പുചവറ് തുടങ്ങിയവ താണ്ടി ഞങ്ങൾ കുംബാർവാഡയിലെത്തി. സൂര്യപ്രകാശത്തിന്റെ നേരിയ രശ്മി മാത്രം പതിക്കുന്ന, ഇടുങ്ങിയ മുറിയിൽ മണ്ണുകൊണ്ടുള്ള പൂച്ചട്ടിക്ക് രൂപം നൽകാനായി വെള്ളത്താടിവെച്ച രാംജി ബായ് പട്ടേൽ ഒരു ചക്രം തിരിച്ചുകൊണ്ടിരിക്കുന്നു. അതിരാവിലെ മുതൽ ആരംഭിച്ച ജോലിക്കിടയിൽ ഒരു ഇടവേളയ്ക്കുപോലും സമയം കണ്ടെത്താൻ ആ വൃദ്ധന് കഴിയുന്നില്ല. ഹിന്ദുദൈവങ്ങളുടെ ഛായാചിത്രങ്ങൾ നിറഞ്ഞ മുറിയിൽ കലങ്ങളും കൂജകളും അടുക്കടുക്കായ് വെച്ചിരിക്കുന്നു. ആ മുറ്റത്തുനിന്ന് നേരിയ പുക പൊന്തി അന്തരീക്ഷമാകെ പരക്കുന്നു.

രാംജിബായിയുടെ പൗത്രൻ മണ്ണുകുഴച്ച് പരുവമാക്കുന്നുണ്ട്.

പണിത്തിരക്കൊഴിയുന്നതുവരെ കാത്തുനിന്നപ്പോൾ രാംജിബായി ഒന്ന് മൂരിനിവർന്ന് പറഞ്ഞു.

“ഞാനിവിടെ വരുമ്പോൾ ഇവിടം ഒരു തുറന്ന സ്ഥലമായിരുന്നു.”

“ഇവിടെനിന്ന് നോക്കിയാൽ മാഹിം സ്റ്റേഷൻ ഞങ്ങൾക്ക് കാണാമായിരുന്നു. ഒരു കാടാണെന്ന് തെറ്റിദ്ധരിച്ച് ജനം ഇങ്ങോട്ടുവരാൻ തന്നെ ഭയപ്പെട്ടു.”

ഗുജറാത്തിലെ സൗരാഷ്ട്രയിൽ പതിറ്റാണ്ടുകൾക്കുമുമ്പുണ്ടായ ക്ഷാമത്തെ തുടർന്ന് ധാരാവിയിലെത്തിയ അനേകരിലൊരുവനാണീ

എഴുപത്തഞ്ചുകാരൻ. ഒരുകാലത്ത് മത്സ്യബന്ധന ഗ്രാമമായിരുന്ന ധാരാവി ഇന്ന് ദരിദ്രർ തിങ്ങി താമസിക്കുന്ന ഏറ്റവും വലിയ ഏഷ്യൻ ചേരിപ്രദേശമായത് ഒരു രാത്രികൊണ്ടല്ല. ദാരിദ്ര്യത്തിന്റെ സമ്മർദ്ദവും തൊഴിൽരാഹിത്യവും ധാരാവി എന്ന പഴയ ചതുപ്പുപ്രദേശം അറവുമാലിന്യങ്ങളും കെട്ടിട നിർമ്മാണ അവശിഷ്ടങ്ങളുംകൊണ്ട് നികത്തി ജനവാസമുള്ളതാക്കി. സാധാരണക്കാരായ ജനത്തിന് മനസ്സിലാകാത്ത ഒരു അസാധാരണ മിശ്രിതമാണ് ഈ ജനത എന്നു വേണമെങ്കിൽ പറയാം. ധാരാവിയുടെ പടിഞ്ഞാറ് ബാന്ദ്രയും മാഹിമും. വടക്ക് മിത്തി നദിയും വടക്കുകിഴക്കായി സയണും മാട്ടുംഗയും.

നഗരാസൂത്രണത്തിലെ അപാകത നികത്താതെ ചേരിപ്രദേശങ്ങളെ നിർമ്മാർജ്ജനം ചെയ്യുന്ന രീതി മുംബൈയിൽ വിലപ്പോയില്ല. ഇന്ത്യയുടെ എല്ലാ ഭാഗങ്ങളിൽനിന്നും ജനം ധാരാവിയിലേക്കൊഴുകി. അവരുടെ എണ്ണം പെരുകിയപ്പോൾ ഗവണ്മെന്റ് ചിലയിടങ്ങളിൽ കൂടി വെള്ളവും വിസർജ്ജന സൗകര്യങ്ങളും എത്തിച്ചെങ്കിലും ധാരാവിയിലെ ജനങ്ങളുടെ പേര് റേഷൻ കാർഡുകളിലോ വോട്ടർപട്ടികയിലോ കയറിപ്പറ്റാൻ വർഷങ്ങളെടുത്തു. മനുഷ്യർ തിങ്ങിത്താമസിക്കാൻ തുടങ്ങിയതോടെ അവിടെ ഭൂമിക്ക് വിലയേറി. ചേരിരാജാക്കന്മാർ ആഴ്ചതോറുമുള്ള ഹഫ്ത പിരിവിനുപുറമെ വൻവിലയ്ക്ക് അവരുടേതെന്ന് പറയപ്പെടുന്ന സ്ഥലങ്ങൾ കെട്ടിടനിർമ്മാതാക്കൾക്ക് വിറ്റ് കാശുവാരി. അതോടെ കാനകളിൽ ചെളിവെള്ളം കെട്ടിക്കിടന്നു. കൊതുകുകളും ഈച്ചകളും പെരുകി. ജനം അടുത്ത ചതുപ്പുകളും കുന്നിൻചെരിവുകളും തേടി അവിടെ ചേരികളുണ്ടാക്കി.

ദീർഘദൃഷ്ടിയില്ലാതെ ഗവണ്മെന്റ് നടത്തിയ നടപടികൾ കൂടുതൽ ചേരികളെ ഉത്ഭവിപ്പിക്കുകവഴി മഹാനഗരത്തിലെ ജനസംഖ്യയുടെ മൂന്നിലൊന്നു വിഭാഗം ചേരികളെതന്നെ ആശ്രയിക്കേണ്ടിയിരിക്കുന്നു. പ്രകൃതി ക്ഷോഭിക്കുമ്പോൾ അവർ വലയുന്നു. 2005-ാംമാണ്ടിലെ വെള്ളപ്പൊക്കത്തിൽ സാക്കിനാക്ക, ധാരാവി, ജോഗേശ്വരിലെ രാധാഭായിചോൾ, ഘാട്കോപ്പറിലെ ഇന്ദിരാ ഗാന്ധി കോളനി, ചെമ്പൂരിലെ തക്കർ ബാബാ കോളനി തുടങ്ങി അനേകം ചേരിപ്രദേശങ്ങൾ വെള്ളത്തിനടിയിലായി. ആയിരക്കണക്കിന് പേർ മരണമടയുകയും കുട്ടികളടക്കം പലരും വെള്ളപ്പാച്ചിലിൽ ഒലിച്ചുപോയി കടലിൽ പതിക്കുകയും ചെയ്തു. ഗോരഗോണിലേയും മലാഡിലേയും തബേലക (എരുമത്തൊഴുത്തുകൾ)ളിലെ കുറ്റികളിൽ കെട്ടിയിട്ടിരുന്ന ആയിരക്കണക്കിന് എരുമകളും പശുക്കളും ചത്തൊടുങ്ങി. അവയുടെ ജഡം വെള്ളത്തിൽ കിടന്ന് വീർത്തു പൊന്തി, ഈച്ചകളാർത്ത് സാംക്രമികരോഗങ്ങൾ ജനത്തിന് നല്കി. വെള്ളത്തിൽ പൊട്ടിവീണ ഇലക്ട്രിക് കമ്പികളിൽ വൈദ്യുതി പ്രവഹിച്ച് മലാഡിൽ ഒരു ചേരിയിലെ നൂറ്റമ്പതോളം പേർ ഷോക്കേറ്റ് മരണമടഞ്ഞു.

ധാരാവി മറ്റു ചേരികളെപ്പോലെയോ, അതുപോലുള്ള പ്രദേശങ്ങളെപ്പോലെയോ മുംബൈയിൽനിന്ന് രക്ഷപ്പെടാനാകാത്ത ഒരു സത്യമായി

അവശേഷിക്കുന്നു. ഈ മഹാനഗരത്തിൽ ഒരു ചേരിപ്രദേശത്തെ ഒഴിച്ചു നിർത്തിയുള്ള ദൃശ്യം അപൂർവങ്ങളിൽ അപൂർവമെന്ന് പറയാം. കാരണം ഇവിടെയുള്ള ജനസംഖ്യ മെട്രോയുടെ മുന്നിലൊന്നോളമെത്തുന്നു. ചേരി നിരപ്പാക്കി അവിടെ നിന്ന് ചേരിക്കാരെ ഓടിച്ചുകളയാമെന്ന എഞ്ചിനീയറിങ്ങ് മാതൃക വിലപ്പോകുന്നില്ല. കാരണം, ഒഴുകുന്ന ജനം തന്നെ.

നഗരാസൂത്രണ വകുപ്പിലെ ഒരു ഉയർന്ന ഉദ്യോഗസ്ഥനായ ജോസഫ് ഡിക്കുഞ്ഞ പറയുന്നത് നോക്കുക.

“പാവപ്പെട്ട ജനതയുടെ പ്രാഥമിക ആവശ്യങ്ങൾ മറച്ചുവെച്ചുകൊണ്ടുള്ള നഗരാസൂത്രണം ഇവിടെ ദയനീയമായി പരാജയപ്പെടുന്നു. ഗവണ്മെന്റിന്റെ ചേരിപ്രദേശങ്ങളുടെ നേർക്കുള്ള ചിറ്റമ്മനയമാണ് മുംബൈ ഇന്നു മുഖ്യ മായും നേരിടുന്ന പ്രശ്നം.”

നമുക്ക് ഡേവിഡ് എന്ന ആന്ധ്രാപ്രദേശുകാരനെ പരിചയപ്പെടാം. 1965 ലാണ് അയാൾ ജോലി തേടി മുംബൈയിലെത്തിയത്. അയാളുടെ പിതാവ് പച്ചമരുന്ന് വില്പനക്കാരനായി ധാരാവിയിലെത്തിയത് അതിനും വളരെ നാൾ മുമ്പ്. ഡേവിഡ് ദാദറിലെ കോഹിനൂർ മില്ലിൽ ജോലി നേടി. മില്ല് 1982-ൽ സമരത്തെ തുടർന്ന് പൂട്ടിയിടുന്ന കാലം വരെ ഉദ്ദേശം 700 രൂപ ശമ്പളം അയാൾക്കു ലഭിച്ചിരുന്നു. ഇപ്പോൾ കെട്ടിടനിർമ്മാണ തൊഴിലാളിയായി ജോലി ചെയ്തുവരുന്ന ഡേവിഡിന് 70 വയസ്സോളമായി.

6x8 വലുപ്പമുള്ള നേരിയ പ്രകാശം മാത്രമുള്ള ധാരാവിയിലെ സുഭാഷ് നഗറിലെ തന്റെ മുറിയിലിരുന്ന് കറുത്തിരുണ്ട, സ്ഥൂലിച്ച ശരീരപ്രകൃതിയുള്ള ഡേവിഡ് സംസാരിക്കുമ്പോൾ തീവ്രദുഃഖം അയാളുടെ കണ്ണുകളിൽ നിഴ ലിച്ചിരുന്നു. ഒരു കാലത്ത് വ്യവസായ മേഖല കീഴടക്കി ഒടുവിൽ തകർന്ന് തരിപ്പണമായ തുണിമില്ലുകൾ സമ്മാനിച്ച അനേകം തൊഴിൽരഹിതരിൽ ഡേവിഡ് അവശേഷിച്ച ഒരാൾ മാത്രം.

“പലരും ഗ്രാമങ്ങളിലേക്ക് തിരിച്ചുപോയപ്പോൾ എനിക്ക് സ്വന്തമായൊരു പിടി മണ്ണുപോലും അവിടെ ഇല്ല. ഞങ്ങളെപ്പോലുള്ളവർ ഈ 6x8 ന്റെ മുറിയും ഒരു നേരം ഭക്ഷണവുംകൊണ്ട് സംതൃപ്തിയടയാതെ നിർവ്വാഹ മില്ല. 8-ാം തരം പാസ്സായ ഭാര്യ ഇഡ്ഡലി വില്പനക്കാരിയാണ്. കലീനയിലെ ഒരു ഇലക്ട്രോണിക് കടയിൽ ചില്ലറ പണികൾ ചെയ്തുവരുന്ന മകനും സ്കൂളിൽ പഠിക്കുന്ന മകളും എനിക്കുണ്ട്.” ഡേവിഡ് ഒരു കിതപ്പോടെ പറഞ്ഞുനിറുത്തി.

“ഇന്റർമീഡിയറ്റിന് ശേഷം 1955-ൽ ഞാൻ ബോംബെ (മുംബൈ)യിലെ ത്തുമ്പോൾ ദാദറിൽ എത്തുന്ന മദ്രാസ് മെയിലിന്റെ വരവും കാത്ത് പ്ലാറ്റ്ഫോമിൽ കസേരയും മേശയുമിട്ട് തൊഴിലന്വേഷകരെ വലവീശിപ്പിടി ക്കാൻ തയ്യാറായി നിൽക്കുന്ന വിദേശകമ്പനികളുടെ ദല്ലാൾമാരെ കാണാ മായിരുന്നു. മദ്രാസ് മെയിലിനെ “ടൈപ്പിസ്റ്റ് ഗാഡി” (ടൈപ്പിസ്റ്റുകളുടെ വണ്ടി)

എന്ന് അവർ വിളിച്ചുവന്നു. അപേക്ഷ പൂരിപ്പിക്കലും ആളുകളെ തെരഞ്ഞെടുക്കലും ആ പ്ളാറ്റുഫോമിൽ വെച്ചുതന്നെ നടക്കുന്നു. ആ കാലം പോയ് മറഞ്ഞിരിക്കുന്നു." ആദ്യകാലങ്ങളിൽതന്നെ നാലക്കശമ്പളം പറ്റിയിരുന്ന വി.വി.നായർ എന്ന ഒറ്റപ്പാലത്തുകാരൻ ഗതകാലസ്മരണ അയവിറക്കി.

മഹാരാഷ്ട്ര ഗവണ്മെന്റിന്റെ സ്ഥിതിവിവരക്കണക്ക് (സ്റ്റാറ്റിസ്റ്റിക്സ്) വിഭാഗത്തിന്റെ തലവൻ കാർവേക്കർ പറയുന്നത് നോക്കുക. "1941 മുതൽ 1951 വരെ ഗ്രേറ്റർ ബോംബെയിൽ 86% ജനസംഖ്യ വർധനവുണ്ടായി. അതിന്റെ ഒരു കാരണം ഇന്ത്യ-പാക് വിഭജനമായിരുന്നു. ആ പ്രവാഹം ദശവർഷങ്ങൾക്കിടയിൽ 40% ആയി. 1981 മുതൽ 91 വരെയുള്ള കാലയളവിൽ അത് 8% മായി ചുരുങ്ങി. ടെക്സ്റ്റയിൽ മില്ലുകൾ ഉൾപ്പെടെ മുംബൈയിലെ നൂറുകണക്കിന് വ്യവസായങ്ങൾ ഗുജറാത്ത്, അരുണാചൽ പ്രദേശ്, ഉത്തരാംചൽ തുടങ്ങിയ സംസ്ഥാനങ്ങളിലേക്ക് പറിച്ചുനട്ടതാണ് ഇതിന് കാരണം."

ബ്രിട്ടീഷ് ഗവണ്മെന്റ് മിൽത്തൊഴിലാളികളെ ഉദ്ദേശിച്ച് നിർമ്മിച്ച 100 ചതുരശ്ര അടി വിസ്തീർണമുറി (ബി.ഡി.ഡി.ചോളു)കളിൽ തിങ്ങിത്താമസിച്ചിരുന്നവർ തങ്ങളുടെ മുറികൾ വാടകയ്ക്ക് നല്കി ഫുട്പാത്തുകളിൽ അന്തിയുറങ്ങി. ഏറ്റവും വൃത്തിഹീനമായി നിലകൊള്ളുന്ന നാലുനിലകളുള്ള ബീഡിഡി ചോളുകളെപ്പോലെ മിൽത്തൊഴിലാളികൾക്കും തുറമുഖ ജോലിക്കാർക്കും വേണ്ടി മിൽപരിസരങ്ങളായ പരേൽ, ചിഞ്ച്പോക്ളി, ഡോക്യാഡ് റോഡ്, ബൈക്കുള എന്നീ സ്ഥലങ്ങളിൽ സ്വകാര്യ കെട്ടിട നിർമ്മാതാക്കളും ചാളുകൾ നിർമ്മിക്കാനാരംഭിച്ചു. ഇവയുടെ സ്ഥിതിയും ധാരാവിയിലെ ചേരികളിൽനിന്ന് ഭിന്നമല്ല. കച്ചവടക്കണ്ണുകളുള്ള കെട്ടിട നിർമ്മാതാക്കൾ ഭീഷണിപ്പെടുത്തിയും പ്രലോഭിപ്പിച്ചും ചാൾനിവാസികളെ ഒഴിപ്പിച്ച് അവിടെ അംബരചുംബികൾ നിർമ്മിച്ച് വൻവിലക്ക് വിറ്റു വരുന്നുവെന്നാണ് നാഷണൽ സ്ലം ഡെവലപ്മെന്റ് ഫെഡറേഷൻ മുൻ പ്രസിഡണ്ട് ജോക്കിൻ പറഞ്ഞത്.

"നഗരം മോടിപിടിപ്പിക്കാൻ പല ഭാഗങ്ങളിലുള്ള ചേരിപ്രദേശങ്ങൾ പൊളിച്ചുനീക്കുക എന്ന കലാപരിപാടി ഗവ. ആസൂത്രണം ചെയ്തു. വർഷങ്ങളായ് പാർത്തുവന്ന വാസസ്ഥലങ്ങൾ ബുൾഡോസർ വെച്ച് ഇടിച്ചു നിരത്തി. അവരുടെ ജീവിതംതന്നെ പൊലിഞ്ഞു. അങ്ങനെ ദക്ഷിണ മുംബൈ ശുദ്ധീകരിച്ചെടുത്തു. കാമാഠിപുര (കാമാഠി - കൂലിവേലക്കാരൻ), താർദേവ്, ഖേത്ത് വാഡി തുടങ്ങിയ മഹാനഗരത്തിന്റെ തുമ്പത്ത് വസിച്ചുപോന്ന സാധാരണക്കാർ ഒഴിഞ്ഞ ചതുപ്പായ ധാരാവിയിലെത്തി. ചപ്പുചവറുകളും അറവുമാലിന്യങ്ങളും കെട്ടിടനിർമ്മാണാവശിഷ്ടങ്ങളും കൊണ്ട് നിറഞ്ഞ ഈ സ്ഥലത്ത് ടാർപായകൊണ്ടും ടിൻഷീറ്റുകൊണ്ടും കൂരകുത്തി. ദേവ്നഗറിലെ (ദിനോർ) മാലിന്യസംസ്കരണ യൂണിറ്റിലേക്ക് പോകുന്നതിലും എളുപ്പമായിരുന്നു ധാരാവിയിൽ മാലിന്യങ്ങൾ കൊണ്ടെത്തിക്കുക. അങ്ങനെ

അറവ്മാലിന്യങ്ങൾകൊണ്ട് ചതുപ്പ് നികന്ന പ്രദേശത്ത് കുടിലുകൾ പൊന്തി. ജനം ഇവിടെയെത്തിയത് അവരുടെ ആഗ്രഹം മൂലമല്ല. അതിന് നിർബന്ധിതരായതുകൊണ്ടാണ്."

"ധാരാവി ഒരു സ്വതന്ത്ര രാഷ്ട്രംപോലെയായിരുന്നു. ഗുണ്ടകൾ നിയമം കൈയിലെടുത്തു. ഇതിലെ വഴി നടക്കാൻ പ്രയാസമായിരുന്നു. ഉയർന്ന പൊന്തക്കാടുകൾക്കിടയിൽ കുറേ കുടിലുകൾ. പിന്നെ ചതുപ്പ്. ചിലപ്പോൾ തുകൽ ഊറക്കിടുന്ന ഒരു ഫാക്ടറി. മാലിന്യമൊഴുകി ദുർഗന്ധം വമിക്കുന്ന ചാലുകൾ, ഈച്ചകളുടേയും കൊതുകുകളുടേയും സംഹാരതാണ്ഡവം, വഴിവിളക്കുകൾ കത്തിച്ചാലും അവ തെമ്മാടികൾ തല്ലിയുടച്ചിരുന്ന കാലം. സാധാരണക്കാർ ഈ വഴി പോകാറില്ല. കാരണം, അവരെ ആരെങ്കിലും കുത്തിക്കൊല്ലുമോ എന്ന ഭയം. ടാക്സികൾ അതുവഴി വരികയില്ല. വന്നാൽ ടയർ കുത്തി പഞ്ചറാക്കാൻ കാത്തുനിൽക്കുന്ന തെരുവ് പിള്ളേർ. ഇതായിരുന്നു ധാരാവിയുടെ പൂർവകാലം"

മുംബൈയിൽ ഉദ്ദേശം 50 വർഷങ്ങൾക്ക് മുമ്പുണ്ടായ ഒരു ചേരി നിർമ്മാർജ്ജന പ്രവർത്തനം ജോക്കിൻ അയവിറക്കി:

"മഹാനഗരത്തിന്റെ വടക്കുകിഴക്കൻ ഭാഗമായ ജനതകോളനി ബാബാ ആറ്റോമിക് റിസർച്ച് സെന്ററിന് സമീപസ്ഥമായിരുന്നു. ഫുട്പാത്തിലുറങ്ങുന്നവരും ദക്ഷിണമുംബൈയിൽനിന്ന് പുറത്താക്കപ്പെട്ടവരുമായ ലക്ഷക്കണക്കിന് പേർ കുടിൽ കെട്ടി താമസിച്ചുപോന്ന ജനത കോളനി അടിയന്തരാവസ്ഥക്കാലത്ത് ഒരു സുപ്രഭാതത്തിൽ 12,000 പോലീസുകാരെ ഉപയോഗിച്ച് തീവെച്ചും ഇടിച്ചുനിരത്തിയും നശിപ്പിച്ചു. അനേകർക്ക് അപകടം പറ്റി. എല്ലാവരും ഭവനരഹിതരായി നെട്ടോട്ടമോടി. പകരം ഗവ. 4 കിലോമീറ്റർ അകലെയുള്ള ചതുപ്പിൽ (ചീതക്യാമ്പ്) താമസിക്കാൻ അനുവാദം നൽകി അവരെ അനുഗ്രഹിച്ചു. ബി.എ.ആർ.സിയിലെ മൂവ്വായിരം പേർക്ക് ക്വാർട്ടേഴ്സ് നിർമ്മിക്കാനായിരുന്നു സർക്കാർ ഈ ജനദ്രോഹപരമായ നടപടി സ്വീകരിച്ചത്." എഴുത്തുകാരനും ചലച്ചിത്രകാരനുമായ കെ.എ.അബ്ബാസിന്റെ "ശഹർ ഔർ സ്വപ്ന" (നഗരവും സ്വപ്നവും) എന്ന ചലച്ചിത്രം ഈ സാമൂഹ്യ പ്രശ്നത്തെ ആധികാരികമായി വിലയിരുത്തിയിട്ടുണ്ട്.

മഹാരാഷ്ട്രീയർ, ഗുജറാത്തികൾ, ബീഹാറികൾ, യു.പി.ക്കാർ, കേരളത്തിൽനിന്നെത്തിയവർ സർവ്വോപരി തമിഴർ തുടങ്ങി ഭാരതത്തിന്റെ നാനാഭാഗത്തുനിന്നും വന്ന ജനം ധാരാവിയുടെ വ്യത്യസ്ത ഭാഗങ്ങളിൽ തമ്പടിച്ചു. 250 ഹെക്ടറിൽ പരന്നുകിടക്കുന്ന ധാരാവിയിൽ കുറ്റകൃത്യങ്ങളും ഒപ്പം വർധിച്ചു. പിടിച്ചുപറിയും കൊലപാതകങ്ങളും മാനഭംഗങ്ങളും പ്രതിദിനമെന്നോണം നടന്നുവന്നു. "സുബ്രഹ്മണ്യപുരം" സ്റ്റൈലിൽ ശത്രുക്കളുടെ തല അറുത്തു നിരത്തിൽ വെക്കുക ഗുണ്ടകളുടെ ഒരു വിനോദം മാത്രം!

വാറ്റ് രാജാവ് വരദരാജ മുതലിയാർ ധാരാവിയിലിരുന്ന് മുംബൈയിലെ ചാരായവില്പന നിയന്ത്രിച്ചു. പൊലീസും രാഷ്ട്രീയപ്രവർത്തകരും അതിന്

കൂട്ടുനിന്നു. മാധ്യമരംഗവും ചേരിജനത്തെ 'അതിക്രമിച്ച് കടന്നവരെന്നും' 'കുറ്റവാളികളുടെ തമ്പ്' എന്ന് ചേരികളേയും വിശേഷിപ്പിച്ചു. ഹിന്ദി സിനിമകളിൽ ചേരിയിൽ ജനിച്ച ഒരു ഡോണിനെ അവതരിപ്പിച്ച് രംഗം കൊഴുപ്പിച്ചു കാണികളെ ത്രില്ലടിപ്പിച്ചു.

ഈ സിനിമകളിൽ പൊലീസ് കൈക്കൂലിക്കാരായോ നിസ്സഹായരായോ മാത്രം രംഗത്തുവന്നു. എന്നാൽ ചേരിയിലെ സാധാരണ ജനത നികുതി കൊടുത്തും വെള്ളക്കരമടച്ചും ഗവ. ഖജനാവ് പെരുപ്പിക്കുന്നുണ്ടെന്ന് മാധ്യമരംഗത്ത് എങ്ങുമെഴുതിക്കണ്ടില്ല. ചേരികളിൽ പലതും വാറ്റുചാരായ കേന്ദ്രങ്ങളാക്കിയത് 1954-ലെ മദ്യനിരോധന നയമാണ്. ചതുപ്പുകളിൽ അമോണിയം സൾഫേറ്റും പഴയ ബാറ്ററികളും മറ്റ് രാസവസ്തുക്കളും ചേർത്ത വാറ്റുചാരായ മംഗലികൾ കുഴിച്ചിട്ട് വീര്യം കൂട്ടാനെളുപ്പമായിരുന്നു. വരദരാജനും സംഘവും നിയന്ത്രിച്ചുവന്ന ബോംബെ (മുംബൈ)യിലെ ചാരായ വില്പനയോടൊപ്പം ഗുണ്ടകൾ തമ്മിലടിച്ചു. വെട്ടിക്കൊന്നും തല്ലിച്ചതച്ചും അവർ അരങ്ങ് തകർത്ത് ക്രമസമാധാനം നിലംപരിശാക്കി. 'മസിൽപവറു'ള്ളവർ സബർബുകളിലെ ചതുപ്പ് നിലങ്ങളിലും കുന്നിൻ ചെരുവുകളിലും ചോപ്ഡകളുണ്ടാക്കി. ഒന്നുരണ്ട് പൊതുകുടിവെള്ളടാപ്പുകളും പൊതുകക്കൂസുകളും നിർമ്മിച്ച് ചേരിനിവാസികളെ സംതൃപ്തരാക്കി. ഗുണ്ടകളായ ചേരിരാജാക്കന്മാരുടെ കീഴിലെ അനുചരന്മാർ പരിസരപ്രദേശത്ത് തല്ലു നടത്തി കച്ചവടക്കാരിൽനിന്ന് ഹഫ്ത പിരിച്ചു. ഇവർ ക്രമേണ രാഷ്ട്രീയ പാർട്ടികളുടെ കയ്യാളന്മാരായി. ആശയപരമായ യോജിപ്പില്ലെങ്കിൽ കൂടി ഇത്തരക്കാർ സ്ഥാനാർത്ഥികളിൽനിന്ന് പണം വാങ്ങി പകരം ആ പ്രദേശങ്ങളിലെ ജനതയുടെ വോട്ടുകൾ നല്കി. പാവം വോട്ടർമാർ ചേരിരാജാക്കന്മാർ പറയുന്നത് അനുസരിക്കാൻ നിർബന്ധിതരായി.

അനാരോഗ്യപരമായ ചുറ്റുപാടിൽ ധാരാവി, ഇന്ദിരാഗാന്ധി കോളനി തുടങ്ങി ഏതാണ്ട് എല്ലാ ചേരികളിലും വലുതും ചെറുതുമായ പതിനായിരക്കണക്കിന് ചെറുകിട വ്യവസായ സ്ഥാപനങ്ങൾ പ്രവർത്തിക്കുന്നു. ബഹുരാഷ്ട്രകമ്പനികൾ ഉൾപ്പെടെ അനേകർ ചേരികളിൽ നിർമ്മിച്ച വസ്തുക്കൾ വാങ്ങി സ്വന്തം മുദ്രചാർത്തി മാർക്കറ്റിലിറക്കുന്നു. ഇവിടെ മധുരപലഹാരക്കടയും ഇറച്ചിവെട്ടും തുകൽ ഊറക്കിടുന്ന ഫാക്ടറിയും പുക വിസർജ്ജിക്കുന്ന ചെറിയ ഫാക്ടറികളും ഒരേ ലൈനിൽത്തന്നെ സ്ഥിതി ചെയ്യുന്നു. മോട്ടോർ ഓയിൽ ശുദ്ധീകരിച്ച് ഭക്ഷ്യഎണ്ണകളിൽ മായമായി ച്ചേർക്കുന്ന വിദ്യയും ധാരാവിയിലെ ഒരു സ്ഥലത്ത് കാണുകയുണ്ടായി. കെമിക്കൽ ഡ്രമ്മുകൾ റീസൈക്കിളിങ്ങ് നടത്തി പുതുപുത്തനാക്കി ചേരികളിൽ നിന്നുതന്നെ വീണ്ടും മാർക്കറ്റിലെത്തുന്നത് വേറൊരു കയ്യടക്ക്.

പുകയും കരിയും നിറഞ്ഞ് മലീമസമായ അന്തരീക്ഷത്തിലാണ് ചേരികളിലെ ഏതാണ്ട് എല്ലാ തൊഴിൽശാലകളും പ്രവർത്തിക്കുന്നത്.

ധാരാവി മുകുന്ദ് നഗറിൽ തുകൽ ബെൽറ്റുകൾക്ക് ആവശ്യമായ ബക്കിളുകൾ നിർമ്മിക്കുന്ന ഫാക്ടറിയിലേക്കൊന്ന് എത്തിനോക്കാം. ഇടുങ്ങിയ

ഗലികളൊന്നിൽ പ്രവർത്തിക്കുന്ന രാം രത്തന്റെ ബക്കിൾസ് ഫാക്ടറി പ്രകാശം തീരെ കടന്നുചെല്ലാത്ത, ഇരുണ്ട മുറിയാണ്. വുഡ്ലാന്റ്, വി.ഐ.പി., റെയ്മണ്ട് തുടങ്ങിയ വൻകമ്പനികൾ ഈ യൂണിറ്റിൽ നിർമ്മിക്കുന്ന ബക്കിളുകൾ വാങ്ങി തങ്ങളുടെ തുകൽ ഉല്പന്നങ്ങളിൽ അണിയിച്ച് മോടി വർധിപ്പിക്കുമ്പോൾ, ഇത്തരം ഫാക്ടറികളിൽ ജോലി ചെയ്യുന്ന പാവപ്പെട്ട തൊഴിലാളികളുടെ ആരോഗ്യത്തെക്കുറിച്ച് ആരും ചിന്തിക്കുന്നില്ല. ഇത്തരം ഫാക്ടറികൾക്ക് ഒരു മുറിയും കുറച്ച് കരിയും മണലും മോട്ടോർ ഓയിലും ശ്വാസകോശങ്ങൾ നശിപ്പിക്കാൻ തയ്യാറുള്ള ഏതാനും തൊഴിലാളികളും മാത്രം മതി.

മാട്ടുംഗയിലെ തെലംഗ് റോഡിൽനിന്ന് അധികദൂരത്തല്ല 'മാട്ടുംഗ ലേബർ ക്യാമ്പ്'. ജോണി കൊമ്പൻ എന്ന തൃശൂർക്കാരൻ യുവാവ് 1966ലാണ് ബോംബെയിലെത്തിയത്. അന്നയാൾക്ക് 18 വയസ്സ്. ചുരുണ്ട തലമുടി എണ്ണ മിനുക്കി ചീകി മീശയും വെച്ച് ഇവിടെയെത്തുമ്പോൾ ശിവസേനയുടെ 'അംചിമാത്തി അംചിമാണൂസ്' (മണ്ണിന്റെ മക്കൾ) വാദം കൊടുമ്പിരികൊണ്ടു നില്ക്കുന്ന കാലമായിരുന്നു. അയാളെ വരവേൽക്കാനായി സ്റ്റേഷനിൽ ആരുമുണ്ടായിരുന്നില്ല. മലയാളം മാത്രം സംസാരിക്കാനറിയാവുന്ന ജോണി എങ്ങനെയൊക്കെയോ ജീവൻ നഷ്ടപ്പെടാതെ മാട്ടുംഗ ലേബർ ക്യാമ്പിലെത്തി ഒരു മലയാളി ചായക്കടയിൽ അഭയം തേടി. ഒരാഴ്ചക്കാലം അവിടെ കഴിച്ചുകൂട്ടിയപ്പോൾ ജോണിക്ക് സ്ഥിതിഗതികൾ മനസ്സിലായി. ജോലിക്കുവേണ്ടിയുള്ള അയാളുടെ അന്വേഷണം കൊണ്ടെത്തിച്ചത് മുംബൈ സെൻട്രലിലെ ടെലഫോൺ എക്സ്ചേഞ്ചിൽ. കൂലിവേലക്കാരനായി ദിവസം 10 രൂപ ശമ്പളത്തിൽ ആരംഭിച്ച ജീവിതം ഏറെയൊന്നും പുഷ്ടിപ്പെടാതെ ചക്കിൽ കെട്ടിയ കാളയെപ്പോലെ ഒരു വൃത്തത്തിൽ ചലിച്ചുകൊണ്ടിരുന്നു. പപ്പട നിർമ്മാണം തൊഴിലായി സ്വീകരിച്ച ലേബർ ക്യാമ്പിലെ ഒരു നായർ കുടുംബത്തിൽ അന്തിയുറങ്ങലിൽ ആരംഭിച്ച് അവിടെയുള്ള പെൺകുട്ടിയെ വിവാഹം കഴിക്കലിൽ അവസാനിച്ചു. ഒരു ലൈൻമാനായി റിട്ടയർ ചെയ്ത ജോണിക്ക് ഇപ്പോൾ പെൻഷനുണ്ടെങ്കിലും ജീവിതത്തിന്റെ രണ്ടറ്റം മുട്ടിക്കാൻ ബുദ്ധിമുട്ടുന്നു. അയാൾ പപ്പടനിർമ്മാണത്തിൽ വീട്ടുകാരെ സഹായിക്കുന്നു. ഒരു സൈക്കിളിൽ തൂക്കിയിട്ട സഞ്ചിയിലെ "ഗുരുവായൂർ പപ്പടം" മലയാളി ഹോട്ടലുകളിലും കടകളിലുമെത്തിച്ച് അഷ്ടിക്കു വഴിയുണ്ടാക്കുന്നു. മൂത്തമകൻ വീട്ടിൽനിന്ന് കലഹിച്ചുപോയി. മകൾ ഒരു മറാഠി യുവാവിന്റെ ഭാര്യയായി ചെമ്പൂരിലെ തക്കർബാബാ കോളനിയിൽ കഴിയുന്നു. ഇത് ഇവിടെത്തന്നെ ജീവിക്കാൻ വിധിക്കപ്പെട്ട മലയാളി ജീവിതങ്ങളുടെ, ചേരികളിൽ ജീവിക്കാൻ ശപിക്കപ്പെട്ട അനേകം ലക്ഷങ്ങളിലൊരാളുടെ പൊള്ളുന്ന യഥാതഥകഥ മാത്രം.

ബാബറി മസ്ജിദ് തകർത്തതിന്റെ ആഹ്ലാദത്തിമർപ്പിൽ ശിവസേന കലാപമുണ്ടാക്കാൻ തെരഞ്ഞെടുത്തത് ധാരാവിയേയും രാധാബായി ചോളിനേയുമായിരുന്നു. മുസ്ലീംകൾ തിങ്ങിപ്പാർക്കുന്ന ഗലികളിൽ അവർ ഒരു

സൈക്കിൾ റാലി സംഘടിപ്പിച്ചു. കാവിക്കൊടിയേന്തി യുവാക്കൾ രാമനാമം അത്യുച്ചത്തിൽ അലറി വിളിച്ച് അന്തരീക്ഷമാകെ കലുഷിതമാക്കി. ഈ റാലി നടത്തുന്നതിന് പൊലീസിന്റെ അനുമതി തേടിയിരുന്നില്ല എന്ന സത്യം പിന്നീട് പുറത്തുവന്നു. ആയിരക്കണക്കിന് പേർക്ക് ജീവഹാനി സംഭവിച്ച ബോംബെ കലാപത്തിനുശേഷം പൊലീസിലുള്ള വിശ്വാസം ചേരിനിവാസികൾക്ക് നഷ്ടപ്പെട്ടു. ഹിന്ദുക്കളും മുസ്ലീങ്ങളും 'മൊഹല്ല കമ്മിറ്റികൾ (പ്രാദേശിക കമ്മറ്റികൾ) കലാപത്തിനിരയായവർക്കുവേണ്ടി ആസൂത്രണം ചെയ്തു. ലഹളയ്ക്കിരയായി യുവാവായ മകൻ നഷ്ടപ്പെട്ട മറിയം എന്ന നാല്പതുകാരി, വീട് കത്തിച്ചാമ്പലായ ഖദീജ, കമല, ആമിന തുടങ്ങിയ സാധാരണക്കാരായ സ്ത്രീകളടക്കം മൊഹല്ല കമ്മിറ്റിയിൽ അംഗങ്ങളായി ദുരിതാശ്വാസപ്രവർത്തനം നടത്തി. കപടരാഷ്ട്രീയക്കാരെ ഈ അവസരം ചൂഷണം ചെയ്ത് പണം കൈയിട്ടുവാരാൻ ഈ കമ്മിറ്റി അംഗങ്ങൾ അനുവദിച്ചില്ല. കാരണം അവരുടെ കയ്പേറിയ അനിഷ്ടസംഭവങ്ങൾതന്നെ.

ധാരാവിയിലേയും മുംബൈയിലെ ഇതര ചേരിപ്രദേശങ്ങളിലേയും അവിശ്വസനീയമായി തോന്നാവുന്ന തെരുവുകളിലും ഇടവഴികളിലും തിങ്ങിപ്പാർക്കുന്ന സ്ത്രീപുരുഷന്മാർക്ക് അസ്സലായറിയാം, അവർക്ക് എന്തു വേണമെന്ന്. ഭരണകൂടത്തിന്റെ യാതൊരു സഹായവും കൂടാതെ അവർ വിഷമതകൾ അതിജീവിക്കുന്നു. അവരിൽ ചിലർ തങ്ങൾക്ക് നേരിടേണ്ടിവന്ന പ്രശ്നങ്ങൾക്ക് പ്രായോഗികവും പ്രവർത്തനക്ഷമവുമായ യഥാതഥ പരിഹാരമാർഗങ്ങൾ ആസൂത്രണം ചെയ്തിരിക്കയാണ്.

നിർഭാഗ്യവശാൽ ഗവണ്മെന്റിന്റെ അടിസ്ഥാനനയം ഒരുതരം പൈതൃക മേധാവിത്വമത്രെ. കുട്ടികളുടെ യഥാർത്ഥ ആവശ്യങ്ങൾ ഗ്രഹിക്കാതെ, അവർക്ക് ആനുകൂല്യങ്ങൾ വിതരണം ചെയ്യുന്ന ഒരു പിതാവിന്റെ മനോഭാവം തന്നെ.

തൊണ്ണൂറടി റോഡിലൂടെ ഞങ്ങൾ മടങ്ങവേ പൊലീസ് സ്റ്റേഷന് സമീപമുള്ള കുപ്പത്തൊട്ടിയിൽ കൈയിട്ടുവാരുന്ന, ഉദ്ദേശം 8 വയസ്സോളം പ്രായമുള്ള രണ്ട് ബാലന്മാരെക്കണ്ടു. അവർ പാഴ്‌വസ്തുക്കൾ ശേഖരിച്ച് തങ്ങളുടെ ചാക്കുകളിൽ നിക്ഷേപിക്കുന്നു. ഞങ്ങൾ അവരെ മാടിവിളിച്ചു. ആദ്യം ഗൗനിക്കാതിരുന്ന അവർ പത്തിന്റെ രണ്ടു നോട്ടു കാണിച്ചപ്പോൾ ശരംപോലെ മുന്നിലെത്തി. അതിൽ ഒരുവൻ അബ്ബാസ് ഗാസിയാബാദ്കാരനും, അപരൻ രാജു 'മദ്രാസി'യുമാണ്. ചെമ്പൂരിലാണ് 'മദ്രാസി'യുടെ താമസം. നിനക്കീ പേർ ആര് നല്കി എന്ന ചോദ്യത്തിന് അവൻ പറഞ്ഞത് അത് സ്വയം തെരഞ്ഞെടുത്തതാണെന്നാണ്! അബ്ബാസിന് മാതാപിതാക്കൾ ഉണ്ടെങ്കിലും അവന് അവൻ മാത്രമാണ് ആശ്രയം.

ഞങ്ങൾ നൽകിയ തുച്ഛ സമ്മാനം സ്വീകരിച്ച് സുസ്മേരവദനരായി അവർ സ്ഥലം വിട്ടു. നടന്നുപോകുന്നതിനിടയിൽ 'അമർ, അക്ബർ ആന്റണി'യിലെ ഒരു ഗാനം മൂളിക്കൊണ്ടിരുന്നു. ധാരാവിയുടെ ഗലികളിൽ

അവിടുത്തെ ചേറും ചെളിയുമായി മല്ലിട്ടുള്ള കാലക്ഷേപം. അവിടേയും ചിലർ സുസ്ഥിതി കരസ്ഥമാക്കുന്നുണ്ട്. രാജു-അബ്ബാസ്മാരെപ്പോലുള്ള അനേകർക്ക് എന്തും സാധിക്കുമെന്ന അദ്ഭുതം ബാക്കി.

ധാരാവി തെരുവുകളിൽ പാർക്കുന്ന ഇവർക്ക് 'ബോംബെ' എന്നല്ലാതെ മറ്റൊന്നും അറിയില്ല. അനൗപചാരിക കുടിപാർപ്പിടങ്ങളിലെ അന്തേവാസികളുടെ മാതൃകാപുരുഷന്മാർ മുംബൈ മുതലാളിമാരത്രെ. രാജുവും അബ്ബാസും 'മാലിക്ക്' (മുതലാളിമാർ) ആകുമ്പോൾ ധാരാവിയുടെ സ്ഥിതി എന്തായിരിക്കും.

2020 ആകുമ്പോഴേക്കും നാം ഇന്നറിയുന്ന ധാരാവിയും തക്കർബാബാ കോളനിയും ഇന്ദിരാഗാന്ധി നഗറും ഒരുപക്ഷേ പൂർവ്വകാല സ്മരണകളായി മാറിയിരിക്കും. കൂന്നും നിവർന്നുമുള്ള ചെറുകുടിലുകളുടെ അസംഘടിത വ്യവസ്ഥകളിൽനിന്ന് തുലോം വ്യത്യസ്തമായ, സമുന്നത കോൺക്രീറ്റ് ബഹുനില കെട്ടിടങ്ങൾ നിലയുറപ്പിച്ചിരിക്കും. ∎

അതിജീവനം

മുംബൈ നഗരത്തിലെ പാവ് വാലകളുടെ ജീവിതത്തിലൂടെ...

തൃശൂർക്കാരൻ റോയ് അക്ഷരയ്ക്ക്, വട-പാവ് ഭക്ഷിക്കണമെന്ന് തോന്നിയാൽ ഉടനെ ബോംബെയ്ക്കുള്ള ആദ്യവണ്ടി കയറുമത്രേ! ഒരു കേരളീയനായ റോയിയും വടപാവും തമ്മിലുള്ള 'ആത്മബന്ധ'മെന്താണ്? അല്ലെങ്കിൽ ഉരുളക്കിഴങ്ങ് വടയും സാധാരണ അച്ചുറൊട്ടിയും അതോടൊപ്പം കൊത്തമല്ലിയിലകൊണ്ട് ഉണ്ടാക്കിയ ചട്ണിയും പച്ചമുളക് എണ്ണയിലിട്ട് വഴറ്റി തരിയുപ്പ് പുരട്ടി തിന്നുന്നതിന്റെ ചാരിതാർത്ഥ്യമെന്ത്?

ബോംബെ പ്രവാസത്തിന്റെ അതിജീവനത്തിന്റെ നാളുകൾ ഉണർത്തുന്ന ഗൃഹാതുരത്വം.

വടപാവിന്റെ ചരിത്രമന്വേഷിച്ചിറങ്ങുന്നത് അർത്ഥശൂന്യമെന്ന് തോന്നുന്നതിനാൽ മഹാനഗരത്തിന് ആവശ്യമായ പാവി (റൊട്ടി)ന്റെ ഭൂരിഭാഗവും ഉണ്ടാക്കുന്ന ധാരാവിയിലൂടെ ആദ്യം ഒരോട്ടപ്രദക്ഷിണം നടത്താം.

ധാരാവി മെയിൻ റോഡിൽ പ്രവർത്തിക്കുന്ന, മുംബൈയിലെ ആദ്യകാല ബേക്കറികളിലൊന്നായ 'മാമൂസ്' ബേക്കറി ഉടമ, അബ്ദുൾ അസീസ് ഖാൻ അപ്പോൾ തന്റെ ഓഫീസെന്ന് വിളിക്കാവുന്ന ഒരു മുറിയിലിരുന്ന് ഉച്ചഭക്ഷണം കഴിക്കുകയായിരുന്നു. നിസ്കാരത്തഴമ്പുള്ള അയാളുടെ നെറ്റിത്തടത്തിലെ വിയർപ്പ് ഇടതുകൈകൊണ്ട് തുടച്ച് ഇരിക്കാൻ ആംഗ്യം കാണിച്ചു. ഉടൻ നിലംപതിക്കുമോ എന്ന് സംശയിക്കത്തക്കവണ്ണം ഒരു പഴയ ഓറിയന്റ് ഫാൻ 'കട കടാ' ശബ്ദത്തോടെ അപ്പോൾ ചലിച്ചുകൊണ്ടിരുന്നു. റാക്കുകളിൽ പൊടിപിടിച്ച ബ്രൗൺ കവറുകൾ അട്ടിയിട്ടിട്ടുണ്ട്. മാമൂസ് ബേക്കറിക്ക് ഉദ്ദേശം 50 വർഷത്തെ പഴക്കമുണ്ടെന്ന് പറയാം. അബ്ദുൾ അസീസ് ഖാന്റെ അപരനാമമാണ് മാമു. ഉത്തർപ്രദേശിലെ ഉൾനാടൻ ഗ്രാമത്തിൽനിന്ന് ലക്നൗവിലെത്തി, കള്ളവണ്ടി കയറി മുംബൈയിലെത്തുമ്പോൾ മാമുവിന് വയസ് പതിനാറ്. ആദ്യം ഭീണ്ടിബസാറിലെ ചായക്കടയിൽ "ബാഹർ വാലയായി". ഹാജി മസ്താനും വരദരാജ മുതലിയാരും കരിംലാലയും കള്ളവാറ്റും കള്ളക്കടത്തും മറ്റു മാഫിയ പ്രവർത്തനങ്ങളും കൊണ്ടുപിടിച്ച് നടത്തിയിരുന്ന അക്കാലത്ത് അബ്ദുൾ അസീസ് ഖാന്റെ അതിജീവനത്തിന്റെ ഉപകഥ ആരംഭിക്കുന്നു. അയാൾ ധാരാവിയിലെത്തി അല്ലറ ചില്ലറ

പണികളുമായി മുന്നോട്ട് പോയെങ്കിലും ജീവിതം പച്ചപിടിച്ചില്ല. പിന്നീട് രണ്ടും കല്പിച്ച് ചാരായം വാറ്റുന്ന അധോലോകത്തിന് വിറക് എത്തിക്കുന്ന പണി ഏറ്റെടുത്തു. പാൽഘർ, ധാനു, പാൻവെൽ തുടങ്ങിയ സ്ഥലങ്ങളിൽനിന്നും ടൺകണക്കിന് വിറക് ധാരാവിയിലെത്തുമ്പോൾ മാമുവിന്റെ മേശപ്പുറത്ത് പണം കുമിഞ്ഞുകൂടി. ആ പയ്യൻ തടിച്ചുകൊഴുത്തു, ഒരു 'സേഠ്' (മുതലാളി)യി മാറി. നെഞ്ച് വിരിഞ്ഞു. പഴയ മുഷിഞ്ഞ ടീഷർട്ടും കീറിയ പൈജാമയുമുപേക്ഷിച്ച് നീണ്ട ടെറിക്കോട്ട് ജുബ്ബയും പൈജാമയും ധരിച്ചു. കാലിലെ ഗെയ്റ്റോണ്ടയുടെ പുതിയ തുകൽ ഷൂ ദിനവും പോളിഷ് ചെയ്തു. മൊത്തത്തിൽ അയാളൊരു 'സുജായി' ആയെന്ന് ചുരുക്കിപ്പറയാം.

വിറക് കടയും മറ്റ് സൗകര്യങ്ങളും അയാളുടെ കണ്ണു മഞ്ഞളിപ്പിച്ചില്ല. മാമു മുന്നേറ്റം തുടർന്നു. ഒരു ആരോഹണത്തിന്റെ തുടക്കം മാത്രമായിരുന്നു അത്. കള്ളച്ചാരായം ആന്റിമാരുടെ കൺട്രിബാറുകളിലും മഹാനഗരത്തിന്റെ നാലുപാടുമൊഴുകിയപ്പോൾ മനസ്സമാധാനമില്ലാതായത് കുടിയന്മാരുടെ കുടുംബത്തിനും ഒപ്പം ബോംബെ പോലീസിനും.

ഒടുവിൽ ഭരണകൂടം തിരക്കിട്ടാലോചിച്ച് ധാരാവിയിലേയും ആന്റോപ് ഹില്ലിലേയും 'ഖാഡികൾ' (വാറ്റു ചാരായകേന്ദ്രങ്ങൾ) തല്ലിത്തകർക്കാനുള്ള പരിപാടി ആസൂത്രണം ചെയ്തു. കലീനയിലെ ചുറുചുറുക്കുള്ള മിലിട്ടറി പൊലീസ് അവ നിരപ്പാക്കിയപ്പോൾ മാമുവിനെപ്പോലുള്ളവർ എവിടെയോ പോയൊളിച്ചു. ചാരായവാറ്റിന്റെ രാജാവായ വരദഭായി അറസ്റ്റ് ചെയ്യപ്പെട്ടതോടെ മുംബൈയിൽ വാറ്റുചാരായം കണ്ണിലൊഴിക്കാൻ പോലും കിട്ടാതായി.

പിന്നീട് അബ്ദുൾ അസിസ് ഖാൻ ഒരു ബേക്കറി ഉടമയുടെ വേഷം ധരിച്ച് ധാരാവി മെയിൻ റോഡിൽ 'മാമൂസ് ബേക്കറി'യുടെ ഉടമയായി. മാമുവിന് ബേക്കറി ഉല്പന്നങ്ങൾ ഭക്ഷിച്ചുമാത്രമേ പരിചയമുണ്ടായിരുന്നുള്ളൂ. പക്ഷേ അയാൾ ലക്നൗവിൽനിന്നും അടുത്തുള്ള മഖ്ഡുമിയ ബേക്കറിയിൽനിന്നും ബേക്കറി തൊഴിലാളികളെ "വലിച്ചു". മാമുവിന്റെ ബോർമയിൽ മൊരിഞ്ഞ ആദ്യത്തെ പാവ് അയാളുടെ ഒരു ഹിന്ദു മേസ്തിരിയുടെ ഉപദേശപ്രകാരം ബോർമയിലിട്ട് തന്നെ കത്തിച്ചു. (അഗ്നിദേവൻ പ്രസാദിച്ചിരിക്കണം!)

'ഫേരിവാല'കളേയും സൈക്കിളിൽ പാവ് വിൽക്കുന്ന പാവ്വാലകളേയും സംഘടിപ്പിച്ച് വില്പനയുടെ ഒരു ശൃംഖല തന്നെ മാമു ഉണ്ടാക്കി. ആത്മവിശ്വാസത്തോടൊപ്പം വന്ന അല്പം ഭാഗ്യവും കൂട്ടത്തിൽ കയ്യാങ്കളിയും നടത്തി. 'മാമു' ബേക്കറി നിയന്ത്രിച്ചു. അയാളുടെ പാവും, ബൺമസ്ക്കയും, കാരിയും (ഉപ്പു ബിസ്ക്കറ്റ്) മുംബൈ സബർബുകളിലും സെൻട്രൽ മുംബൈയിലും വിറ്റഴിഞ്ഞു. ബ്രിട്ടാനിയ, വിബ്സ് തുടങ്ങിയ വൻകിട കമ്പനിക്കാർ നില നിൽക്കുമ്പോൾ തന്നെ, വിറക് കത്തിച്ച് പാവപ്പെട്ട തൊഴിലാളികൾ വിയർപ്പൊഴുക്കി ചുട്ടെടുത്ത മാമുവിന്റെ പാവ് സാധാരണക്കാരന്റെ

ഭക്ഷണമായി വടപാവ് സെന്ററുകളിലും ഇറാനി റെസ്റ്റോറന്റുകളിലും വീടുകളിലും വിറ്റുപോന്നു.

മഹാനഗരത്തിലെ ബേക്കറികൾക്ക് അവധി ദിനമെന്നൊന്നില്ല. പാവ്‌വാലകൾ തങ്ങളുടെ സൈക്കിളുകളിൽ അതിരാവിലെത്തന്നെ ബേക്കറിക്ക് മുമ്പിലെത്തുന്നു. പണം കൊടുത്ത് ആവശ്യാനുസരണം പാവ് വാങ്ങിപ്പോകുന്നു. ഉച്ചസമയത്തെ നമാസ് കഴിഞ്ഞാൽ അവർ വീണ്ടും പാവ് വാങ്ങാനായി എത്തും. ഇത് ദിനവും തുടരുന്നു.

മൈദ കുഴച്ച് പരുവത്തിലാക്കി വീർക്കാനുള്ള ചേരുവകൾ ചേർത്ത് അച്ചുകളിൽ നിരത്തി അവ ബോർമയിൽ വെച്ച് ചുട്ടെടുക്കുന്നു. അയഞ്ഞ പൈജാമയും കറുത്ത ബനിയനും ധരിച്ച തൊഴിലാളികൾ ഒരക്ഷരംപോലും ജോലിക്കിടയിൽ സംസാരിക്കുന്നത് കണ്ടില്ല. ഇത്തരം ബേക്കറികളിലെ തൊഴിലാളികൾ ഒരിടത്ത് സ്ഥിരമായി ജോലി ചെയ്യുന്നുമില്ല. കാരണം 100 മുതൽ 150ക. വരെയാണ് അവരുടെ കൂലി. പാക്കിങ്ങിൽ സ്ത്രീകളേയും കുട്ടികളേയും കണ്ടു. അവർക്ക് ശരാശരി 60 രൂപയാണ് ദിവസവേതനം. പാവ്‌വാലകൾക്ക് ബേക്കറി ഉടമകൾ ഉറങ്ങാൻ ഇടം നൽകുന്നതുകൊണ്ട് സാധാരണ ഇത്തരക്കാർ തങ്ങളുടെ ബേക്കറികൾ വിട്ടുപോകാൻ ഇഷ്ടപ്പെടുന്നില്ല. ഇവിടെ ജോലി ചെയ്യുന്നവർ യു.പിക്കാരും ബീഹാറികളുമാണ്. ചിലയിടങ്ങളിൽ തമിഴ്നാട്ടുകാരേയും കാണാനിടയായി.

മാമൂസ് ബേക്കറി സന്ദർശിച്ച് വർഷങ്ങൾ പലതു കഴിഞ്ഞിരിക്കുന്നു. ഇപ്പോൾ അത് ഏത് നിലയിലെന്നറിയില്ല. അബ്ദുൾ അസീസ് ഖാൻ തന്റെ ബേക്കറി സ്ഥിതി ചെയ്യുന്ന ധാരാവി മെയ്ൻ റോഡിലെ കണ്ണായ ആ സ്ഥലം ഏതെങ്കിലും കെട്ടിടനിർമ്മാതാക്കൾക്ക് വിൽക്കാൻ വഴിയില്ല.

അയാൾ ഇപ്പോഴും തന്റെ ബേക്കറി തുടരുന്നുണ്ടാകാം, പണം കുമിഞ്ഞു കൂട്ടാൻ.

വെണ്ടർ ഓഫ് പാവ്!

യു.പിയിലെ മുസ്‌ലിം വിഭാഗക്കാരാണ് പാവ് നിർമ്മാതാക്കൾ. അത്ര ശുചിത്വമില്ലാത്ത അവരുടെ 'ബോർമ'യിൽ (അധികവും വിറകു കത്തിക്കുന്നവ) ചുട്ടെടുക്കുന്ന പാവ് മുംബൈയിലുടനീളം വിറ്റഴിക്കപ്പെടുന്നു. രണ്ടു വടാപാവും ഒരു കട്ടിങ്ങ് (പ്രകുതി ഗ്ലാസ്) ചായയും കഴിച്ചാൽ വയർ നിറയും. മഹാനഗരത്തിന്റെ മുക്കിലും മൂലയിലും വടാപാവ് സെന്ററുകൾ കാണാം. ഉച്ചയ്ക്കും സന്ധ്യകളിലും ഇവിടങ്ങളിൽ കച്ചവടം പൊടിപൊടിക്കുന്നു. ഈ സെന്ററുകൾ അധികവും മറാഠികളുടേതാണ്. 'കടക് പാവ്' ആംഗ്ലോ ഇന്ത്യക്കാരും ഗോവൻ ക്രിസ്ത്യാനികളുമാണ് കഴിക്കുക. ബൈക്കുള, മറൈൻ ഡ്രൈവ് പരിസരം, വക്കോള, കലീന, ഐ.സി. കോളനി, സാന്താക്രൂസ് എന്നിവിടങ്ങളിലാണിതിന് കൂടുതൽ വില്പന. മൈദയിൽ യീസ്റ്റും മറ്റു ചില ചേരുവകളും ചേർത്ത് കാൽകൊണ്ട് ചവിട്ടിയും മറ്റുമാണ് പാവുണ്ടാക്കുന്നതെന്ന് കാസർകോട്ടുകാരൻ സദാനന്ദ് ഷെട്ടി പറഞ്ഞു.

മുഹമ്മദ് റിയാസ് എന്ന പാവ് വാല ഗോവണ്ടിയിൽനിന്ന് രാവിലെ ആറു മണിയോടെ സൈക്കിളിൽ ചെമ്പൂരിലെത്തുന്നു. അയാളുടെ വലിയ പ്ലാസ്റ്റിക് സഞ്ചികളിൽ അനേക ഡസൻ പാവുകളുണ്ടാകും. ഒരു ഡസൻ പാവിന് 'ലാദി' എന്നാണ് പേര്. വടാപാവ്സെന്ററുകളിലും വീടുകളിലുമായി ഇവ വിറ്റഴിക്കുന്നു.

അയാളുടെ ചോപ്ടയിൽ (കുടിൽ) മറ്റു നാലുപേർ കൂടിയുണ്ട്. അതിലൊരാളൊഴികെ നാലുപേരും പാവ്വാലകൾ. ജന്മനാട് ലക്നൗവിനടുത്തുള്ള ഒരു ഗ്രാമമെന്നല്ലാതെ സ്ഥലപ്പേര് റിയാസ് വെളിപ്പെടുത്തിയില്ല.

തികച്ചും പരിതാപകരമായ ചുറ്റുപാടുകളിലാണ് ഇക്കൂട്ടർ താമസിക്കുന്നത്. പാവ് ഉണ്ടാക്കുന്ന ബേക്കറിയും അവിടെത്തന്നെയായിരിക്കും. ചോപ്ടകളുടെ അടുത്ത് ചീഞ്ഞളിഞ്ഞ പച്ചക്കറികളും മറ്റുമുള്ള കുപ്പത്തൊട്ടിക്കരികിലാണ് റിയാസ് താമസിക്കുന്നത്. അതിന്റെ ദുർഗന്ധം അവിടമാകെ തങ്ങിനിൽക്കുന്നു. അയാളുടെ മുറിയിൽ മുഷിഞ്ഞ കുറേ വസ്ത്രങ്ങളും പുൽപ്പായകളും അലൂമിനിയപ്പാത്രങ്ങളും മാത്രം. ഒരു ടേബിൾ ഫാൻ വളരെ പ്രയാസപ്പെട്ട് അപ്പോൾ കറങ്ങുന്നുണ്ടായിരുന്നു. ഒരു ഹെലികോപ്റ്റർ പറക്കുന്ന ശബ്ദം അതിനുണ്ട്.

റിയാസിന് തന്റെ ജീവിതത്തെപ്പറ്റി പരാതികളേറെ. രണ്ടേറ് കന്നുകളുള്ളതിൽ ഒന്നിനെ മകളുടെ വിവാഹത്തിനായി വിറ്റു. ഉദരരോഗസംബന്ധമായ അസുഖമുള്ള പത്നിയെ ഇടയ്ക്കിടെ ചികിത്സക്കായി ലക്നൗ മെഡിക്കൽ കോളേജിലെത്തിക്കണം.

ബ്രാൻഡഡ് ബ്രെഡ്ഡുകൾ വിപണി കീഴടക്കിത്തുടങ്ങിയിരിക്കുന്നത് റിയാസിനെപ്പോലുള്ളവർക്ക് ആശങ്കയുളവാക്കുന്നുണ്ട്. ഒരു ചൂതുകളിയാണ് തന്റെ ജീവിതമെന്ന് അയാൾ പറഞ്ഞു.

"മഴയെത്തുമ്പോൾ വിപണി മന്ദീഭവിക്കും. അതിനാൽത്തന്നെ ഞങ്ങളുടെ ജീവിതം ദുരിതപൂർണമാകും." റിയാസിന്റെ വാക്കുകളിൽ വിഷാദച്ചുവ കലർന്നു. അഞ്ചുനേരവും അയാൾ നിസ്കരിക്കും. 'ഇൻക്വിലാബ്' പത്രം വായിച്ച് റിയാസ് നാട്ടുവിശേഷങ്ങളറിയുന്നു.

1992-93ലെ കലാപം അയാളോർക്കുന്നത് ഭയപ്പാടോടെ മാത്രം. തങ്ങളെ തിരഞ്ഞുപിടിച്ച് ചിലർ മൃഗീയമായി മർദ്ദിച്ചതും കുടിലുകൾക്ക് തീയിട്ടതും റിയാസിന്റെ കണ്ണുകളിൽ രോഷാഗ്നി പടർത്തിയ മട്ടുണ്ട്. അന്നു നഗരം വിട്ട അയാൾ തിരികെ വരണമെന്നാഗ്രഹിച്ചതല്ല. പക്ഷേ കുടുംബം പോറ്റാനുള്ള ബദ്ധപ്പാട് വീണ്ടും റിയാസിനെ ഇവിടെയെത്തിച്ചിരിക്കുന്നു.

ഫ്ളൈ ഓവറുകളും സ്കൈ വാക്കുകളും, എങ്ങുമെത്താത്ത റോഡുകളും നിറഞ്ഞ മഹാനഗരത്തിന്റെ ഉൾത്തുടിപ്പുകളായി പരശ്ശതം പാവ്വാലകൾ!

സൈക്കിളിന്റെ ബെൽ മുഴക്കി റിയാസ് മുന്നോട്ടു നീങ്ങി.

ഷൺമുഖന്റെ രാവുകൾ

ഷൺമുഖൻ എന്ന തമിഴ്നാട്ടുകാരന് വയസ്സ് ഇരുപത്തിഏഴോളമായിക്കാണും. തീരെ മെലിഞ്ഞ ശരീരം. തീവ്രദുഃഖം അലതല്ലുന്ന കണ്ണുകൾ. അവിടവിടെ മാത്രമുള്ള താടി. എണ്ണ കാണാത്ത ചെമ്പിച്ച തലമുടി. ഈ യുവാവിന് ഓർമ്മവെക്കുമ്പോൾ മുതൽ അയാൾ ബാന്ദ്രയ്ക്കടുത്തുള്ള ഭാരത് നഗറിലെ ഒരു ചോപ്ഡയിൽ അമ്മയോടും അനുജത്തിയോടുമൊന്നിച്ച് ജീവിക്കുകയായിരുന്നു. '92-ലെ ബോംബെ കലാപത്തിൽ അവരുടെ കുടിൽ കത്തിച്ചാമ്പലായി. കൂട്ടത്തിൽ അമ്മയും ഏക സഹോദരി പരിമളയും വെന്തുമരിച്ചു. ഷൺമുഖനന്ന് കേവലം പത്ത് വയസ്. മല്ലികപ്പൂ (മുല്ലപ്പൂ) വിറ്റ് ജീവിതം പുലർത്തിയിരുന്ന അമ്മയും മൂന്നുവയസ്സുകാരിയായ സഹോദരിയും നഷ്ടപ്പെട്ടതോടെ ആ പയ്യൻ തികച്ചും അനാഥനായി. ഭിക്ഷ യാചിച്ചും തുടർന്ന് ഷൂ പോളിഷ് ചെയ്തും ഫുട്പാത്തിൽ കിടന്നുറങ്ങിയും ഷൺമുഖന്റെ ജീവിതനൗക ഉലഞ്ഞാടി.

ബോംബ് സ്ഫോടനത്തെ തുടർന്നുണ്ടായ കലാപത്തിൽ ജീവൻ നഷ്ടപ്പെട്ടവരുടെ ലിസ്റ്റിൽ ഷൺമുഖന്റെ അമ്മയുടേയോ പരിമളയുടേയോ പേർ ഉണ്ടായിരുന്നില്ല. ഒരു മൊഹല്ലക്കമ്മിറ്റിയോ തമിഴ് സംഘമോ അതേക്കുറിച്ച് തിരക്കിയില്ല. പ്രാഥമിക വിദ്യാഭ്യാസം നടത്താൻപോലും കഴിയാത്ത ദുരവസ്ഥ അനുഭവിച്ച ആ പയ്യൻ പക്ഷേ ഭാരത്നഗർ-ധാരാവിയിലെ ചീത്ത കൂട്ടുകെട്ടിൽ എന്തുകൊണ്ടോ ചേർന്നില്ല. വിശപ്പിന്റെ വിളി അവനെ ഭയന്തറിലെ സ്റ്റീൽ പാത്ര നിർമ്മാണ ഫാക്ടറിയിലെത്തിച്ചു. ദിവസം ആറു രൂപ കൂലി. ഉച്ചയ്ക്ക് രണ്ട് റോട്ടിയും ഉരുളക്കിഴങ്ങ് കറിയും കഴിച്ച് വിശപ്പടക്കി. മേസ്തിരിമാരുടെ ക്രൂരമർദ്ദനവും ഒപ്പം ലൈംഗിക പീഡനവും കൂടിയായപ്പോൾ അവൻ ഒരു ദിവസം ഒളിച്ചോടി.

ഷൺമുഖനെ പിന്നെ കുറേക്കാലമായി കാണുന്നത് ബാന്ദ്ര ഗവ. കോളനിയിലെ ന്യൂ രാജസ്ഥാൻ ബേക്കറിയിലാണ്.

രണ്ടുനേരം ചോറിലും രണ്ട് കട്ടിംഗ് ചായയിലും മാത്രമൊതുങ്ങുന്നു അവന്റെ ദിവസഭക്ഷണം. ന്യൂ രാജസ്ഥാൻ ബേക്കറിയിൽ രാപ്പകൽ പണിയെടുക്കുന്നു. അവൻ തമിഴ്വംശജനാണെങ്കിലും തമിഴ് അറിയില്ല.

ബോർമയിൽ വിറക് കത്തിക്കുക മുതൽ റൊട്ടിയും കാരിയും മസ്ക്കാബണ്ണും ടോസ്റ്റും ആവശ്യക്കാർക്ക് നൽകുന്നതുവരെയുള്ള ഒരു ദിവസത്തെ ജോലിക്കിടയിൽ ഷൺമുഖൻ വിശ്രമിക്കുന്നില്ല. അവന്റെ സേഠ് (മുതലാളി) ദീപാവലിക്കും പെരുന്നാളിനും പുതുവസ്ത്രങ്ങൾ വാങ്ങിക്കൊടുക്കാറുണ്ടെങ്കിലും അവ വളരെക്കാലമായി പെട്ടിയിലിരുന്ന് വാലൻപാറ്റ തിന്ന് ദ്വാരങ്ങൾ വീണിരിക്കുന്നു.

ആ സേഠ് ദയാലുവാണ്. ശമ്പളം കുറവാണെങ്കിലും (ആഴ്ചയിൽ 500ക.) കിടക്കാനിടവും രണ്ടുനേരം ഭക്ഷണവും നല്കുന്നു. "ബോഠാ തു ജാക്കേ പിക്ചർ ദേഖ്" (പോയി സിനിമ കണ്ടോ) എന്ന് പറഞ്ഞു സിനിമാ ടിക്കറ്റ്

നല്കിയാലും, "മുജെ ഇൻട്രസ്റ്റ് നഹി ഹെ ചാച്ചാ" (എനിക്ക് താല്പര്യമില്ല, അമ്മാവാ) എന്ന് അവൻ പറയും.

ഷൺമുഖന്റെ കഥയുടെ ശേഷം ഭാഗം നമുക്ക് ശ്യാം കദം എന്ന വട പാവ് സെന്റർ ഉടമയിൽനിന്ന് കേൾക്കാം: "ശാന്തനും ദുഃഖിതനുമായ ഷൺമുഖനെ എനിക്ക് പത്തോളം വർഷങ്ങളായി അറിയാം. അമിതമായി സംസാരിക്കുകയോ സൊറ പറഞ്ഞ് സമയം കൊല്ലുകയോ ചെയ്യാതെ പാവ് ചുട്ടെടുക്കുക മുതൽ പാവ്‌വാലകൾക്ക് നല്കുന്നതുവരെയുള്ള പ്രക്രിയയിൽ മുഴുകി ജീവിക്കുന്ന ഷൺമുഖൻ കുറച്ചുനാളുകളായി ഷേവ് ചെയ്ത്, കര മീശ വെച്ച് പുതിയ കുപ്പായം ധരിച്ച് കാണപ്പെട്ടു."

"അവൻ ഉത്സാഹിയും വായാടിയുമായി മാറിയിരിക്കുന്നു. ഇടയ്ക്കൊരു മൂളിപ്പാട്ടും ചുണ്ടുകളിൽ വന്നു. ഒരു മിനുപ്പും പ്രസാദവും ഷൺമുഖന്റെ മുഖത്ത് കളിയാടി. ആർക്കും കാര്യം പിടികിട്ടിയില്ല. ഷൺമുഖൻ ഇതിനിടെ ഒരു ജോഡി പ്രണയക്കുരുവികളെ വാങ്ങി. അവ കൊക്കുരുമ്മുന്നതും കൂടിനകത്ത് പറന്നുകളിക്കുന്നതും അവൻ എപ്പോഴും നോക്കിയിരിക്കും."

"ഇനി ഇവ മുട്ടയിട്ട് കുഞ്ഞുങ്ങളുണ്ടാകും. അങ്ങനെ കൂടുനിറയെ കിളികൾ..." ഷൺമുഖൻ സഹപ്രവർത്തകരോട് പറയാൻ തുടങ്ങി.

"ഒരു ദിവസം പാവ് വാങ്ങാൻ 'ന്യൂ രാജസ്ഥാനി'ൽ അതിരാവിലെ എത്തിയപ്പോൾ അതിശയങ്ങളിൽ അതിശയമെന്ന് പറയട്ടെ, ഒരു പെൺകുട്ടിയുമായി ഷൺമുഖൻ സല്ലപിക്കുന്നു! കുറച്ചുനേരം മാറി നിന്ന് വീണ്ടും അവിടെ ചെന്നപ്പോൾ ഷൺമുഖൻ എനിക്കാവശ്യമുള്ള പാവും മറ്റും എടുത്തു തന്നു. അപ്പോൾ തമാശയായി ഞാൻ ചോദിച്ചു."

"ചക്കർ ക്യാ ഹേ ജനാബ്?" (എന്താ സംഗതി, സാറേ) അവൻ നിന്ന് പരുങ്ങി. പിന്നീട് പറഞ്ഞു.

"ഹം ശാദി കർനേ വാല ഹെ" (ഞങ്ങൾ വിവാഹിതരാകുന്നു) അപ്രതീക്ഷിതമായി ആ വാക്കുകൾ ഷൺമുഖന്റെ വായിൽനിന്ന് വീണപ്പോൾ യഥാർത്ഥത്തിൽ ഞാൻ ആശ്ചര്യപ്പെട്ടു.

"സൽമ എന്ന ആ പെൺകുട്ടി ഉത്തർപ്രദേശ്കാരിയാണ് ഗവ. കോളനിയിലെ ഫ്ളാറ്റുകളൊന്നിൽ വേലയ്ക്ക് നിൽക്കുന്നു. എന്നും ചൂടുള്ള പാവ് വാങ്ങാൻ ന്യൂ രാജസ്ഥാനിൽ എത്തുന്നു. അങ്ങനെയുള്ള പരിചയം വളർന്ന് ദിവ്യാനുരാഗത്തിൽ എത്തി." ശ്യാം കദം പറഞ്ഞുനിർത്തി. എന്നിട്ട് ഫോർ സ്ക്വയർ കിങ്ങ് സൈസ് സിഗററ്റിന് തീ കൊളുത്തി.

"ഒടുവിൽ ഞാനും മന്ത്രാലയിലെ ഒരു 'സാബും' കൂടി സൽമ ജോലിക്കു നില്ക്കുന്ന വീട്ടിലെ ഗൃഹനാഥനെ സന്ദർശിച്ച് ഷൺമുഖനുവേണ്ടി വിവാഹാലോചന നടത്തി. നാട്ടിലെ അവളുടെ അച്ഛനമ്മമാരെ വിവരമറിയിക്കാമെന്ന് അയാൾ വെറുംവാക്ക് പറഞ്ഞു. പിന്നീട് സൽമ പാവ് വാങ്ങാനെത്തിയില്ല. ഷൺമുഖൻ കാത്തിരുന്നു. ബാന്ദ്രാ ക്രിക്കറ്റ് ക്ലബ്ബിന്റെ പരിസരത്തുള്ള അവളുടെ ഫ്ളാറ്റിന്നടുത്തു കറങ്ങി അടിച്ചു. ഒടുവിൽ സൽമ പച്ചക്കറി

വാങ്ങാൻ പോകുന്ന കടയിൽ അന്വേഷിച്ചു. അവളെ നാട്ടിലേക്ക് പറഞ്ഞു വിട്ടു എന്ന് ആ സ്ത്രീ പറഞ്ഞു."

സിഗററ്റ് ഒന്നുകൂടി ആഞ്ഞ് വലിച്ച് അയാൾ തുടർന്നു. ശ്യാം കദത്തിന്റെ സ്വരത്തിൽ വിഷാദച്ചുവ കലർന്നിരുന്നു. "ഷൺമുഖന്റെ ശ്വാസം നിലച്ച പോലെ. എങ്ങനെയോ ന്യൂ രാജസ്ഥാനി ബേക്കറിയിലെത്തി."

"കിടപ്പുമുറിയിൽ വസ്ത്രംപോലും മാറാതെ കിടന്നു. ഒരു ദീനരോദനം അവനിൽ നിന്നുയർന്നു. തുടർന്നുള്ള ദിവസങ്ങളിൽ അവൻ ജോലി എടുത്തില്ല. കാൽമുട്ടുകൾ താടിയിലൂന്നി വെറുതെയിരിക്കും. നെടുവീർപ്പിടും. സഹപ്രവർത്തകരും മുതലാളിയും ഞാനും അവനെ സമാധാനിപ്പിച്ചു നോക്കി."

"ഒരു ദിവസം അവൻ ആ പ്രണയജോഡി കുരുവികളെ തുറന്നുവിട്ടു. അവ ആദ്യം ന്യൂ രാജസ്ഥാൻ ബേക്കറിയുടെ കമ്പിയഴികളിൽ ചെന്നിരുന്ന് ചിലച്ച് തത്തിക്കളിച്ചു. ഒടുവിൽ ആകാശത്തേക്ക് പറന്നുയർന്നു. അപ്പോൾ ഷൺമുഖനിൽ നിന്നൊരു ചുടുനിശ്വാസമുയർന്നു."

"ഒരു മാസത്തിനുശേഷം അവൻ പഴയപോലെത്തന്നെയായി. കുളിക്കാതെയും താടിവടിക്കാതെയും വസ്ത്രങ്ങൾ മാറാതേയും രാപകൽ പണിയെടുത്തു. അവൻ രാത്രിയിൽ ഉറങ്ങാറില്ലെന്ന് മറ്റ് ജോലിക്കാർ പറഞ്ഞു."

"ഇപ്പോൾ ഷൺമുഖന് ഒരു മാനസികരോഗിയുടെ മട്ടും മാതിരിയും" ശ്യാം കദം പറഞ്ഞവസാനിപ്പിച്ചു.

പാവം ഷൺമുഖന്റെ കഥ ഇവിടെ അവസാനിപ്പിക്കുന്നു. അവന്റെ കഥയിൽ വീരസാഹസങ്ങളില്ല. പരിണാമഗുപ്തി അല്പം മാത്രം. കാരണം, ഇതൊരു സാധാരണക്കാരന്റെ കഥയാണ്. അതുകൊണ്ടുതന്നെ ഈ കഥ നാം അവഗണിച്ചേക്കാം. പക്ഷേ, പണിയായുധങ്ങളിൽ കെട്ടിമറിയുന്നവരുടെ ആയിരമായിരം ചുടുനിശ്വാസങ്ങൾ നമുക്കിവിടെ കേൾക്കാം.

■

ചിലന്തിവല

മഹാനഗരത്തിൽ ഒരു ഫ്ളാറ്റ്. ഒറ്റ മുറിയിലെ താമസക്കാരന്റെ സ്വപ്ന മാണത്. സാക്ഷാത്കാര വഴികളിലെ ചതിക്കുഴികളാകട്ടെ ഏറെയും. ഫ്ളാറ്റ് സ്വന്തമാക്കാനാഗ്രഹിച്ച വളാഞ്ചേരിക്കാരനായ സ്റ്റെനോഗ്രാഫറുടെ ജീവിത ത്തിൽ നിന്ന്...

1990ലാണ് ഈ കഥയാരംഭിക്കുന്നത്. മുംബൈ ബോംബെ ആയിരുന്ന കാലം. ആന്റോപ്പ് ഹില്ലിലെ ഒറ്റമുറിയിൽ വാടകയ്ക്ക് താമസിച്ചിരുന്ന വളാ ഞ്ചേരിക്കാരൻ വേണുഗോപാലന് മറ്റേതൊരു മുംബൈ മലയാളിയേയും പോലെ സ്വന്തമായി ഒരു ഫ്ളാറ്റ് വേണമെന്ന ആഗ്രഹം തുടങ്ങിയിട്ട് വളരെ നാളായി. മാസത്തിൽ നാല്പത് ദിവസങ്ങളുള്ള അയാളുടെ കമ്പനിക്ക് ഒരു ലോൺ അനുവദിച്ചുകൊടുക്കാൻ സന്മനസ്സുണ്ടായില്ല. മാത്രമല്ല ഇനി ലോണിന്റെ കാര്യം പറഞ്ഞ് ആ പടി കയറരുത് എന്നൊരു താക്കീതും ഘനശ്യാം സേഠ് എന്ന കമ്പനി ഉടമ നല്കി. അയാളൊരു ക്ഷിപ്രകോപിയും പറഞ്ഞാൽ അതുപോലെ പ്രവർത്തിക്കുന്നവനുമത്രെ. അതിനാൽ കാ-മാ എന്നൊരക്ഷരം മിണ്ടാതെ വേണുഗോപാലൻ തലയും താഴ്ത്തി ഇറങ്ങി പ്പോന്നു.

ഭാര്യ ആനന്ദവല്ലിയും വേണുഗോപാലനും തലപുകഞ്ഞാലോചിച്ചു. മിനി റ്റിനുള്ളിൽ ഹൗസിങ് ലോൺ എന്നുകണ്ട പരസ്യങ്ങളും ബ്രോഷറുകളും രണ്ടും മൂന്നും തവണ വായിച്ചു. എല്ലാത്തിലും "കണ്ടീഷൻസ് അപ്ലൈഡ്" എന്നു കണ്ടപാടെ അതിന്റെ നൂലാമാലകളെക്കുറിച്ച് അയാൾക്ക് പിടികിട്ടി യില്ല. ചുരുക്കത്തിൽ അയാളുടെ മനസ്സ് എങ്ങും ഉടക്കിയില്ല. 18 കഴിഞ്ഞ തന്റെ മകളെ വാടകമുറിയിൽ താമസിപ്പിക്കുന്നത് വേണുഗോപാലന്റെ ആഭിജാത്യത്തിനും അന്തസ്സിനും ചേർന്നതല്ലെന്ന് അയാൾക്കറിയാം. അതു കൊണ്ട് ആദ്യം ഫ്ളാറ്റ്. പിന്നെ രണ്ടുവർഷങ്ങൾക്കുള്ളിൽ മകളുടെ വിവാഹം. അങ്ങനെ ആനന്ദവല്ലി-വേണുഗോപാലൻ ദമ്പതികൾ ഫ്ളാറ്റ് വാങ്ങലിൽ ഉറച്ചുനിന്നു. അയാളുടെ ഭാര്യക്ക് പട്ടാമ്പിയിലെ ഉൾപ്രദേശമായ ആമയൂരിൽ നാല്പത് സെന്റോളം ഇരിപ്പുനിലമുണ്ട്. അത് വിൽക്കാൻ അയാളുടെ അമ്മാവനെ ചട്ടംകെട്ടി കത്തെഴുതി.

ബോംബെയുടെ ഏതെങ്കിലുമൊരു നല്ല പ്രദേശത്ത് സ്വന്തം ഫ്ളാറ്റിന്റെ ബാൽക്കണിയിലിരുന്ന് തന്റെ പ്രിയപ്പെട്ട ഇംഗ്ലീഷ് പത്രം വായിക്കുന്നത് അയാൾ ഉറക്കത്തിലും അല്ലാതെയും സ്വപ്നം കണ്ടു.

ആനന്ദവല്ലി ഒരു ടൈപ്പിസ്റ്റാണ്. വയസ് മുപ്പത്തഞ്ച്. യാത്രച്ചെലവും അല്ലറ ചില്ലറ മറ്റു ചെലവുകളും കഴിച്ച് 200 രൂപ പ്രതിമാസം ലാഭിക്കാം.

മകൾ പ്ലസ് ടു കഴിഞ്ഞ് ടൈപ്പിംങ് പഠിക്കുന്നു. ആറു വയസ്സുള്ള രണ്ടാമത്തെ കുട്ടിയും വേണുഗോപാലന്റെ എഴുപത് കഴിഞ്ഞ സഹോദരിയും അവർക്കൊപ്പമുണ്ട്. മറ്റ് സഹോദരങ്ങളുണ്ടായിട്ടും ഈ നശൂലത്തിനെ വെച്ചു പൊറുപ്പിക്കാൻ ആരും തയ്യാറായില്ല എന്ന് ആനന്ദവല്ലി ചോദിക്കുന്നവരോടൊക്കെ പറയുകയും ചെയ്യും.

വേണുഗോപാലൻ പ്രീഡിഗ്രിയും സ്റ്റെനോഗ്രാഫിയും പാസ്സായി ബോംബെയിലെത്തിയിട്ട് ഇരുപത് വർഷത്തോളമായി. ചെമ്പൂരിലെ ഒരു ചെറുകിട കമ്പനിയിൽ സ്റ്റെനോഗ്രാഫറാണ്. ഓവർടൈം ചെയ്തും സ്റ്റേഷനിൽ നിന്ന് ഇൻഡസ്ട്രിയൽ എസ്റ്റേറ്റിലെ കമ്പനിയിലേക്ക് നടന്നും അയാൾ ചെലവ് ചുരുക്കും. ഉച്ചയ്ക്ക് വീട്ടിൽ നിന്ന് കൊണ്ടുവരുന്ന മൂന്ന് ചപ്പാത്തിയും ഒരു റോബസ്റ്റാ പഴവും കഴിക്കും. മദ്യപാനം, സിഗററ്റ് വലി, പാൻ ഉപയോഗം ഇവ തീരെയില്ല. സിഗററ്റ് വലിച്ചാൽ അയാൾക്ക് മലവിസർജ്ജനത്തിനുള്ള വിളി വരുമത്രെ.

എങ്ങനേയും പണമുണ്ടാക്കാനുള്ള ആ കുടുംബത്തിന്റെ ബദ്ധപ്പാടിനിടയിൽ അമ്മാവന്റെ കത്ത് വന്നു. ഒരു ദുബായ്ക്കാരൻ സെന്റിന് 2000 രൂപ വെച്ച് നിലം വാങ്ങും. സമ്മതമെങ്കിൽ അറിയിക്കുക. കേട്ടപാതി വേണുഗോപാലനും കുടുംബവും നാട്ടിലേക്ക് ടിക്കറ്റെടുത്തു. ജയന്തി ജനത അവിടവിടെ നിർത്തി മുന്നോട്ടു പോകവേ ആനന്ദവല്ലി-വേണുഗോപാലൻ ദമ്പതികളുടെ ഉള്ളം തുടിക്കുകയായിരുന്നു. പുലർച്ചെ മൂന്നുമണിക്ക് വണ്ടി ഒറ്റപ്പാലത്തെത്തി. ഒന്നുരണ്ട് മണിക്കൂറുകൾ കാത്തുനിന്ന് രാവിലെയുള്ള ആദ്യ ബസ്സിൽ കയറി പട്ടാമ്പിയിലും തുടർന്ന് ജീപ്പിൽ ആമയൂരിലും എത്തി. ബന്ധുക്കളുടെ പരിഭവം പറച്ചിലിനിടയിൽ അമ്മാവന്റെ കുട്ടികൾ ബാഗിൽ കൈയിട്ടു വാരി. വേണുഗോപാലന് ഇത്തരം സംഗതികൾ ഒന്നും ഇഷ്ടമല്ല. എങ്കിലും അയാൾ മൗനം ഭജിച്ചു. അടുത്ത ദിവസം തന്നെ കച്ചവടമുറപ്പിച്ച് അഡ്വാൻസും വാങ്ങി.

ആനന്ദവല്ലി ഫ്ളാറ്റ് വാങ്ങാൻ പോകുന്ന വാർത്ത നാടെങ്ങും പരന്നു. വേണുഗോപാലൻ ബന്ധുക്കളേയും അയൽക്കാരേയും അധികമൊന്നും സൽക്കരിച്ചില്ല. വെറുതെ പണം കളഞ്ഞിട്ടെന്താ കാര്യം! തന്റേതൊരു 'ഹാന്റ് ടു മൗത്ത് എക്സിസ്റ്റെൻസ്' ആണെന്ന് അയാൾ അവരോട് ഇംഗ്ലീഷിൽ ത്തന്നെ പറഞ്ഞു. അതവർക്ക് പിടികിട്ടിയോ എന്തോ?

എന്തിനേറെ, ഒരാഴ്ചക്കുള്ളിൽ ആനന്ദവല്ലിയുടെ പേരിലുള്ള നാല്പത് സെന്റ് ഇരിപ്പുനിലം ദുബായ്ക്കാരന്റെ കൈയിലായി. 80,000 രൂപ രണ്ടുമൂന്ന്

ബാങ്കുകളിൽ നിന്നായി ഡിഡിയെടുത്ത് കുടുംബം ബോംബെയിലേക്ക് യാത്ര തിരിച്ചു. വണ്ടി കയറുന്ന നേരത്ത് തന്റെ ഇരിപ്പൂനിലം വില്ക്കേണ്ടതില്ലായിരുന്നുവെന്ന് ആനന്ദവല്ലിക്ക് ന്യായമായും തോന്നി. ആനന്ദവല്ലി ശ്വാസകോശ രോഗിയാണ്.

ആന്റോപ് ഹില്ലിലെ ക്വാർട്ടേഴ്സിലെ ഒറ്റമുറിയിലിരുന്ന് അവർ ഫ്ളാറ്റ് വാങ്ങുന്നതിനെക്കുറിച്ച് വിശദമായി ചർച്ച നടത്തി. എൺപതിനായിരവും കൈയിലുള്ള നാല്പതിനായിരവും ഒന്നുരണ്ട് ചെറിയ സ്വർണാഭരണങ്ങൾ വിറ്റാൽ കിട്ടുന്ന പതിനായിരവും ചേർത്ത് ഒരു ലക്ഷത്തി മുപ്പതിനായിരത്തിലൊതുങ്ങുന്ന ഒരു ഫ്ളാറ്റ് കണ്ടെത്തുന്നത് നീലക്കൊടുവേലി അന്വേഷിച്ചു പോകുന്നത്ര ദുഷ്കരമാണെന്ന് മനസ്സിലാക്കാൻ വേണുഗോപാലന് അധിക സമയം വേണ്ടിവന്നില്ല.

അപ്പോഴാണ് രാമസ്വാമി എന്നൊരു റിയൽ എസ്റ്റേറ്റ് ഏജന്റുമായി ദമ്പതികൾ പരിചയപ്പെടുന്നത്. “വെസ്റ്റേൺ റെയിൽവേയിൽ ചർച്ച് ഗേറ്റിൽ നിന്ന് ധാരാളം ട്രെയിനുകൾ വിരാർ ഭാഗത്തേക്കുണ്ട്. അതിനാൽ ആ ഭാഗത്ത് അന്വേഷിക്കുന്നതാണ് ബുദ്ധി. അത് ഫാസ്റ്റ് ഡെവലപ്പിംങ് സെന്ററാണ്.” അയാൾ പറഞ്ഞു. “നിങ്ങളുടെ ബജറ്റിൽ ഒതുങ്ങുകയും ചെയ്യും. സെൻട്രൽ റെയിൽവേയിൽ തിരക്ക് കൂടുതലാണ്. വിലയും കൂടുതൽ തന്നെ.” രാമസ്വാമി കാര്യകാരണസഹിതം സംഗതികൾ വിശദീകരിച്ചു.

വിരാർ-വസായ് ഭാഗത്ത് (അയാളുടെ ഭാഷയിൽ ആ ബെൽറ്റിൽ) പണി നടന്നുകൊണ്ടിരിക്കുന്നതും നടക്കാനിരിക്കുന്നതുമായ കെട്ടിടങ്ങളുടെ ചുമരിൽ പതിച്ച വർണചിത്രങ്ങൾ കണ്ടപ്പോൾ വേണുഗോപാലന് ചെറിയൊരു ആശ മുളച്ചു. സത്യത്തിൽ രാമസ്വാമിയുടെ ഓഫീസുമുറിയിലൊട്ടിച്ച ബിൽഡിങ്ങുകളുടെ പടങ്ങൾ എത്രയോ കാലം മുമ്പ് നടക്കാതിരുന്ന പ്രോജക്റ്റുകളുടേതായിരുന്നു.

വൺ ബെഡ് റൂം ഹാൾ കിച്ചണിന്റെ വിസ്തീർണം 510 സ്ക്വയർഫീറ്റാണ്. അതും പണി കഴിയാറായ കെട്ടിടത്തിലുള്ളത്. 1,50,000 കൊടുത്താൽ സംഗതി ക്ലീൻ.” ഇത്രയും പറഞ്ഞ് രാമസ്വാമി തന്റെ കഷണ്ടിത്തല ഒന്നു തലോടി ആശാപൂർവം വേണുഗോപാലനെ നോക്കി. സത്യം പറഞ്ഞാൽ ആനന്ദവല്ലി -വേണുഗോപാലൻ ദമ്പതികൾക്ക് റിയൽ എസ്റ്റേറ്റ് ബിസിനസ്സിനെക്കുറിച്ച് ഒരു ചുക്കും അറിയില്ല. വാസ്തു അനുസരിച്ച് കിഴക്കോട്ട് മുഖം, ഇരുപത്തിനാലു മണിക്കൂറും വെള്ളം, ഗ്രൗണ്ട് ഫ്ളോർ, ഓപ്പൺ ബാൽക്കണി തുടങ്ങിയ വിശദാംശങ്ങൾ രാമസ്വാമി അവരുടെ മുന്നിൽ നിരത്തി. അടുത്ത ഞായറാഴ്ച ദാദറിലെ ടിക്കറ്റ് കൗണ്ടറിൽ കാണാമെന്ന് പറഞ്ഞ് ദമ്പതികൾ ആന്റോപ് ഹില്ലിലേക്ക് മടങ്ങി. വഴിനീളെ ഫ്ളാറ്റിന്റെ സൗകര്യങ്ങളെക്കുറിച്ചും അവിടേക്ക് വാങ്ങേണ്ട സാധനങ്ങളെക്കുറിച്ചും അവർ സംസാരിച്ചു. ബോംബെയിൽ പതിനായിരങ്ങൾ വഴിവക്കിലുറങ്ങുന്നു. തങ്ങൾക്ക് അല്പം അകലെയാണെങ്കിലും തല ചായ്ക്കാൻ ഒരിടം ലഭിക്കുമല്ലോ എന്ന് സാഹിത്യഭാഷയിൽ ചിന്തിച്ച് വേണുഗോപാലൻ ഉറങ്ങാൻ കിടന്നു. 80,000

രൂപ സ്വരൂപിച്ച ഭാര്യയെ ഒന്ന് ആലിംഗനം ചെയ്ത് അയാൾ മയങ്ങി. സ്വപ്ന ത്തിൽ തന്റെ ഭാവിയിലെ ഫ്ളാറ്റിലെത്തി. അയാൾ ഉറക്കത്തിലൊന്ന് മന്ദഹസിച്ചിരിക്കണം. ആനന്ദവല്ലി പുറംതിരിഞ്ഞ് കിടന്ന് ഉറങ്ങുന്നു. അയാളുടെ വല്യോപ്പോൾ ഒരു തവളയുടെ ശബ്ദത്തിൽ കൂർക്കം വലിക്കുന്നു. മകളുടെ ഉറക്കത്തിലെ പല്ലുകടി അയാളെ അന്ന് തെല്ലും അലോസരപ്പെടു ത്തിയില്ല.

ഞായറാഴ്ച വന്നു. കുളിച്ചൊരുങ്ങി. വേണുഗോപാലനും ഭാര്യയും ദാദറി ലെത്തി. വെസ്റ്റേൺ റെയിൽവേയുടെ ടിക്കറ്റ് കൗണ്ടറിൽ ചന്ദനപ്പൊട്ടും ഭസ്മക്കുറിയുമണിഞ്ഞ് സുസ്മേരവദനനായി രാമസ്വാമി കാത്തുനിൽക്കു ന്നുണ്ടായിരുന്നു. അയാൾ വിരാറിലേക്കുള്ള മൂന്ന് റിട്ടേൺ ടിക്കറ്റുകൾ എടു ത്തിട്ടുണ്ട്. പ്ലാറ്റ്ഫോം മൂന്നിലേക്കവർ സ്റ്റെപ്പുകളിറങ്ങി. മീൻ വില്പനക്കാരി കളായ കോലികൾ, പച്ചക്കറി വില്പനക്കാർ തുടങ്ങിയവരും വേണുഗോപാ ലൻ ദമ്പതികളും രാമസ്വാമിക്കൊപ്പം വിരാർ ഫാസ്റ്റിൽ കയറിക്കൂടി. സെക്കന്റു കൾകൊണ്ട് കമ്പാർട്ടുമെന്റ് നിറഞ്ഞു. സൂചികുത്താനുള്ള ഇടംപോലും അവിടെയുണ്ടായിരുന്നില്ല. വണ്ടി കുതിച്ച് പാഞ്ഞ് ബാന്ദ്ര, അന്ധേരി, ബോറിവലി എന്നീ സ്റ്റേഷനുകളിൽ സെക്കന്റുകൾ നിർത്തി മുന്നോട്ടു പോയി. ദഹിസർ സ്റ്റേഷൻ പരിസരത്ത് ട്രാക്കിന്റെ മൂക്കിന് താഴെ തന്നെ കുട്ടികൾ വിസർജ്ജിക്കുന്നു. ചെറിയ തകരടിന്നുകളിൽ വെള്ളവുമായി പുരുഷന്മാരും സാരി പൊക്കി കുട ചൂടി സ്ത്രീകളും മറയ്ക്കിരിക്കുന്നു.

മീരാറോഡിലെത്തിയ വിരാർ ഫാസ്റ്റ് അവിടെ സിഗ്നൽ ലഭിക്കാത്തതു മൂലം അഞ്ചുമിനിറ്റോളം നിർത്തി. പുതിയ കെട്ടിടങ്ങളുടെ നിർമ്മാണം നടന്നുകൊണ്ടിരിക്കുന്നു. ഉപ്പളങ്ങളും പാലക്കാടിനെ അനുസ്മരിപ്പിക്കുന്ന വലിയ ഏരികളും പിന്നിട്ട് ഭയന്തർ പാലം കടന്ന് (ബ്രിട്ടീഷുകാർ നിർമ്മിച്ച പാലമാണ്.) പതിനഞ്ച് മിനിറ്റിനുള്ളിൽ വിരാർ ഫാസ്റ്റ് ലക്ഷ്യസ്ഥാന ത്തെത്തി.

ആനന്ദവല്ലി വാച്ചിൽ നോക്കി. ദാദറിൽനിന്ന് 55 മിനിറ്റ് അത്ര ദൂരമല്ല. അവർ മനസ്സിൽ കണക്കുകൂട്ടി നോക്കി. ഞായറാഴ്ച ആയതുകൊണ്ടാവാം സ്റ്റേഷനിൽ വലിയ തിരക്കില്ല. പുളിമരങ്ങളും പൂപ്പരുത്തിയും നിറഞ്ഞു നിൽക്കുന്ന സ്റ്റേഷൻ പരിസരം. പേപ്പർ സ്റ്റോളിനടുത്തുള്ള ഭയ്യയുടെ കട്ടിങ് ചായ ആസ്വദിച്ച് മൂവരും സ്റ്റേഷൻ റോഡിലൂടെ മുമ്പോട്ട് നടന്നു. ചതുപ്പു നിലങ്ങൾ മണ്ണിട്ട് ഉയർത്തിയ സ്ഥലങ്ങളിൽ പഴയ കെട്ടിടങ്ങൾ. പ്ലാറ്റ്ഫോ മിന് വെളിയിൽ ഒന്നുരണ്ട് പശുക്കളും ചില ചാവാലിപ്പട്ടികളും നടക്കുന്നു ണ്ടായിരുന്നു. പട്ടുസാരിയിൽ പൊതിഞ്ഞ ഗുജറാത്തിസ്ത്രീകൾ അമ്പല ത്തിലേക്കുള്ള വഴിപാടുകൾ തളികയിലേന്തി പോകുന്നു. വഴിയരികിൽ ചെറിയ കടകൾ മാത്രം. ഒരു ഗലിയിൽ ഗണപതിമന്ദിർ. വലതുഭാഗത്ത് 'രാജ് വൈൻസ്' (കൺട്രി ലിക്കറും വിദേശമദ്യകടയും) അവർ കുറച്ചുകൂടി ദൂരം മുന്നോട്ടു നടന്ന് അതിരാണിച്ചെടികളും ഉയർന്ന ഒരുതരം പുല്ലും നിറഞ്ഞ സ്ഥലത്തെത്തി. ചെറിയ വഴിയിലൂടെ മുന്നോട്ട് നടന്നപ്പോൾ അവിടവിടെ

പണി തീരാത്ത ചില കെട്ടിടങ്ങൾ. 'യുണിക് അപ്പാർട്ട്മെന്റ്, യുവർ ഷെൽട്ടർ ഫോർ ഹാപ്പി ലിവിങ്' എന്ന ബോർഡിന് താഴെ കഴുതകൾ മണൽച്ചാക്കു ചുമക്കുന്നു. അവ ഈച്ചകളെ അകറ്റാൻ കാതുകൾ ചലിപ്പിക്കുകയും വാലാട്ടുകയും ചെയ്തുകൊണ്ടിരുന്നു.

അവസാനം അവർ രണ്ട് നിലകളുള്ള ആനന്ദ് ജ്യോതി അപ്പാർട്ട്മെന്റിലെത്തി. (യഥാർത്ഥ പേരല്ല). വെള്ളക്കുമ്മായത്തിൽ കുളിച്ചുനിൽക്കുന്ന ആ കെട്ടിടത്തെ ഒരു അപ്പാർട്ടുമെന്റെന്ന് പറയാമോ എന്ന് ആനന്ദവല്ലി സംശയിച്ചു. രാമസ്വാമി വാതോരാതെ സംസാരിക്കുന്നു. ഇരയെ നഷ്ടപ്പെടുത്തരുതല്ലോ! വേണുഗോപാലൻ കെട്ടിടത്തിന്റെ മുന്നിൽനിന്ന് ഒരു നെടുവീർപ്പിട്ടു. 'വർക്ക് ഇൻ പ്രോഗ്രസ്' എന്ന് അവിടെ എഴുതിക്കണ്ടെങ്കിലും കെട്ടിടത്തിൽ ആളനക്കമുണ്ടായിരുന്നില്ല. പരിസരം മുഴുവൻ പുല്ല് നിറഞ്ഞിരിക്കുന്നു. ഏരിയിൽ മീൻപിടിക്കുന്ന ചെറിയ കുട്ടികൾ. അതിലൊരുവൾ വെള്ളത്തിലേക്ക് കല്ലെറിഞ്ഞുകൊണ്ടിരുന്നു. രാമസ്വാമി താക്കോൽ തപ്പിയെടുത്ത് ഫ്ളാറ്റിന്റെ വാതിൽ തുറന്നു. തറ മൊസേക്കിട്ടിട്ടില്ല. പരുക്കൻപണി കൊണ്ടാകാം, ചുമരുകൾക്കൊന്നും ഒരു മിനുസവുമില്ല. സിമന്റിന്റെ അവശിഷ്ടങ്ങൾ മുറിയാകെ പരന്നുകിടക്കുന്നു. പണിക്കാർ അവിടെ അടുപ്പുകൂട്ടി തീ കത്തിച്ച ലക്ഷണമുണ്ട്. മൂന്ന് പാളികളുള്ള ജനലിന് കതകുകൾ വെച്ചിട്ടില്ല. ഒരു പ്രാവിൻകൂട് മൂലയിൽ സ്ഥലം പിടിച്ചിരിക്കുന്നു.

വിയർത്തൊലിച്ച വേണുഗോപാലൻ തൂവാലകൊണ്ട് മുഖവും കഴുത്തും അമർത്തി തുടച്ച് പുറത്തിറങ്ങി നിന്നു. വെയിലിന് നല്ല ചൂട്. രാമസ്വാമിയും ആനന്ദവല്ലിയും സംഭാഷണത്തിലാണ്. ഒടുവിൽ അവരുടെ ആവശ്യപ്രകാരം രാമസ്വാമി മറ്റ് മൂന്ന് കെട്ടിടത്തിലേക്ക് വേണുഗോപാലനെ കൂട്ടിക്കൊണ്ടുപോയി. അവിടെ പട്ടാപ്പകൽ കൊതുകുകൾ മൂളിപ്പറക്കുന്നു. ഫ്ളാറ്റും താരതമ്യേന ചെറുത്. വിലയും കൂടുതൽ. അവ ദമ്പതികൾ ഉപേക്ഷിച്ചു. രാമസ്വാമി, ഒരുവിധം വേണുഗോപാലൻ-ആനന്ദവല്ലി ദമ്പതികളെ ആദ്യത്തെ ഫ്ളാറ്റു തന്നെയെടുക്കാൻ നിർബന്ധിച്ചുകൊണ്ടിരുന്നു. ആ ഭാഗത്ത് അയ്യപ്പന്റെ അമ്പലവും സ്കൂളും വരുന്നുണ്ടെന്നും അതോടെ ആനന്ദ് ജ്യോതിയിൽ ഫ്ളാറ്റ് ലഭിക്കാൻ ആളുകൾ ക്യൂ നില്ക്കുമെന്നും അയാൾ കൂട്ടിച്ചേർത്തു. കാരണം, ഒന്നൊഴികെ മറ്റെല്ലാം വിറ്റുപോയത്രെ. അയാളുടെ തമിഴും ഹിന്ദിയും മലയാളവും കൂടിക്കലർന്ന മണിപ്രവാളഭാഷ അവസാനിക്കുമല്ലോ എന്നു കരുതി ദമ്പതികൾ മാറിനിന്ന് കുശുകുശുപ്പു നടത്തി തിരിച്ചുവന്ന് ആ ഫ്ളാറ്റുതന്നെയെടുക്കാമെന്ന് രാമസ്വാമിക്ക് ഉറപ്പു നൽകി. വിജയശ്രീലാളിതനായ രാമസ്വാമി അല്പദൂരം നടന്ന് അഗാശി റോഡിലെത്തി ഓട്ടോയ്ക്ക് കൈകാണിച്ചു. അയാൾ പിന്നെ കാണാമെന്ന് പറഞ്ഞ് അവിടെനിന്ന് പെട്ടെന്ന് അദൃശ്യനായി.

അങ്ങനെ അടുത്ത ഞായറാഴ്ച വസായിലുള്ള ബിൽഡറുടെ ഓഫീസിൽ രാമസ്വാമിയൊത്ത് ചെന്ന് 15,000 രൂപ നല്കി. ബിൽഡർ ഗുജറാത്തിയിൽ നീട്ടിവലിച്ചൊരു ഒപ്പിട്ട റെസീറ്റും കൊടുത്തു. തുടർന്ന് നാല് ടംബ്ലറുകളിൽ ഒരു ഔൺസ് വീതം കടുംമധുരമുള്ള ചായ നല്കി സൽക്കരിച്ചു.

ആനന്ദ് ജ്യോതി അപ്പാർട്ട്മെന്റിൽ ഗ്രൗണ്ട് ഫ്ളോർ, ഫ്ളാറ്റ് നമ്പർ 101 ബുക്ക് ചെയ്ത് തിരിച്ചുപോകുമ്പോൾ രണ്ടുപേർക്കും എന്തോ നേടിയെന്ന സംതൃപ്തി. ഒപ്പം രാമസ്വാമിക്കും.

ബോംബെയിൽ മാട്ടുംഗ ലേബർ ക്യാമ്പിൽ വേണുഗോപാലൻ ഒരു വർഷം സഹോദരിയുടെ ചോളിലായിരുന്നു താമസിച്ചിരുന്നത്. ബാക്കി മാട്ടുംഗയിലെ ട്രിച്ചൂർ ലോഡ്ജിലും.

കൊച്ചുഗുരുവായൂരപ്പൻ അമ്പലത്തിൽവെച്ചാണ് ആനന്ദവല്ലിയെ പരിചയപ്പെടുന്നത്. വീട്ടുകാരുടെ സമ്മതത്തോടെ ഇരുവരും വിവാഹിതരായി. രണ്ടു കുഞ്ഞുങ്ങളുമായി. പക്ഷേ, താമസം ആന്റോപ് ഹില്ലിലെ സി.ജി.എസ്. ക്വാർട്ടേഴ്സിൽ. കേന്ദ്രസർക്കാർ ഉദ്യോഗസ്ഥർക്കുള്ള ആ കോളനിയിലെ താമസക്കാർ ഭൂരിഭാഗവും മലയാളികളും ചെറുകിട ജോലിക്കാരുമായ വാടകക്കാരാണ്. ആന്റോപ് ഹില്ലിൽ താമസിക്കാത്ത മലയാളികളായ ഉദ്യോഗാർത്ഥികളും ഗൾഫ് സ്വപ്നങ്ങൾ കണ്ട് ബോംബെയിൽ എത്തിയവരും ചുരുക്കം. മലയാളികൾക്ക് അത്രയ്ക്കും പരിചിതം.

ബോംബെയിൽ വന്ന് ഇക്കാലമത്രയും അവർ വീരാർവഴി വന്നിട്ടില്ല. ജോലി വിട്ടാൽ വേഗം കൂടണയുന്ന അവർക്ക് ആ ഭാഗത്ത് താമസിക്കുന്ന സുഹൃത്തുക്കളോ ബന്ധുക്കളോ ഇല്ലായിരുന്നു. ചില ബുധനാഴ്ചകളിൽ ആനന്ദവല്ലി മാഹിം പള്ളിയിൽ പോയി പ്രാർത്ഥിക്കുമെന്ന് മാത്രം. അവർ മാട്ടുംഗയിലിറങ്ങി വരുന്ന വഴിയിൽ കൊച്ചുഗുരുവായൂരപ്പനെ തൊഴുതു. രണ്ടു രൂപ കാണിക്കയുമിട്ടു. പാറമേക്കാവിലമ്മയ്ക്ക് ഒരു പട്ടുപാവാട ചാർത്താമെന്ന് ആനന്ദവല്ലി നേർന്നു.

വല്ലപ്പോഴുമൊരിക്കൽ മാത്രമാണ് ആ വീട്ടിൽ സസ്യേതരഭക്ഷണം പാകം ചെയ്യുക. ഫ്ളാറ്റ് ബുക്ക് ചെയ്തതിന്റെ സന്തോഷം ആഘോഷിക്കാൻ വേണുഗോപാലൻ അന്ന് വിലകൂടിയ, വായിലിട്ടാൽ അലിയുന്ന 'വെങ്കിസ് ചിക്കൻ' തന്നെ വാങ്ങി സ്വയം പാകം ചെയ്ത് വിളമ്പി.

പിറ്റേന്നു കുടുംബം പതിവുപോലെ ചെറിയ മകനെ സ്കൂളിലേക്ക് പറഞ്ഞയച്ച് ജോലിക്ക് യാത്രയായി. മകൾ കുസും ഇൻസ്റ്റിറ്റ്യൂട്ടിൽ ടൈപ്പിംങ് പഠിക്കുന്നതിന് പോയി. ഒരു പ്രതികാരമെന്നോണം കമ്പനി ഉടമ ഘനശ്യാമിന് 260 ഗ്രാം മധുരപലഹാരം വേണുഗോപാലൻ നല്കി. സേഠ് ഒരു മിസ്റ്റിക് ചിരി ചിരിച്ച് മധുരം നുണഞ്ഞു.

ആനന്ദവല്ലി തിരിച്ചുവന്നപ്പോൾ തികച്ചും നിരുത്സാഹയായിരുന്നു. വിരാർ ഗുണ്ടകളുടേയും കള്ളക്കടത്തിന്റേയും സ്ഥലമാണെന്ന് ഓഫീസിലെ മിസിസ് ചിറ്റ്നിസ് പറഞ്ഞത് അവരെ തെല്ലൊന്ന് വിഷമിപ്പിച്ചു. അന്ന് പാത്രങ്ങൾ കഴുകുമ്പോൾ അവർ ചില്ലുഗ്ലാസുകൾ രണ്ടെണ്ണം പൊട്ടിച്ചു. വല്യോപ്പോൾ അപ്പോൾ സന്ധ്യാനാമം ജപിക്കുകയായിരുന്നു. "എന്താ അടുക്കളയിൽ പൂച്ച കയറിയോ?" എന്നൊരു ചോദ്യവും അവർ ഉയർത്തി.

ദിനങ്ങളും ആഴ്ചകളും മാസങ്ങളും കടന്നുപോയി. വേണുഗോപാലൻ ഒരു ലക്ഷം രൂപ ബിൽഡർക്ക് കൊടുത്തു.

പണിതീർത്ത് താക്കോൽ അടുത്തുതന്നെ തരാമെന്ന് അയാൾ ദമ്പതികൾക്ക് ഉറപ്പുനല്കി. ആന്റോപ് ഹില്ലിലെ മുറിയുടെ വാടകക്കരാർ അടുത്ത മാസം അവസാനിക്കും. അപ്പോൾ എന്തായാലും മാറേണ്ടിവരും. ഡെപ്പോസിറ്റ് തുക തിരികെ ലഭിക്കുമെങ്കിലും ബ്രോക്കർക്ക് രണ്ടുമാസത്തെ വാടക പുതിയമുറിക്കായി കമ്മീഷൻ ഇനത്തിൽ നൽകണം. വീണ്ടും പാഴ്ച്ചെലവ്. വേണുഗോപാലന് അരിശം വന്നു. തന്റെ ഫ്ളാറ്റിന്റെ പണി ഇനി എത്ര നീളുമോ എന്തോ. അയാളുടെ ചിന്ത അപ്പോൾ അതായിരുന്നു.

കിളി മുട്ട കാക്കാൻ വരുന്നപോലെ കുറേമാസങ്ങളായി അവരുടെ അരികിൽ ദിനവും വന്നുകൊണ്ടിരുന്ന രാമസ്വാമിയുടെ പൊടിപോലുമില്ല. ഒരു മാസത്തോളമായി. അയാളുടെ ഓഫീസ് തുറക്കാറില്ലെന്ന് അടുത്ത കടയിൽ ചോദിച്ചപ്പോൾ മനസ്സിലായി.

സെപ്റ്റംബർ 24ന് ആയിരുന്നു ആ കൊല്ലത്തെ ഗണപതി ഉത്സവം. ഓരോ പ്രദേശത്തും ഏറ്റവും വലിയ ഗണപതി വിഗ്രഹം പ്രദർശിപ്പിക്കാൻ തദ്ദേശവാസികൾ മത്സരിച്ചു. ഗണപതി ദേവനെ ആരാധിക്കുന്നത് എല്ലാ വിഘ്നങ്ങളും മാറാൻ സഹായിക്കുമെന്ന് മഹാരാഷ്ട്രീയരും ഹിന്ദുക്കളും മറ്റുള്ളവരും വിശ്വസിക്കുന്നു.

ഗണപതി പപ്പ മോറിയ

മംഗൾ മൂർത്തി മോറിയ

പൂട്ച്ചാ വർഷി ലൗക്കരിയാ

അടുത്ത വർഷം വേഗമെത്തണമെന്ന് വിഘ്നേശ്വരനോടുള്ള പ്രാർത്ഥനയോടെ ഏഴാംദിവസം ഗണപതി വിഗ്രഹങ്ങൾ ബോംബെയിലെ കടലിലും തടാകങ്ങളിലും ഭക്തർ നിമജ്ജനം ചെയ്തു. വേണുഗോപാലനും കുടുംബവും ദാദർ ചൗപ്പാട്ടി കടൽത്തീരത്തേക്കാണ് പോയത്. ലേസിയം കളിച്ചും ബാന്റ് വാദ്യങ്ങളോടെയും വർണപ്പൊടികൾ അന്തരീക്ഷത്തിൽ വാരിവിതറിയുമുള്ള ആഘോഷം ബോംബെ നിവാസികൾക്ക് ഏറെ പ്രിയങ്കരമാണ്.

ഗണപതി ഉത്സവം കഴിഞ്ഞ് ജനം തങ്ങളുടെ ജോലികളിൽ വ്യാപൃതരായി. വേണുഗോപാലന്റെ ഫ്ളാറ്റിന്റെ പണി ഏതാണ്ട് പൂർത്തിയായിരിക്കുന്നു. ഒരു ഭട്ടിനെ(പുരോഹിതൻ)ക്കൊണ്ട് മുഹൂർത്തം കുറിച്ചു. അയാൾ ഫ്ളാറ്റ് മാറിത്താമസിക്കാനുള്ള ബദ്ധപ്പാടിലാണിപ്പോൾ. പതിനായിരം രൂപ മിച്ചമുണ്ടായിരുന്നത് രജിസ്ട്രേഷൻ, വക്കീൽ ഫീസ് തുടങ്ങിയവ നൽകി അവസാനിച്ചിരുന്നു.

ബിൽഡർ ഒരു സുദിനത്തിൽ ഫ്ളാറ്റിന്റെ ചാവിയും മറ്റു കടലാസുകളും വേണുഗോപാലിന് നൽകി. തന്റെ ചിരകാലസ്വപ്നം സഫലമായിരിക്കുന്നു. ഒമ്പത് മാസങ്ങളോളമായി അയാൾ ഫ്ളാറ്റിന്റെ പുറകെയാണല്ലോ. വസായിലുള്ള ബിൽഡറുടെ ഓഫീസിൽനിന്ന് ചാവി വാങ്ങി പുറപ്പെടുമ്പോൾ അവിടെ 'വസന്ത് വിഹാർ ബിയർ ബാർ' എന്നൊരു ബോർഡ് അതിനകത്തേക്ക് ക്ഷണിക്കുന്നതായി തോന്നി. വേണുഗോപാലൻ രണ്ടും കല്പിച്ച്

രണ്ട് പിൽസ്നർ ബിയർ കഴിച്ചു. എന്നിട്ട് ചെറിയൊരു ചിരിയോടെ പണം നൽകി പുറത്തുവന്നു. ആകെയൊരു സുഖം.

"ഒടുവിൽ ഞാനൊരു ഫ്ളാറ്റിന്റെ ഉടമയായിരിക്കുന്നു." വേണുഗോപാലൻ മന്ദഹസിച്ചു. ജീവിതവിജയം നേടിയ വ്യക്തികളുടെ പേപ്പർ ബാക്ക് എഡിഷൻ അയാൾ വായിച്ചിട്ടുണ്ട്. അക്കൂട്ടത്തിൽ തന്റേയും പേര് ചേർക്കാമെന്ന് അയാൾ ചിന്തിച്ചു.

അന്ന് മനസ്സമാധാനത്തോടെ വീട്ടിലെത്തി കിടന്നുറങ്ങി. ഓഫീസ്, വീട്, രാത്രിയിലെ പത്രവായന എന്നിവയിൽ മുഴുകി ദിവസങ്ങൾ മുന്നോട്ടു പോയി. ബോംബെയിൽ മഴയെത്തി. അക്കുറി അല്പം വൈകിയാണ് കാലവർഷത്തിന്റെ വരവ്. ട്രെയിനുകൾ പലതും മുടങ്ങി. പല ദിവസങ്ങളിലും ഓഫീസിൽ പോകാൻ കഴിഞ്ഞില്ല. ഹാർബർ ലൈൻ വെള്ളത്തിനടിയിലായിരുന്നു. ആളുകൾ വെള്ളത്തിലൂടെ നടക്കുന്നതിന്റെ ചിത്രങ്ങൾ പത്രങ്ങളിൽ വന്നു. വിരാർ ട്രെയിനുകൾ പലപ്പോഴും മുടങ്ങുന്നതായി ആനന്ദവല്ലി പറഞ്ഞു.

വല്യോപ്പോളെയും കൂട്ടി ഒരു ശുഭ ഞായറാഴ്ച ആ കുടുംബം വിരാറിലേക്ക് പുറപ്പെട്ടു. സബർബൻ ട്രെയിനിൽ അത്യാവശ്യം തിരക്കുണ്ടായിരുന്നെങ്കിലും അവർക്ക് ഇരിപ്പിടം ലഭിച്ചു. വണ്ടിയിറങ്ങി ഒരു സ്പെഷ്യൽ ഓട്ടോ വിളിച്ച് ഓപ്പോളോടൊപ്പം മകളേയും ആനന്ദവല്ലിയേയും ആനന്ദ്ജ്യോതിയിലേക്ക് യാത്രയാക്കി. മകനും അയാളും അവിടെയുണ്ടായിരുന്ന പലചരക്കു കടയിൽനിന്ന് അത്യാവശ്യസാധനങ്ങളും പച്ചക്കറിയും വാങ്ങി വീട്ടിലേക്കു നടന്നു. അപ്പോൾ തന്നെ ടെമ്പോയിൽ ആന്റോപ്പ് ഹില്ലിൽ നിന്ന് കയറ്റിയ സാധനങ്ങൾ വന്നെത്തി. ഗുരുവായൂരപ്പന്റെ ഛായാചിത്രം തൂക്കി ചന്ദനത്തിരി കത്തിച്ചു. സുഗന്ധം അവിടെയാകെ തങ്ങിനിന്നു.

സ്റ്റൗ കത്തിച്ച് ആനന്ദവല്ലി പാൽ കാച്ചി. പാൽ തിളച്ചുപൊങ്ങുമ്പോൾ അവരുടെ മനസ്സിൽ സന്തോഷത്തിന്റെ പാൽക്കടൽ. അപ്പോൾ വല്യോപ്പോൾ ചോദിച്ചു: "വേണൂ, ഇവിടെ അമ്പലക്കുളമൊന്നും ഇല്ല്യേടാ. ഒന്നു മുങ്ങിക്കുളിച്ചിട്ട് ഇശ്ശി നാളായിരിക്കണൂ." ഏരികൾ കണ്ട് കുളങ്ങളാണെന്ന് അവർ തെറ്റിദ്ധരിച്ചിരിക്കണം. ഇലക്ട്രീഷ്യൻ വന്ന് ഫാനുകൾ ഉറപ്പിച്ചു. ടാങ്കർ വെള്ളമാണ് കുടിക്കാൻ ഉപയോഗിച്ചിരുന്നത്. ഉപ്പുവെള്ളം വരുന്ന ടാപ്പിൽ നിന്നത് എപ്പോഴും ലഭിക്കും. പാത്രങ്ങൾ കഴുകാനും തുണിയലക്കാനും തറ തുടക്കാനും മറ്റും അതാണ് ഉപയോഗിക്കേണ്ടതെന്ന് മുകളിലെ താമസക്കാർ പറഞ്ഞു. ഉച്ചഭക്ഷണം കഴിഞ്ഞ് അവർ ഒന്നു മയങ്ങി. സ്വന്തം വീട്ടിലെ ആദ്യഭക്ഷണം. പയ്യനെ സ്കൂൾ മാറ്റിച്ചേർക്കേണ്ടതുണ്ട്. അതിനായി ഇനിയും ലീവെടുക്കണമെന്ന് ഓർത്തപ്പോൾ വേണുഗോപാലന് തന്റെ അന്നത്തെ ശമ്പളം പോകുമല്ലോ എന്ന ദുഃഖം അവശേഷിച്ചു.

വൈകുന്നേരം വരെ സമയം നീക്കാൻ അവർക്ക് ബുദ്ധിമുട്ടായി തോന്നി. ഒരു ടി.വി അവരുടെ സ്വപ്നമായിരുന്നു. ആന്റോപ് ഹില്ലിൽ കുട്ടികൾ അടുത്ത വീട്ടിലേക്കാണ് ഞായറാഴ്ചകളിൽ ടി.വി കാണുവാൻ പോകുക. ആനന്ദവല്ലിക്കത് ഇഷ്ടമല്ലെങ്കിലും അവർ കുട്ടികളെ തടഞ്ഞില്ല.

രാത്രിയെത്തി. ഇതിനിടെ, ഒന്നുരണ്ട് പ്രാവശ്യം കറന്റ് പോയി. സന്ധ്യയോടെ കൊതുകുകളുടെ ജോയ്ന്റ് ഫാമിലി വീടനകത്ത് പ്രവേശിച്ചു. അവ ചെവിയിൽ പാട്ടുപാടിയും രക്തം കുടിച്ചും കുടുംബത്തെ ശല്യപ്പെടുത്തി. അടുത്തുള്ള തബേല(എരുമത്തൊഴുത്തി)യിൽ നിന്ന് പാൽക്കാരായ ഭയ്യാമാരുടെ ഭോജ്പൂരിലുള്ള കോറസ് ആരംഭിച്ചു. പുലരുവോളം അവർ പാടിക്കൊണ്ടിരുന്നു. ആനന്ദവല്ലി ഒഴികെ മറ്റാരും ഉറങ്ങിയില്ല.

ദിവസങ്ങളും ആഴ്ചകളും മാസങ്ങളും കൊഴിഞ്ഞുവീണു. ആ കൊല്ലം മഹാനഗരത്തിൽ മഴ പെട്ടെന്നെത്തി. ഇടിവെട്ടും മിന്നലും നിറഞ്ഞ ആകാശം എപ്പോഴും മൂടിക്കിടന്നു. വർഷക്കാലമാരംഭിച്ചതോടെ വീരാറിലെ ഗലികളിൽ മലിനജലം കുത്തിയൊലിച്ചു. കാനകളിൽ വെള്ളമൊഴുകിപ്പോകാൻ കഴിയാതെ അവ റോഡുകളിലേക്ക് പരന്നു. കൊതുകുകളും പെരുകി. ക്ഷുദ്രപ്രാണികളുടേയും മാക്രികളുടേയും കരച്ചിൽ രാത്രി മുഴുവൻ നീണ്ടുനിന്നു. വേണുഗോപാലന്റെ ടോയ്‌ലറ്റിൽ വിസർജനവസ്തു പൊന്തി. അയാൾ അത് വൃത്തിയാക്കാൻ ബങ്കികളെ (തോട്ടികൾ) അന്വേഷിച്ച് ഓടി. ബിൽഡറുടേയും രാമസ്വാമിയുടേയും പൊടിപോലും കാണാതായി.

ആനന്ദ് ജ്യോതിയിൽ എലികളുടെ ശല്യം വർധിച്ചു. അവ പട്ടാപ്പകൽ മുറികളിലൂടെ ഓടി നടക്കാൻ തുടങ്ങി. ഇതിനിടെ തൊട്ടടുത്തുള്ള ഏരിയയിൽ ഒരു ജഡം പൊന്തി. ആഴ്ചകളോളം അതവിടെക്കിടന്ന് വീർത്ത് ഈച്ചകളാർത്തു. കഴുകന്മാർ ജഡം കൊത്തിവലിച്ചു. പൊലീസ് അന്വേഷണം ഒന്നുമുണ്ടായില്ല. വേണുഗോപാലന്റെ മനസ്സ് അസ്വസ്ഥമായി. അതിരാവിലെ ജോലിക്കുപോകുന്ന അയാൾ ക്ഷീണിച്ചവശനായി വീട്ടിലെത്തുമ്പോൾ മണി പതിനൊന്നെങ്കിലുമാകും. അയാൾക്ക് മിണ്ടാട്ടമില്ലാതായി. കുട്ടികൾ മാത്രം ഇതൊന്നുമറിഞ്ഞില്ല. കറന്റ് കട്ടും കുടിവെള്ളത്തിന്റെ ദൗർലഭ്യവും വണ്ടിയിലെ അമിതമായ തിരക്കും വേണുഗോപാലൻ-ആനന്ദവല്ലി ദമ്പതികളെ തളർത്തി. ഇതിനിടെ മകൾക്ക് മേലാസകലം ചൊറിപൊന്തി. വെള്ളത്തിൽ നിന്നുള്ള അലർജിയെന്ന് ഡോക്ടർ പറഞ്ഞു. ചെറിയ കുട്ടിക്ക് ഇടയ്ക്കിടെ പനി.

എന്നിട്ടും ഒന്നുരണ്ട് കുടുംബങ്ങൾ ആനന്ദ് ജ്യോതിയിൽ താമസത്തിനെത്തി.

നിവർത്തിപ്പിടിച്ച വാളുകളും ക്രിക്കറ്റ് ബാറ്റുകളുമേന്തി ഒരു ദിവസം അർധരാത്രിയിൽ ഗുണ്ടകൾ വേണുഗോപാലന്റെ മുറിയുടെ കതകിൽ ചവിട്ടി. അവർ ഒരാളെ തിരഞ്ഞുകൊണ്ടിരിക്കുകയായിരുന്നു. പേടിച്ചരണ്ട ആനന്ദവല്ലിയുടേയും കുട്ടികളുടേയും കൂട്ടനിലവിളി ഉയർന്നു. വേണുഗോപാലൻ സർവ്വ ദൈവങ്ങളേയും പ്രാർത്ഥിച്ച് കതക് തുറന്നു. അയാളെ കണ്ടമാത്രയിൽ ഗുണ്ടകളിലൊരാൾ കോളറിൽപിടിച്ച് തള്ളി പറഞ്ഞു. “ബാഹർ ആവോ, സാലേ...”

ആ മുറിയിൽ ആകെ ഒന്ന് കണ്ണോടിച്ച് പിന്നീട് അവർ ആർത്തട്ടഹസിച്ച് തിരിച്ചുപോയി.

വേണുഗോപാലൻ രണ്ടുകൈകളും താടിയിലൂന്നി മുറിയുടെ ഒരു മൂല യ്ക്കിരുന്നു. ആനന്ദവല്ലിക്കപ്പോൾ 'അയ്യോ പാവം' തോന്നിയിരിക്കണം. അവർ അയാൾക്കൊരു കട്ടൻകാപ്പി ഉണ്ടാക്കിക്കൊടുത്തു. ഗ്യാങ്ങ്വാറുകളും ഗുണ്ടാ വിളയാട്ടവും വീരാറിൽ ദിനംപ്രതിയെന്നോണം നടന്നുകൊണ്ടിരുന്നു.

ഒടുവിൽ വേണുഗോപാലൻ-ആനന്ദവല്ലി ദമ്പതിമാർ വീരാർ വിട്ടുപോ കാൻ തീരുമാനിച്ചു. പത്രത്തിൽ പരസ്യം ചെയ്തും സുഹൃത്തുക്കളോട് പറഞ്ഞും പ്രചാരണം നടത്തിയെങ്കിലും ഒരു കുഞ്ഞുകുട്ടിയും തിരിഞ്ഞു നോക്കിയില്ല.

എന്നാൽ ഒരു ദിവസം രാമസ്വാമിയെ വഴിയിൽവെച്ചുകണ്ടു. അയാളെ കടിച്ചുകൊല്ലാനുള്ള അരിശം വേണുഗോപാലന് തോന്നിയെങ്കിലും അത് ഉള്ളിലടക്കി. സെൻട്രൽ റെയിൽവേയിൽ ഒരു ഫ്ളാറ്റ് വിൽക്കാനുണ്ടെന്നാണ് ഇപ്പോൾ രാമസ്വാമി പറയുന്നത്.

ഈ സംഭവം നടന്ന് ഇപ്പോൾ 20 വർഷങ്ങൾ കഴിഞ്ഞിരിക്കുന്നു. ഈയിടെ മഹാനഗരത്തിലൊരു തിരക്കിട്ട സന്ദർശനം നടത്തിയപ്പോൾ വേണുഗോപാ ലൻ-ആനന്ദവല്ലി ദമ്പതിമാരെക്കണ്ടു. അവർ കൊച്ചു ഗുരുവായൂരമ്പലത്തിൽ വന്നതായിരുന്നു. കുഴിഞ്ഞ കണ്ണുകളും നരച്ച തലമുടിയും അവിടവിടെ താടി യുമായി വേണുഗോപാലനും ജരാനരകൾ ബാധിച്ച ആനന്ദവല്ലിയും ഇപ്പോൾ ആന്റോപ് ഹില്ലിലെ വേറൊരു മുറിയിലാണ് വാടകയ്ക്ക് താമസിക്കുന്നത്. ആനന്ദ് ജ്യോതിക്ക് മതിയായ രേഖകളില്ലാത്തതുമൂലം മുനിസിപ്പാലിറ്റി അത് ബുൾഡോസർവെച്ച് ഇടിച്ച് നിരത്തിയത്രെ. അത് പുറംപോക്ക് സ്ഥലത്ത് നിർമിച്ചതായിരുന്നു. ആ ബിൽഡിങ്ങിലെ എട്ടു കുടുംബങ്ങൾ വഴിയാധാര മായി. ■

ഒരു ബാഹർവാലയുടെ ആത്മവിലാപം

തൃശൂരിനടുത്തുള്ള വാടാനപ്പള്ളിയിലെ ഒരു ചായക്കടയിൽ വെച്ചാണ് ആലിക്കോയയെ പരിചയപ്പെടുന്നത്. ചെളിപറ്റിയ ബനിയനും ലുങ്കിയും ധരിച്ച് അയാൾ ചായ അടിച്ചുകൊണ്ടിരുന്നു. ചില ചെത്തുകാരും ബംഗാളിത്തൊഴിലാളികളും കലപില പറഞ്ഞ് ചായ മോന്തി. വീടിന്റെ ചായ്പിലാണ് ആലിക്കോയയുടെ ചായക്കട. പുട്ടും പത്തിരിയും പാളയംകോടൻ പഴവും മാത്രം വിൽക്കുന്ന ആ കട ഒരു വഴിപാടെന്നപോലെ ദിവസവും തുറക്കും. സമോവറിൽ വെള്ളം തിളച്ചുപൊന്തി. അതിന്റെ അടിയിൽ കത്തുന്ന കനലിൽനിന്ന് ഒരു ബീഡിക്ക് തീ പറ്റിച്ച് ആലിക്കോയ രണ്ടു പുക വിട്ടു. ആ കുഴിഞ്ഞ കണ്ണുകളിലെ നിസ്സംഗഭാവം അയാളിലെ നഷ്ടസ്വർഗങ്ങളുടെ പ്രതിഫലനമാകാം.

അല്പനേരത്തെ തിരക്കിനുശേഷം ചായ കുടിക്കാനെത്തിയവർ പിരിഞ്ഞുപോയി. കട ഏതാണ്ട് ശൂന്യമായി. ആലിക്കോയ അല്പം സൗഹൃദം ഭാവിച്ച് അടുത്തുവന്നിരുന്നു. അയാൾക്ക് എഴുപതിനോടടുത്ത പ്രായമുണ്ട്. ആലിക്കോയ ബോംബെയിലെ ഡോംഗ്രിയിൽ റഹ്മാനിയ ചായമക്കാനിയിൽ ബാഹർവാലയായിരുന്നു. അറുപതുകളിൽ ബോംബെയിലെത്തിയത് ജീവസന്ധാരണത്തിനായിത്തന്നെ. കള്ളവണ്ടി കയറി ദാദറിലെത്തിയപ്പോൾ അയാളുടെ നിക്കറിൽ എട്ടണയുടെ നാണയം മാത്രമാണുണ്ടായിരുന്നതെന്ന് ആലിക്കോയ ഓർക്കുന്നു. ടിക്കറ്റെടുക്കാതെ തന്നെ ആ പതിമൂന്നുകാരൻ പയ്യൻ മസ്ജിദ് സ്റ്റേഷനിലെത്തി. മുഹമ്മദലി റോഡിലൂടെ അന്ന് ട്രാമുകൾ പോയ്ക്കൊണ്ടിരുന്നു. തീവണ്ടിയും ബസ്സുമല്ലാത്ത, നിരത്തിലോടുന്ന ആ വാഹനത്തിന്റെ പേര് ട്രാം എന്നാണെന്ന് മനസ്സിലാക്കാൻ ആലിക്കോയ ആഴ്ചകളെടുത്തു.

മഴ തിമർത്തുപെയ്യുന്ന ജൂലൈ മാസത്തിൽ വിശന്നു പൊരിയുന്ന വയറുമായി ആലിക്കോയ മസ്ജിദ് പരിസരം മുഴുവൻ അലഞ്ഞു. അത്തർ വിൽക്കുന്ന കടകളും പൊരിച്ച തന്തൂരിക്കോഴികളെ പ്രദർശിപ്പിച്ച അഫ്ഗാനി

ഹോട്ടലുകളും താണ്ടി തെലി ഗലിയിലെ റഹ്മാനിയ ഹോട്ടലിനു മുന്നിൽ എത്തി. അതിന്റെ സൈൻ ബോർഡ് മലയാളത്തിലായതിനാൽ നാലാം ക്ലാസ് തോറ്റ ആലിക്കോയക്ക് വായിച്ചെടുക്കാൻ പ്രയാസമുണ്ടായില്ല. അവനു വേണ്ടത് ഒരുപിടി ചോറായിരുന്നു. മടിച്ചുമടിച്ച് തിരക്കുള്ള ആ ഹോട്ടലിന്റെ ക്യാഷ് കൗണ്ടറിൽ അവൻ ചെന്നു. വട്ടത്താടി വെച്ച അവിടെയിരിക്കുന്ന യാൾ ആദ്യം അവനെ കണ്ടില്ല. പിന്നീട് രണ്ടും കല്പിച്ച് അവൻ മലയാള ത്തിൽ തന്നെ പറഞ്ഞു, "പള്ള പയ്ക്കുണു. എനിക്കെന്തെങ്കിലും തരിൻ." ആ തടിയൻ അവനെ അപ്പോൾ ആകെയൊന്ന് ഉഴിഞ്ഞുനോക്കി ഒരു ചോദ്യ മെറിഞ്ഞു, "ഇയ്യ് ചാടിപ്പോന്നതാണ്ടാ?"

"അതെ."

ആലിക്കോയക്ക് അപ്പോൾ അങ്ങനെയാണ് പറയാൻ തോന്നിയത്. തടി യന് ആ പയ്യന്റെ സത്യസന്ധതയിൽ മതിപ്പു തോന്നിയിരിക്കണം.

"എടാ, സുലൈമാനേ, ഈ ചെക്കനെന്തെങ്കിലും തിന്നാൻ കൊട്ക്ക്."

ആ തടിയൻ അവിടെ നിന്ന ആളോട് പറഞ്ഞു.

ഒരു പിഞ്ഞാണം നിറയെ ചോറും മീനിന്റെ ചാറുമെത്തി. ആലിക്കോയ വാരിവലിച്ചു തിന്നു. രണ്ടു ഗ്ലാസ് വെള്ളവും കുടിച്ച് അവൻ ഏമ്പക്കം വിട്ടു. ആ ഹോട്ടലിൽ ഭക്ഷണം കഴിക്കാനെത്തിയവരിൽ ഭൂരിഭാഗവും മലയാളിക ളായിരുന്നു. വെറുതെ നിന്ന ആലിക്കോയയോട് അവരിൽ ചിലർ വെള്ളമാ വശ്യപ്പെട്ടു. പ്ലേറ്റ് എടുക്കുന്നയാൾ വരാൻ വൈകിയപ്പോൾ അവൻ തന്നെ അവയെടുത്ത് മേശ തുടച്ച് വൃത്തിയാക്കി. അപ്പോഴൊക്കെ ആലിക്കോയയെ മുതലാളി നിരീക്ഷിക്കുന്നുണ്ടായിരുന്നു. അവനങ്ങനെ ഒരു ഹോട്ടൽ ജീവ നക്കാരനായി. ആലിക്കോയക്ക് ഭക്ഷണവും കിടക്കാനൊരു സ്ഥലവും മാത്രം മതിയായിരുന്നു. അതിൽ കൂടുതൽ അവനൊന്നും പ്രതീക്ഷിച്ചിരുന്നില്ല. ശനി യാഴ്ചയെത്തി. വൈകിട്ട് കടയിലെ ജോലിക്കാർ വേഗം പണിയവസാനി പ്പിച്ചു. തറ അടിച്ചുകഴുകി കയറ്റുപായ കുടഞ്ഞു വിരിച്ചു. മേശകൾ തുടച്ചു വൃത്തിയാക്കി. ഒമ്പതു മണിക്ക് മുതലാളി ഓരോരുത്തരെയായി വിളിച്ചു. അവർക്ക് ആഴ്ചയിലെ ശമ്പളം നൽകി. ആലിക്കോയ ഒരു ചെറിയ ചങ്കിടി പ്പോടെ അവിടെത്തന്നെ നിന്നു. ഒടുവിൽ അവനേയും വിളിച്ച് മുതലാളി പത്തിന്റെ നോട്ട് നല്കി. അവന്റെ കണ്ണു മഞ്ഞളിച്ചുപോയി. ഹൃദയത്തിൽ ആയിരം ലാത്തിരികൾ കത്തിയ പ്രതീതി. അവൻ സ്വന്തമായി ഇത്രയും പണം സമ്പാദിക്കുന്നത് ഇതാദ്യമായാണ്. അതിനാലാവണം ആലിക്കോയക്ക് പ്രകൃതിയുടെ വിളി അപ്പോഴുണ്ടായതെന്ന് തൂമന്ദഹാസത്തോടെ ആലി ക്കോയ പറഞ്ഞു. അങ്ങനെ അന്ന് അയാളുടെ മുഖത്ത് ആദ്യമായൊരു പുഞ്ചിരി പ്രത്യക്ഷപ്പെട്ടു.

അയാളുടെ ചിരിയിൽ വായിലെ സ്വർണം കെട്ടിയ പല്ല് അപ്പോൾ വ്യക്ത മായിക്കണ്ടു. വാടാനപ്പള്ളിയിലെ ചായക്കടയിലിരുന്ന് ഇതുവരെ സംസാരി ച്ചപ്പോൾ അയാൾ തന്റെ കുടുംബത്തെക്കുറിച്ചൊന്നും പറഞ്ഞില്ല. ഒടുവിൽ

എന്തോ തീരുമാനിച്ചുറപ്പിച്ചതുപോലെ ആലിക്കോയ മനസ്സു തുറന്നു. ആലിക്കോയയുടെ ബാപ്പയ്ക്ക് മീൻകച്ചവടമായിരുന്നു. വാടാനപ്പള്ളിയിൽനിന്ന് കാവ് ചുമന്ന് അയാൾ തൃശൂരിലെത്തി മീൻ വിറ്റ് കിട്ടുന്ന കാശ് വീട്ടിലെത്തിക്കുമായിരുന്നു. ഒരുനാൾ ബാപ്പ ഉമ്മയുമായി പിണങ്ങി നാടുവിട്ടു. രണ്ടാഴ്ച കഴിഞ്ഞ് ചാവക്കാട് കടപ്പുറത്ത് അയാളുടെ ജഡം മീനുകൾ കൊത്തിയ നിലയിൽ മരവിച്ചു കിടന്നു. ആലിക്കോയക്ക് അന്ന് കഷ്ടിച്ച് ഒമ്പത് വയസ്സ്. ഇതു പറയുമ്പോഴും ആ നിസ്സംഗഭാവം അയാളുടെ കണ്ണുകളിൽനിന്ന് മാറിയിരുന്നില്ല. ഉരുണ്ടുപിരണ്ടുള്ള ജീവിതത്തിൽ ഓത്തുപള്ളിയിൽ പോയതൊഴിച്ച് ആലിക്കോയ മറ്റൊന്നും നേടിയില്ല. യൗവനയുക്തയായ ഉമ്മയെ അത്തറു വില്പനക്കാരനായ ഒരാൾ കെട്ടി. ആദ്യമൊക്കെ ഐനാസും മധുരസേവയും മറ്റും വാങ്ങിക്കൊടുത്ത് ആലിക്കോയയെ അയാൾ സുഖിപ്പിച്ചെങ്കിലും പയ്യൻ പുതിയാപ്ലയെ ഇഷ്ടപ്പെട്ടില്ല. കൊല്ലം ഒന്നു കഴിഞ്ഞതിനിടെ അവന്റെ ഉമ്മ ഒന്നു പെറ്റു. എന്തോ, ആ കുഞ്ഞിനോടും അടുക്കാൻ ആലിക്കോയക്ക് കഴിഞ്ഞില്ല. അവൻ സ്കൂളിൽ പോകാതെ സാട്ട കളിച്ചും മാങ്ങയെറിഞ്ഞും, സമയം കൊന്നു. ഉമ്മയെക്കുറിച്ചുള്ള അപശ്രുതികൾ കേൾക്കാൻ തുടങ്ങിയത് അക്കാലത്തായിരുന്നെന്ന് ആലിക്കോയ തുറന്നു പറഞ്ഞു. അവന്റെ രണ്ടാനച്ഛൻ കച്ചവടത്തിനായി ഊരുചുറ്റുന്ന സ്വഭാവക്കാരനായിരുന്നു. രാത്രി എത്തുമ്പോൾ അത്തറുപൂശിയ സുജായികൾ ചിലപ്പോഴൊക്കെ വന്നുതുടങ്ങിയത് ആലിക്കോയക്ക് എന്തിനെന്ന് മനസ്സിലായി. ഉമ്മ അവർക്ക് അയിലക്കറിയും ചോറും വിളമ്പി. ഞരക്കങ്ങൾ അപ്പുറത്തുനിന്ന് കേൾക്കുമ്പോൾ ആലിക്കോയ കണ്ണുകൾ ഇറുക്കിയടച്ചു. അവന് എല്ലാറ്റിനോടും വെറുപ്പുതോന്നി. ഉമ്മയുടെ അരുമയായ കുറിഞ്ഞിപ്പൂച്ചയെ അവൻ അടിച്ച് മൃതപ്രായമാക്കി. അവന്റെ മുമ്പിൽ ജീവിതം ചോദ്യചിഹ്നമായി വേഷം കെട്ടിയില്ല. ആലിക്കോയ വീടുവിട്ടിറങ്ങി.

ഇതിനിടെ രണ്ടുപേർ ചായക്കടയിലെത്തി. പെട്ടെന്ന് അവർക്ക് ചായ നൽകി ആലിക്കോയ അടുത്തുവന്നിരുന്നു.

അയാളുടെ ഇമേജറി പിന്നീട് ബോംബെയെക്കുറിച്ചുള്ളതായിരുന്നു.

“റഹ്മാനിയയിലെ ഉപ്പും ചോറും എന്നെ ജീവിപ്പിച്ചു. കവിളുകൾ തുടുക്കുകയും മീശ മുളയ്ക്കുകയും ചെയ്തു. ഹോട്ടലിലെ ജോലിയിൽനിന്ന് കടകളിൽ ചായയെത്തിക്കുന്ന ബാഹർവാലയായി മാറി. ഗ്ലാസ് പൊട്ടിച്ചാലും കണക്കു തെറ്റിയാലും പണം കൈയിൽനിന്ന് പോയതുതന്നെ.” ആലിക്കോയ പറഞ്ഞു. ഹോട്ടലുടമയിൽ നിന്ന് ആദ്യം പണം നൽകി ടോക്കണുകൾ വാങ്ങുന്നു. ചായയും ഭക്ഷണപദാർത്ഥങ്ങളും അടുത്തുള്ള കടക്കാർക്ക് നൽകി പ്ലേറ്റുകൾ തിരികെ കൊണ്ടുവരുമ്പോൾ ബാഹർവാല ടോക്കൺ തിരികെ നൽകുന്നു. ഇതനുസരിച്ചുള്ള തുക ഹോട്ടലുടമ തിരികെ കൊടുക്കുന്നു. ഉദാരമതികളായവരിൽനിന്ന് കിട്ടുന്ന ടിപ്പുകളും ചില്ലറപ്പൈസകളും ഹോട്ടലുടമ അനുവദിക്കുന്ന കമ്മീഷനുമാണ് ബാഹർവാലകളുടെ വരുമാനം.

ദിനവും 75 ക. മുതൽ 100 ക. വരെ ഞങ്ങൾക്ക് ലഭിക്കും. ഭക്ഷണവും കിടക്കാനിടവും ഒഴിച്ചാൽ മറ്റ് ആനുകൂല്യങ്ങളൊന്നുമില്ലെന്ന് ആലിക്കോയ ഒരു ചോദ്യത്തിനുത്തരമായി പറഞ്ഞു. "ബോംബെയിലെത്തി വർഷം അപ്പോൾ പതിനഞ്ചായെങ്കിലും നാടു കാണണമെന്ന മോഹം ഉദിച്ചില്ല." ആലിക്കോയ ഒന്നു നിർത്തി ബീഡിക്ക് തീ പറ്റിച്ച് തുടർന്നു.

"ബോംബെയിൽ കള്ളക്കടത്തും ഷൂട്ടൗട്ടുകളും കൊലപാതകങ്ങളും നിത്യമെന്നോണം നടന്നുകൊണ്ടിരുന്നു. അത് ബാഷുദായുടെ കാലം. അയാൾ ഡോംഗ്രി മുഴുവൻ രാംപുരി കത്തിമുനയിൽ ഒതുക്കി നിർത്തിയിരുന്ന നാളുകൾ. ജനം അയാളുടെ കിങ്കരന്മാരുടെ നിഴലിനെപോലും ഭയപ്പെട്ടു. ഒരു ദിവസം ബാഷുദായുടെ ആളുകൾ കടയിലെത്തി. വന്നപാടെ അവർ ക്യാഷ് ബോക്സ് കൈക്കലാക്കി സ്ഥലംവിട്ടു. മുതലാളി സ്ഥലത്തുണ്ടായിരുന്നില്ല. വിവരമറിഞ്ഞ് പാഞ്ഞെത്തിയ അയാൾ ബാഷുദായുടെ പക്കൽ പരാതി പറയാൻ ചെന്നു. പക്ഷേ, ഗുണ്ടകൾ മുതലാളിക്ക് ഖോയ്ത്തി കൊണ്ട് മറുപടി നല്കി. ചികിത്സയിൽ കഴിയവേ പൊലീസിൽ പരാതി നൽകിയെങ്കിലും ഫലമൊന്നുമുണ്ടായില്ല. ബാഷുദായുടെ നോട്ടപ്പുള്ളിയായി മാറിയ മുതലാളി പിന്നീടവിടെ നിൽക്കാതെ കട വിറ്റ് നാട്ടിലേക്ക് വണ്ടി കയറി."

ആലിക്കോയയുടെ സ്വപ്നങ്ങൾ പിന്നീട് ഗൾഫിലേക്ക് പറന്നുയർന്നു. ബീണ്ടിബസാറിൽ തന്നെ അല്ലറ ചില്ലറ ജോലികൾ ചെയ്ത് ജീവിതം അയാൾ പുനരാരംഭിച്ചു. മലയാളികൾ തിങ്ങിത്താമസിക്കുന്ന ഒരു ലോഡ്ജിലെ ജീവനക്കാരനായി രൂപാന്തരം പ്രാപിച്ച ആലിക്കോയക്ക് ഗൾഫിൽ പോയി പണമുണ്ടാക്കാനുള്ള ആഗ്രഹം പെട്ടെന്നായിരുന്നു. സ്വപ്നനഗരികളായ ഗൾഫ് രാജ്യങ്ങളുടെ ചിത്രങ്ങൾ ഒരു കൊച്ചുകുട്ടിയുടെ കൗതുകത്തോടെ അയാൾ നോക്കി ആസ്വദിക്കാൻ തുടങ്ങി. നിർല്ലോഭം പണവും ആഡംബര വസ്തുക്കളും സുഗന്ധദ്രവ്യങ്ങളുമായി വന്നെത്തുന്ന ഗൾഫുകാരെ ആലിക്കോയ ആരാധനയോടെ വീക്ഷിച്ചു. അവരുമൊത്ത് സിനിമയ്ക്കുപോയും ചുവന്ന തെരുവുകൾ സന്ദർശിച്ചും അവരിലൊരാളാകാൻ ശ്രമിച്ചു. കലീന എയർപോർട്ടിൽ കൈയിൽ ടു ഇൻ വണ്ണും സഫാരിയുമിട്ട് വിമാനമിറങ്ങുന്നത് അയാൾ സ്വപ്നം കണ്ടു. റഹ്മാനിയയിലെ ബാഹർവാലയായിരിക്കെ സ്വരുക്കൂട്ടിയ അൽപം പണം അയാളുടെ കൈവശമുണ്ടായിരുന്നു. ലോഞ്ചുകളിൽ ആളുകളെ ഗൾഫ് നാടുകളിലെത്തിക്കുന്ന ലോബിയിൽ ആലിക്കോയ ചെന്നുവീണത് യാദൃച്ഛികമായല്ല. കാസർഗോഡുകാരൻ കാദർകുട്ടിയാണ് ലോഞ്ച് കങ്കാണിയെ പരിചയപ്പെടുത്തിക്കൊടുത്തത്. അയ്യായിരം രൂപറൊക്കം നൽകുകയും ചെയ്തു. ആഴ്ചകളുടെ കാത്തിരിപ്പിനുശേഷം കങ്കാണിയുടെ ആൾ വന്ന് ആലിക്കോയയെ കൂട്ടിക്കൊണ്ടുപോയി. എവിടേക്കാണെന്നു പറഞ്ഞില്ല. ആ ട്രക്കിൽ മലയാളികളുമുണ്ടായിരുന്നു. ബഹുദൂരം സഞ്ചരിച്ച് രത്നഗിരി കടപ്പുറത്ത് കുറ്റിക്കാടുകൾ നിറഞ്ഞ പ്രദേശത്ത് അവർ തമ്പടിച്ചു. അന്ന് കറുത്ത വാവായിരുന്നു. ദീർഘനേരത്തെ കാത്തിരിപ്പിനു

ശേഷം അങ്ങ് ദൂരെ കടലിൽ ഒരു വെളിച്ചം കണ്ടു. കങ്കാണി എല്ലാവരോടും തയ്യാറായിരിക്കാൻ പറഞ്ഞു. മെല്ലെ ആ വെളിച്ചം അടുത്തടുത്തു വന്നു. അവർ ഒരു നിശ്ശബ്ദജാഥയായി അല്പദൂരം വെള്ളത്തിലൂടെ സഞ്ചരിച്ച് ലോഞ്ചിൽ കയറിപ്പറ്റി. ആകാശം മൂടിക്കെട്ടിയിരുന്നു. ഒരു ചാറ്റൽമഴ വന്നു. പിന്നീട് ശക്തിയായി അത് ആഞ്ഞടിച്ചു. ലോഞ്ചിന്റെ മോട്ടോർ ശബ്ദിക്കുന്ന സ്വരം കേട്ടു. എല്ലാവരും ശബ്ദമടക്കിപ്പിടിച്ചു. കടകട ശബ്ദമുണ്ടാക്കി ലോഞ്ച് അഞ്ചാറു മൈലുകളോളം സഞ്ചരിച്ച് പെട്ടെന്ന് നിന്നു. "സബ് ലോഗ് ഉഡി മാരിയേ." (എല്ലാവരും ചാടുവിൻ). ഒരാൾ വിളിച്ചു പറഞ്ഞു. ആർക്കും കാര്യമെന്തെന്ന് പിടികിട്ടിയില്ല. കസ്റ്റംസുകാരുടെ സർച്ച്ലൈറ്റ് അവരുടെ മുഖത്തടിച്ചപ്പോൾ സംഗതി മനസ്സിലായി. ആലിക്കോയയേയും മറ്റു നാലഞ്ചു പേരെയും ലോഞ്ചിൽ വെച്ചുതന്നെ അറസ്റ്റു ചെയ്ത് രത്നഗിരി പോലീസ് സ്റ്റേഷനിലിട്ടു. ചിലർ നീന്തി രക്ഷപ്പെട്ടിരുന്നു. പൊലീസിന് പണം കൊടുത്ത് മറ്റു ചിലരും സ്വന്തം തടിയൂരി. പക്ഷേ, ആലിക്കോയക്കു വേണ്ടി പണം നൽകാൻ ആരുമുണ്ടായില്ല. കോടതിയിൽ കേസെത്തി. ജാമ്യമെടുക്കാൻ ആളില്ലാത്തതിനാൽ ആറുമാസത്തെ വെറും തടവിന് ശിക്ഷിച്ചു.

ആലിക്കോയയിൽ നിന്ന് ഒരു ദീർഘനിശ്വാസമുയർന്നു. അല്പനേരത്തെ മൗനത്തിനുശേഷം അയാൾ തുടർന്നു.

ജയിലിൽനിന്ന് പുറത്തുവന്ന ആലിക്കോയ എന്തു ചെയ്യണമെന്നറിയാതെ ബോംബെ മുഴുവൻ അലഞ്ഞു. ആത്മഹത്യക്കായി ജൂഹു കടപ്പുറത്തെത്തിയ അയാൾ കടലിന്റെ ആരവത്തിനിടയിലൂടെ ബാപ്പയുടെ നിലവിളി കേട്ടു. അത് ദിഗന്തം പൊട്ടുമാറ് ഉച്ചത്തിലായതായി അയാൾക്കു തോന്നി. ആലിക്കോയ പിന്തിരിഞ്ഞോടി. പിന്നീട് മുഹമ്മദാലി റോഡിലെ യത്തീംഖാനയിൽ രണ്ടു ദിവസം കഴിച്ചുകൂട്ടി. പരിചയക്കാരെ ആരെയും കണ്ടുമുട്ടിയില്ല. കൈയിലുള്ള പണം കങ്കാണിക്ക് കൊടുത്തുതുലച്ചുവല്ലോ. എങ്കിലും ബോംബെ വിടാൻ മനസ്സു വന്നില്ല.

മഹാനഗരത്തിന് സ്വർഗത്തിലെ ഹൂറിമാരുടെ അത്തറിന്റെ ഗന്ധമുണ്ടെന്ന് അയാൾ പറയുന്നു. അദൃശ്യമായൊരു അശരീരി കേട്ടപോലെ അയാളുടെ കാലുകൾ ചലിച്ചു. ഉണ്ടായിരുന്ന ചില്ലറപ്പൈസ കൊടുത്ത് അവിടെ ആദ്യം വന്ന ബി.ഇ.എസ്.ടി ബസ്സിൽ ആലിക്കോയ പ്ലാസ തിയറ്റർ കടന്ന് മേല്പാലവും താണ്ടി ദാദർ വെസ്റ്റിലെത്തി. ബോംബെയിൽ വന്ന് വർഷങ്ങൾ കുറേ പിന്നിട്ടെങ്കിലും അയാൾ ഈ പ്രദേശത്ത് കാലു കുത്തിയിരുന്നില്ല. ഡോംഗ്രിയിലേയും ദാദറിലേയും സംസ്കാരങ്ങൾ ഭിന്നമായിരുന്നു. ഉയർന്ന വക്ഷോജങ്ങളും മോഹിപ്പിക്കുന്ന പൃഷ്ഠങ്ങളുമുള്ള ഗുജറാത്തി സ്ത്രീകൾ പട്ടുചേലകളിൽ പൊതിഞ്ഞ് ദാദർ തെരുവുകളിൽ വിലസിയിരുന്നത് ആലിക്കോയ അദ്ഭുതത്തോടെ നോക്കിനിന്നു.

ഫയർ ബ്രിഗേഡിനുമുന്നിലുള്ള വഴിയിലൂടെ നടന്ന് സ്റ്റേഷൻ ബ്രിഡ്ജിനു സമീപം താൻ അന്വേഷിച്ചുനടന്നിരുന്ന ലക്ഷ്യസ്ഥാനം കണ്ടെത്തിയതായി

അയാൾ അറിഞ്ഞു. അവിടെ ഗരീബി റെസ്റ്റോറന്റിൽ ഒരാൾ റോട്ടികൾ ചുടുന്നു. മണ്ണുകൊണ്ടു മെനഞ്ഞ നെരിപ്പോടിൽ നിന്ന് അഗ്നിജ്വാലകൾ ഉയർന്നു പൊന്തി. കരി കത്തുമ്പോഴുണ്ടാകുന്ന പട പട ശബ്ദം ശ്രവിച്ച് ആലിക്കോയ ഗരീബിയിലേക്ക് നടന്നടുത്തു. ഇതിനകം വശമാക്കിയിരുന്ന ഹിന്ദിയിൽ ഹോട്ടലുടമയുമായി അയാൾ സംസാരിച്ചു. അപ്പോൾ ആത്മവിശ്വാസക്കുറവ് തീരെ ഉണ്ടായിരുന്നില്ലെന്ന് തന്റെ കണ്ണുകളിലെ കണ്ണീർകണങ്ങൾ തുടച്ചുമാറ്റി ആലിക്കോയ പറഞ്ഞു.

ഗരീബിയിൽ വീണ്ടുമൊരു ബാഹർവാലയുടെ വേഷം ആലിക്കോയ കെട്ടി. അടുത്തുള്ള കടകളിൽ കട്ടിംങ് ചായയും ഭക്ഷണവുമെത്തിച്ച് അഷ്ടിക്കുള്ള വക അയാൾ കണ്ടെത്തി. അടുത്തുള്ള മലയാളി മുസ്ലീം ഹോട്ടലുകൾ ആലിക്കോയയെ ക്ഷണിച്ചെങ്കിലും അയാൾ പോയില്ല. പരിസരത്തുള്ള ഒരു ലോഡ്ജിൽ ഗൾഫിൽ നിന്നെത്തിയ ഒരു മലയാളിയുമായി ആലിക്കോയ എങ്ങനെയോ പെട്ടെന്നടുത്തു. ആ കോഴിക്കോടുകാരൻ നാട്ടിലേക്ക് പുറപ്പെടാൻ ട്രെയിൻ ടിക്കറ്റിനായി കാത്തിരിക്കുകയായിരുന്നു. 555 സിഗററ്റും അന്ന് അപൂർവമായിരുന്ന ബോസ്കി തുണിയും സിഗററ്റ് ലൈറ്ററും മറ്റും അയാൾ ആലിക്കോയക്ക് സമ്മാനമായി നൽകി. പുറപ്പെടുന്ന ദിവസമെത്തി. ആലിക്കോയയോട് ഉച്ചഭക്ഷണം കൊണ്ടുവരാൻ പറഞ്ഞ് ആ മാന്യൻ മുറിയിൽ കയറി വാതിലടച്ചു. ഉച്ചയോടെ ഭക്ഷണവുമേന്തി ലോഡ്ജ് മുറിയിലെത്തിയ ആലിക്കോയയുടെ സപ്തനാഡികളും തളർന്നു. ആ ഗൾഫുകാരൻ കുത്തേറ്റു മരിച്ചിരിക്കുന്നു. അയാളുടെ നെഞ്ചിലെ ചൂടുനിണം ടെർലിൻ ഷർട്ടിൽ കട്ട പിടിച്ചു കിടന്നു. ആ മുറിയിലെ പങ്ക ഒരു ദീനരോദനംപോലെ “കടകട” എന്നു കറങ്ങുന്നുണ്ടായിരുന്നു. ഗൾഫുകാരന്റെ ട്രാൻസിസ്റ്ററിൽനിന്ന് അപ്പോഴും ഒരു ഹിന്ദി ഗാനം ഒഴുകിയിരുന്നെന്ന് ആലിക്കോയക്ക് ഓർമ്മയുണ്ട്. പിന്നീട് അയാളെത്തിയത് ചെമ്പൂരിലായിരുന്നു. കൊലപാതകം അന്വേഷിച്ചെത്തിയ പൊലീസ് ലോഡ്ജ് ജീവനക്കാരെ പിടികൂടി. ആലിക്കോയയെ ഗോവണ്ടിയിലെ ഒരു പരിചയക്കാരന്റെ ചോപ്ടയിൽ നിന്ന് പോലീസ് അറസ്റ്റു ചെയ്തു.

കൊലപാതകം, മോഷണം, വിശ്വാസവഞ്ചന എന്നീ കുറ്റങ്ങൾക്ക് ആലിക്കോയ ആർതർ റോഡ് ജയിലിലായി. അയാളുടെ നിരപരാധിത്വം തെളിയാതെ പോയി. എട്ടു വർഷത്തെ ജയിൽവാസത്തിനു ശേഷം നല്ല നടപ്പിന്റെ ആനുകൂല്യത്തിൽ ആലിക്കോയയെ പുറത്തുവിട്ടു.

മഹാനഗരത്താൽ തിരസ്കരിക്കപ്പെട്ട ഒരു വ്യക്തിയായി തരംതാണ ആലിക്കോയക്ക് പിന്നെ ആഗ്രഹങ്ങളൊന്നുമുണ്ടായില്ല. കൈയിൽ കാൽക്കാശില്ലാതെ 1998-ൽ അയാൾ നാട്ടിലെത്തി. വാടാനപ്പള്ളി കടപ്പുറത്ത് തോണിയിൽ മീനെത്തുമ്പോൾ അതിൽനിന്ന് വീഴുന്നവ (കൂരികൾ) പെറുക്കിവിറ്റ് അയാൾ വിശപ്പടക്കി. ചിലപ്പോൾ മാങ്ങ പറിക്കാനും മറ്റു ചിലപ്പോൾ കിണറ്റിൽ വീണ വസ്തുക്കളെടുക്കാനും അയാൾ സന്നദ്ധനായി.

കെ.സി. ജോസ്

പരിക്ഷീണിതനും നിസ്സഹായനുമായ ഒരു പാവം മനുഷ്യൻ തനിക്കറിയാവുന്ന തൊഴിലിൽത്തന്നെ ചെന്നെത്തിയിരിക്കുന്നു. വാടകയ്ക്കെടുത്ത വീടിന്റെ ചായ്പിൽ ഇപ്പോൾ ചായക്കട നടത്തുന്നു. ഫലം കാണാത്ത ഒരു ആചാരംപോലെ.

മണി പന്ത്രണ്ടായിരിക്കുന്നു. അന്നത്തെ കച്ചവടം നിർത്തി ആലിക്കോയ കടയടക്കാൻ തുടങ്ങി. മെല്ലെയെഴുന്നേറ്റു. മഹാനഗരത്തിലെ തെലിഗലിയും റഹ്‌മാനിയ ഹോട്ടലും ജൂഹു കടപ്പുറവും മറ്റും കൺമുന്നിലെത്തി. ഒപ്പം കൈയിൽ ഗ്ലാസുകളും പ്ലേയ്റ്റുകളുമേന്തി നീങ്ങുന്ന ആലിക്കോയയുടെ രൂപവും. ഒരു മനുഷ്യായുസ്സ് വെറുതേ ചോർന്നുപോയി. അവിടെയുള്ള ചെറുതും വലുതുമായ ഹോട്ടലുകളിലെ ബാഹർവാലകൾ, ആലിക്കോയയെപ്പോലെയുള്ളവരായി അവസാനിക്കാതിരിക്കട്ടെ. ∎

57

ഫ്രം പേർഷ്യ വിത്ത് ലൗ!

മഹാനഗരത്തിൽ കണ്ടെത്താനാകാത്ത രണ്ടു സംഗതികളുണ്ട്. ആത്മാർത്ഥ തയും നിശ്ശബ്ദതയും. എന്നാൽ ഞായറാഴ്ചകളിൽ ഇവയുടെ സാന്നിധ്യം മുംബൈക്കർ മനസ്സിലാക്കുന്നു. രാവിലെയുള്ള ചായക്കും മസ്ക്കാ ബണ്ണിനും ശേഷം ഉച്ചയൂണ് വരെ സുഖകരമായ നിദ്ര. ബിയറും ഉച്ചയൂണും കഴിഞ്ഞ് വാമഭാഗവുമായൊരു വേഴ്ച. വീണ്ടുമുറക്കം. വൈകുന്നേരങ്ങളിൽ ഒരു സായാഹ്ന സവാരി. അതല്ലെങ്കിൽ മൂന്ന് ആഴ്ചകൾക്കു മുമ്പ് റിസർവ് ചെയ്ത സിനിമാടിക്കറ്റ് തപ്പിയെടുത്ത് തിയ്യറ്ററിലേക്ക് ഒരു ഓട്ടം. മറൈൻ ഡ്രൈവിൽ താമസിക്കുന്നവർക്ക് നരിമാൻ പോയന്റ് വരെ നടന്ന് മക്കളെ മെറി-ഗോ-റൗണ്ടിൽ ഇരുത്താം. ഇളനീർതോടുകൾ നീന്തിക്കളിക്കുന്ന നീല നിറമുള്ള അറബിക്കടലിലേക്ക് കണ്ണയച്ച് പാരപ്പറ്റിലിരിക്കാം. നിങ്ങളുടെ കാലുകൾ ഫൗണ്ടനിലേക്കോ ഫോർട്ടിലേക്കോ ചലിക്കുന്നെങ്കിൽ ഒഴിഞ്ഞ നിരത്തുകളിൽ കുട്ടികളും മുതിർന്നവരും ക്രിക്കറ്റ് കളിയിൽ ഏർപ്പെട്ടിരിക്കുന്നതായി കാണാം. അന്നു മാത്രം വഴിയോരങ്ങളിലൂടെ അനായാസേന നിങ്ങൾക്ക് നടക്കാം. ഞായറാഴ്ചകളല്ലാത്ത ദിവസങ്ങളിൽ ഫുട്പാത്തുകൾ വഴിവാണിഭക്കാർക്കുള്ളതാണ്. മറ്റു ദിവസങ്ങളിൽ ജനം വൈകി വീടുകളിലേക്ക് തിരിക്കുന്നു. ഉണ്ണാനും ഉറങ്ങാനും ഇണചേരാനും മാത്രം. മൃഗങ്ങളുടേതുപോലുള്ള ജീവിതം.

വർഷങ്ങൾക്കുശേഷം മഹാനഗരത്തിൽ ഒരു ഹ്രസ്വസന്ദർശനം. പുതിയ കെട്ടിടങ്ങളും ഫ്ളൈ ഓവറുകളും സ്കൈവാക്കുകളും നിർമ്മിക്കപ്പെട്ടിരിക്കുന്നു. പഴയ വീഥികൾക്ക് വീതി കൂട്ടിയിട്ടുണ്ട്. കാറുകളുടെ അനുസ്യൂതമായ ഒഴുക്ക്. ചൂനാബട്ടിയിലും സയൺകോളിവാഡയിലും മാഹിമിലും റെയിൽവേ ട്രാക്കിന്റെ മൂക്കിന്റെ താഴെ വിസർജിക്കുന്നവർക്ക് എന്നാൽ ഒരു കുറവുമില്ല. വിസർജിക്കുന്നവരുടെ പോസിനെ ആസ്പദമാക്കി അവർ ഏത് സംസ്ഥാനക്കാരെന്ന് കണ്ടുപിടിക്കുന്ന ഒരു സുഹൃത്തിനെ ഇപ്പോൾ ഓർമ്മ വരുന്നു.

അന്നൊരു ഞായറാഴ്ച. രാവിലെ 10.30ന് ബാന്ദ്രയിൽ നിന്ന് പുറപ്പെടുന്ന ലോക്കലിൽ കയറിയിരുന്നു. പ്രത്യേകിച്ച് ലക്ഷ്യമൊന്നുമില്ല.

സബർബൻ ട്രെയിനിന്റെ 'കട കടാ'രവം കാതുകളിൽ മുഴങ്ങി വർഷങ്ങൾ പലതു കഴിഞ്ഞിരിക്കുന്നു. വണ്ടി സ്റ്റേഷൻ വിടുന്നതായി മറാഠിയിലും ഹിന്ദിയിലും ഇംഗ്ലീഷിലുമുള്ള അനൗൺസ്മെന്റുകൾ വന്നു. റെക്കോർഡ് ചെയ്ത ആ ശബ്ദം ഒരു നപുംസകത്തിന്റേതുപോലെ തോന്നി. ട്രെയിൻ സ്റ്റേഷൻ വിട്ടു. ഞായറാഴ്ചയിലെ ആലസ്യം വണ്ടിക്കും! അത് പതുക്കെപ്പതുക്കെ നീങ്ങിക്കൊണ്ടിരുന്നു. കമ്പാർട്ട്മെന്റിന്റെ മധ്യഭാഗത്ത് ഘടിപ്പിച്ചിരിക്കുന്ന നീണ്ട ഇരുമ്പു ബാറിൽ കൊളുത്തിയിട്ടിരിക്കുന്ന, യാത്രക്കാർക്ക് പിടിച്ചുനിൽക്കാനുള്ള വളയങ്ങൾ കാറ്റിലാടി ഒരു പ്രത്യേക സംഗീതമുണർത്തി. ദാദറിൽനിന്ന് കുറേപ്പേർ കമ്പാർട്ട്മെന്റിൽ കയറി. കുറച്ചുപേർ ഇറങ്ങുകയും ചെയ്തു. പല ഭാഷകളുടെ മിശ്രിതത്തിൽ അവർ സംസാരിച്ചുകൊണ്ടിരുന്നു. പതിനഞ്ച് മിനിറ്റുകൊണ്ട് ഗ്രാന്റ് റോഡിലെത്തി. മറ്റൊന്നും ചെയ്യാനില്ലാത്തതിനാൽ അവിടെയിറങ്ങി. സ്റ്റേഷൻ പ്ലാറ്റ് ഫോമിൽ നിന്ന് കയറുകൊണ്ട് ബന്ധിച്ച കുറെപ്പേരെ പുറത്തേക്ക് കൊണ്ടുപോകുന്നു. പോക്കറ്റടിക്കാർ, ടിക്കറ്റെടുക്കാത്തവർ തുടങ്ങിയ കുറ്റവാളികളാണ് അവരെന്നു മനസ്സിലായി. പുറത്തു കടക്കുമ്പോൾ ഒരു ബോർഡ് ശ്രദ്ധയിൽപെട്ടു. 'TICKETLESS TRAVELLER HEAVY PENALTY AWAITS YOU.' ഇടതുകൈ ഉടനെ പാന്റിന്റെ പോക്കറ്റിലേക്ക് പോയി. ഭാഗ്യം! ടിക്കറ്റ് അവിടെത്തന്നെയുണ്ട്. ഗ്രാന്റ് റോഡ് ഈസ്റ്റിലുള്ള ബി. മെർവാൻ & കോ ഇറാനി റെസ്റ്റോറന്റിലേക്ക് കടന്നു. ഐസിങ്ങ് നടത്തിയ കേക്കുകളും പഴയതും വളരെ വലുതുമായ സ്ഫടിക ഭരണിയിൽ സൂക്ഷിച്ചിരുന്ന ബിസ്ക്കറ്റുകളും മാവാ കേക്കുകളും നാവിൽ ഉമിനീരുണ്ടാക്കി.

കൗണ്ടറിൽ രണ്ട് ഇറാനി വൃദ്ധർ. അവരിലൊരാൾ വെയ്റ്റർ വിളിച്ചുപറയുന്നതിനനുസരിച്ച് പണം വാങ്ങുന്നു. രണ്ടാമത്തെ വൃദ്ധൻ അത് എണ്ണിത്തിട്ടപ്പെടുത്തി മേശയിലിടുന്നു. അയാളുടെ ചുക്കിച്ചുളിഞ്ഞ കൈകളിലെത്തുന്ന പണം അണ-പൈ തെറ്റാതെയാണ് കൈകാര്യം ചെയ്യുന്നതെന്ന് ആ മുഖത്തെ അതീവശ്രദ്ധ കണ്ടാൽ മനസ്സിലാകും. ചുമരിൽ സൊരാഷ്ട്രരുടെ വലിയ ഛായാചിത്രം. ഇന്ത്യയുടെ ഒരു ഭൂപടം. പഴയ അൻസോണിയ ക്ലോക്കിന്റെ പെൻഡുലം ടിക്-ടിക് എന്നു ശബ്ദമുണ്ടാക്കി ചലിച്ചുകൊണ്ടിരുന്നു. ആൾ പൊക്കമുള്ള കണ്ണാടികൾ ചുമരിൽ പതിച്ചിട്ടുണ്ട്.

ഒഴിഞ്ഞ ഒരു മേശക്കു മുമ്പിൽ സ്ഥലംപിടിച്ചു. എല്ലാ ഇറാനി ഹോട്ടലുകളിലും മാർബിൾ മേശകളും തേക്ക് വളച്ചുണ്ടാക്കിയ പ്രത്യേകതരം കസേരകളും കാണാം. ഈ ഹോട്ടലുകളെ മറ്റുള്ളവയിൽനിന്ന് വേർതിരിക്കുന്ന ഘടകം അവരുടെ ലഘുവായ 'മെനു'വും വിലയുമാണ്. നിങ്ങളുടെ കുടുംബവുമൊത്ത് ഒരു ഇറാനി ഹോട്ടലിൽ ഭക്ഷണം കഴിക്കാനെത്തിയാൽ ബില്ലു നൽകാൻ ഫ്ളാറ്റ് പണയപ്പെടുത്തേണ്ടിവരികയില്ല എന്ന് ദാഞ്ചിവാഡിയ എന്ന പഴയകാല പാഴ്സി സുഹൃത്ത് പറഞ്ഞതോർമ്മ വരുന്നു. മുകളിൽ ഘടിപ്പിച്ചിരിക്കുന്ന ഓറിയന്റ് ഫാനുകൾ ചീവീട് ചിലക്കുന്ന ശബ്ദമുണ്ടാക്കി തിരിഞ്ഞു. റെസ്റ്റോറന്റിൽ നല്ല തിരക്കുണ്ട്. വെയ്റ്റർമാർക്ക്

നിൽക്കാൻ സമയമില്ല. മെലിഞ്ഞ് നീണ്ട് പൈജാമയും ഫുൾകൈ ഷർട്ടും ധരിച്ച്, തോളിലൊരു ചെറിയ ടർക്കിടവൽ (മേശ തുടക്കാനുള്ളതാണ്) തൂക്കിയിട്ട വെയ്റ്റർ വന്നു. വന്നപാടെ അയാൾ അന്നത്തെ വിഭവങ്ങൾ വിളിച്ചു കൂവി. ഒടുവിൽ രണ്ട് മസ്ക്കാബണ്ണും പുഡ്ഡിങ്ങും ചായയും ഓർഡർ ചെയ്ത് 'ടൈംസ്' കൈയിലെടുത്തു. ഹോട്ടലിന്റെ വലതുഭാഗത്ത് ചെറിയ കാബിനുകൾ കണ്ടു. അവയെ ഫാമിലി റൂമെന്ന് വിളിക്കുന്നു. അതിന് നമ്പറുകൾ നൽകിയിട്ടുണ്ട്. അവിടെ കയറുന്ന മിഥുനങ്ങൾ ഓരോ വിഭവത്തിനും 10 ക. കൂടുതൽ നൽകണമത്രേ. എതിരെയുള്ള കസേരയിൽ കറുത്ത തൊപ്പി ധരിച്ച് കൈയിൽ അറ്റം വളഞ്ഞ വടിയുമേന്തി ഒരു പാഴ്സി വൃദ്ധൻ വന്നിരുന്നു. ഇരുന്നപാടെ അയാൾ പാഴ്സി പത്രമായ 'ജാംനെ ജംഷദ്' കൈയിലെടുത്ത് വായന തുടങ്ങി. ഒരു വെയ്റ്റർ പെട്ടെന്നോടി വന്ന് ഒരു കപ്പ് ചായയും മസ്ക്കാകാരി (ഉപ്പ് ബിസ്ക്കറ്റ്) യും കൊണ്ടുവന്ന് വെച്ചു. അയാൾ ആ റെസ്റ്റോറന്റിലെ ഒരു വി.ഐ.പി. കസ്റ്റമർ ആണെന്ന് തോന്നുന്നു.

മുമ്പ് ഞങ്ങൾക്കൊരു സൗഹൃദ സങ്കേതമുണ്ടായിരുന്നു. ചായയും പുഡ്ഡിങ്ങും എത്താൻ 'കേഫ് നാസി'ൽ സമയമെടുക്കും. മലബാർ ഹില്ലിലുള്ള ആ ഇറാനി റെസ്റ്റോറന്റ് അക്കാലത്ത് ഏറ്റവും പ്രശസ്തമായിരുന്നു. ബൈക്കുളയിൽ താമസിക്കുന്ന സുഷമ ചൗധരി തന്റെ ബോക്സ് വാഗൺ (VOXWAGAN) കാറോടിച്ചവിടെയെത്തുമ്പോൾ അവരുടെ ഏജൻസിയിലെ സഹപ്രവർത്തകരായ ഞങ്ങൾ അവിടെയുണ്ടായിരിക്കും. ലണ്ടൻ പിൻസ്ണർ ബിയറിനോടൊപ്പം ബിസിനസ്സിനെപ്പറ്റിയുള്ള ചർച്ചകൾ, ലാഭനഷ്ടക്കണക്ക് തുടങ്ങിയവ കേഫ് നാസിൽ വെച്ചാണ് ചർച്ച ചെയ്യപ്പെടുക. അമ്പതുകളിൽ സ്ഥാപിച്ച ആ റെസ്റ്റോറന്റിൽനിന്ന് നിയോൺ ലൈറ്റുകൾ പ്രകാശിക്കുന്ന ചൗപ്പാത്തി റോഡിന്റെ ദർശനവും അറബിക്കടലിൽ കടൽക്കാക്കകൾ ഉയർന്നും താഴ്ന്നും പറക്കുന്ന ദൃശ്യവും കാണാമായിരുന്നു. കടൽക്കാക്കകൾ അന്തരിച്ച നാവികരുടെ ആത്മാക്കളാണെന്ന് സുഷമ ഒരിക്കൽ പറയുകയുണ്ടായി. ഏതായാലും കേഫ് നാസിലെ സൗഹൃദ സമ്മേളനം ഒന്നുരണ്ടു വർഷങ്ങൾക്കുള്ളിൽ അവസാനിച്ചു. മുനിസിപ്പാലിറ്റിയും ഹോട്ടലുടമയും തമ്മിലുള്ള സിവിൽ കേസിൽ ആ സ്ഥലം പുറം പോക്കാണെന്ന് തെളിയുകയും കേഫ് നാസ് ഇടിച്ചുനിരത്തി അവിടെ വാട്ടർ അതോറിറ്റിയുടെ കെട്ടിടം പണിയുകയും ചെയ്തു.

ഇറാനികൾ ബോംബെയിലെത്തിയത് 20-ാം നൂറ്റാണ്ടിലാണ്. പേഴ്സ്യയിലെ ചെറിയ ഗ്രാമപ്രദേശങ്ങളിൽ നിന്ന് ജീവസന്ധാരണത്തിനായി അവർ ഇവിടെ വന്നു. അവർ പാഴ്സികളെപ്പോലെ സമ്പന്നരായിരുന്നില്ല. എന്നാൽ കഠിനാധ്വാനികളാണ്. ക്രൂരമായ മതപീഡനം ഇറാനികളെ സ്വന്തം രാജ്യത്തിൽനിന്ന് പലായനം ചെയ്യാൻ പ്രേരിപ്പിച്ചു. അവർ പേർഷ്യൻ ഭാഷ സംസാരിക്കുമെങ്കിലും പാഴ്സികളല്ലാത്ത സൊരാഷ്ട്രരാണ്. ഇന്ത്യയിലെത്തിയ ഇറാനികൾ ബേക്കറികളും റെസ്റ്റോറന്റുകളും നടത്തിപ്പോരുന്നു. തെരുവുകളുടെ അവസാനഭാഗത്ത് വ്യാപാരസ്ഥാപനങ്ങൾ നടത്തുന്നത്

ഹിന്ദുമതവിശ്വാസപ്രകാരം അശുഭമത്രെ. ആ അന്ധവിശ്വാസം ഇറാനികൾ മുതലെടുത്തു. അവർക്കത് ഭാഗ്യം കൈവരുത്തുമെന്നവർ തെളിയിച്ചു. വില കുറച്ച് തെരുവിന്റെ മൂലയിൽ തന്നെ അവർ സ്ഥലം വാങ്ങി. മഹാനഗര ത്തിൽ അവശേഷിക്കുന്ന ഇറാനിക്കടകളിൽ ഭൂരിഭാഗവും റോഡിന്റെ ഏതെങ്കിലുമൊരു അറ്റത്തായിരിക്കും. ധാരാളം പ്രകാശം ലഭിക്കുന്ന ഇത്തരം സ്ഥലങ്ങളിൽ ഇറാനി റെസ്റ്റോറന്റുകൾ പൊടി പൊടിച്ച് കച്ചവടം നടത്തി വരുന്നു. ഈ ഹോട്ടലുകളിൽ കൈകഴുകുന്ന വാഷ് ബേസിന് മുകളിൽ പല ബോർഡുകൾ സ്ഥാപിച്ചിരിക്കുന്നത് കാണാം. നിസ്സിം എസ്ക്കിയേൽ ഒരു കവിത തന്നെ ഇതിനെക്കുറിച്ചെഴുതിയിരിക്കുന്നു.

> Do not write letter
> without order refreshment
> Do not comb
> Hair is spoiling floor
> Do not make mischief in cabin
> Our waiter is reporting
> come again
> Do not wash hands in glass.
> All we welcome whatever caste
> If not satisfied tell us
> otherwise tell others
> God is great.

ഇങ്ങനെ പോകുന്നു ആ കവിത. ചായ, ബ്രൂ കാപ്പി, മസ്ക്കാബൺ, പുഴുങ്ങിയ മുട്ട, കടക് പാവ്, കാരി ബിസ്ക്കറ്റ്, പുഡ്ഡിങ്ങ്, മാവാകേക്ക്, മട്ടൺ ബിരിയാണി, ചെറിപ്പഴം ചേർത്ത പുലാവ് തുടങ്ങിയവയാണ് ഇറാനി ഹോട്ടലുകളിലെ പ്രധാന വിഭവങ്ങൾ. പരിപ്പുചേർത്ത മട്ടൺ കീമ ഇവരുടെ പ്രത്യേകതയാണ്. അതിന് ഡോൾ എന്നും കീമ പാവ് എന്നും പറയുന്നു. അത് സാധാരണ പാവി(റൊട്ടി)നോടൊപ്പം ഭക്ഷിക്കുന്നു. രാവിലെ ആറരയോടെ തുറക്കുന്ന ഹോട്ടൽ വൈകീട്ട് 11ന് ആണ് അടയ്ക്കുക. ടാക്സിക്കാർ, ചെറുകിട ജീവനക്കാർ തുടങ്ങിയവരുടെ കേന്ദ്രങ്ങളാണിവ. 8x10 ചതുരശ്ര അടി വിസ്തീർണമുള്ള മുറിയിൽ എട്ടും പത്തും പേർ കിട ന്നുറങ്ങുന്നവർക്ക് ഇറാനി ഹോട്ടലുകൾ തന്നെ ആശ്രയം. പഞ്ചാബി, ചൈനീസ് റെസ്റ്റോറന്റുകളെക്കുറിച്ച് മധ്യവർഗക്കാർക്ക് മാത്രമേ ചിന്തിക്കാ നാകൂ.

ഇപ്പോൾ ഇറാനികൾ വിദ്യാഭ്യാസം ജീവിതത്തിലെ ഒരു സുപ്രധാന ഘടകമായി മാറ്റിയിരിക്കുന്നു. എഞ്ചിനീയർമാർ, ഡോക്ടർമാർ, ഐ.ടി.

മേഖലയിൽ പ്രവർത്തിക്കുന്നവർ, ബാങ്ക് ഉദ്യോഗസ്ഥർ തുടങ്ങിയവരിൽ ധാരാളം ഇറാനികളുമുണ്ട്. പൂർവികരുടെ ഹോട്ടൽ ബിസിനസ്സിൽ യുവാക്കൾക്ക് താത്പര്യമില്ലാതായിരിക്കുന്നു. ആദ്യകാല ഹിന്ദി-ഗുജറാത്തി സിനിമകളിൽ ഐറ്റം ഡാൻസ് നടത്തിയിരുന്ന അരുണ ഇറാനി ഇപ്പോൾ സ്വഭാവനടിയായി. പ്രേക്ഷകരുടെ മനം കവർന്നിരുന്ന ഡെയ്സി ഇറാനി, ഹണി ഇറാനി എന്നീ കുട്ടികൾ പഴയകാല ഹിന്ദി ചിത്രങ്ങളിൽ നിറഞ്ഞുനിന്നവർ. (രാജ്കപൂറിന്റെ ജാഗ്തേ രഹോ, ബൂട്ട് പോളിഷ് തുടങ്ങിയവ ഓർക്കുക) പ്രസിദ്ധ ആൻകർ പേഴ്സണും സ്വഭാവ-ഹാസ്യനടനുമായ ബോമൻ ഇറാനിയുടെ അഭിനയപാടവം തെളിയിക്കാൻ ത്രീ-ഇഡിയറ്റ്സ്, ലഗേ രഹോ മുന്നാഭായി, മുന്നാഭായി എം.ബി.ബി.എസ് തുടങ്ങിയ ചിത്രങ്ങൾ തന്നെ ധാരാളം. മുംബൈയിലെ ഇംഗ്ലീഷ്, ഗുജറാത്തി തിയ്യറ്റർ രംഗത്ത് ഇറാനി നടീനടന്മാർ സജീവ പങ്കാളിത്തം വഹിക്കുന്നുണ്ട്. മെല്ലി ഇറാനി മലയാള സിനിമകളിൽ ഛായാഗ്രഹണം നടത്തിയിരുന്ന കാലം അത്ര വിദൂരമല്ല. സേതുമാധവൻ, പി.എൻ.മേനോൻ തുടങ്ങിയവരുടെ ബ്ലാക്ക് ആന്റ് വൈറ്റ് ചലച്ചിത്രങ്ങളിൽ മെല്ലി തന്റെ കരവിരുത് പ്രകടിപ്പിച്ചു.

വെയ്റ്റർ ചായയും മസ്ക്കാബണ്ണും കൊണ്ടുവന്നു. നാലു കഷണമായി ബൺ കീറി അതിൽ വെണ്ണ (മിക്കവാറും അമൂൽ ബട്ടർ) നിറച്ചാണ് അതുണ്ടാക്കുക. ഉപ്പുരസം കലർന്ന വെണ്ണയും അല്പം മധുരമുള്ള ബണ്ണും നല്ലൊരു ചേരുവയാണ്. ഒരു കഷണം വായിലിട്ടു. പക്ഷേ, പഴയ 'നാസ് മസ്ക്കാബണ്ണിന്റെ' സ്വാദില്ല. (ഒരുപക്ഷേ, പാഴ്സികളുടേയും ഇറാനികളുടേയും പ്രിയപ്പെട്ട പോൾസൺ ബട്ടർ ഇപ്പോൾ ലഭ്യമല്ലാത്തതാകാം കാരണം.)

എതിരെയുള്ള കസേരയിലെ പാഴ്സി വൃദ്ധൻ 'ജാംനെ ജംഷെദ്' മടക്കിവെച്ച് ചായ കുടിക്കാനാരംഭിച്ചു. ഹോട്ടലിന്റെ എതിർവശത്തുള്ള റോഡിലേക്ക് വെറുതെ നോക്കിയിരുന്നു. ദുപ്പട്ടയിട്ട ഒരു യുവതിയും ഒരു മധ്യവയസ്കനും ടാക്സിയിൽ വന്നിറങ്ങി. അവർ നേരെ ഫാമിലി റൂമിലേക്ക് കയറിപ്പോയി. ഇപ്പോൾ സ്വർണം മുക്കിയ പാദസരമണിഞ്ഞ യുവതിയുടെ കാലിന്റെ കീഴ്ഭാഗം മാത്രം കാണാം. വെയ്റ്റർ ഹാഫ് ഡോർ തുറന്നു പിടിച്ച് ക്യാബിനിലേക്ക് എത്തിനോക്കി പിൻതിരിഞ്ഞു വിളിച്ചു പറയുന്നതു കേട്ടു:

"ദോ മട്ടൺ ബിരിയാണി." പിന്നീട് ഒരു പുച്ഛിച്ച ചിരിയുമായി അടുത്ത മേശക്കരികിൽ ചെന്നു. തെരുവിലൂടെ രണ്ട് ലൈംഗികത്തൊഴിലാളികൾ കടുത്ത നിറത്തിലുള്ള വസ്ത്രം ധരിച്ച് നടന്നുപോകുന്നു. ഒരു പിമ്പ് അവരോടൊപ്പമുണ്ട്.

ഷെട്ടികൾ ഹോട്ടൽ വ്യാപാരരംഗത്ത് കടന്ന് കയറിയപ്പോൾ പഴയ ഇറാനി റെസ്റ്റോറന്റ് ഉടമകളുടെ മക്കൾ ബീർ ബാറുകൾ ആരംഭിച്ചു. അവയെ 'പെർമിറ്റ് റൂം' എന്നു വിളിച്ചുവരുന്നു. പതിനെട്ട് വയസ്സു കഴിഞ്ഞ ആർക്കും

അവിടെച്ചെന്ന് ബിയർ ആസ്വദിക്കാം. മരം കൊണ്ടുണ്ടാക്കിയ വലിയ വീപ്പയുടെ അടിയിൽ സ്ഥാപിച്ചിരിക്കുന്ന ടാപ്പ് തുറന്നാൽ മഗ്ഗിൽ ബിയർ പതഞ്ഞു പൊന്തും. മഗ്ഗുകളായോ കുപ്പികളായോ ബിയർ നിങ്ങൾക്ക് വാങ്ങാം. പൊട്ടറ്റോ ചിപ്സ്, പുഴുങ്ങിയ ശിന്തണ (കപ്പലണ്ടി) തുടങ്ങിയവ ഉപദംശങ്ങളായി ലഭിക്കും.

ഒരു ഗ്ലാസ് വെള്ളം കുടിച്ച് രണ്ടാമത്തെ മസ്ക്കാബൺ കൈയിലെടുത്തു. കാരിബിസ്ക്കറ്റിനോടൊപ്പം ചായയും കുടിച്ച് പാഴ്സി വൃദ്ധൻ എഴുന്നേറ്റു. ഉടൻ ഒരു വെയ്റ്റർ അദ്ദേഹത്തിന്റെ കൈ പിടിച്ച് ഹോട്ടൽ വാതിൽക്കലേക്ക് കൊണ്ടുചെന്നാക്കി. വൃദ്ധൻ തന്റെ തൊപ്പി എടുത്ത് കഷണ്ടിത്തല തുടച്ച് വേച്ചു വേച്ച് നടന്നുനീങ്ങി.

റഷിദ് ഇറാനിയുടെ ഖയാനി റെസ്റ്റോറന്റ് 1934-ൽ ആരംഭിച്ചതാണ്. നാസിന് ശേഷം ഏറ്റവും നല്ല ഇറാനിയൻ ഭക്ഷണം നല്കുന്ന ഹോട്ടലാണ് ഖയാനി. അദ്ദേഹത്തെ പരിചയപ്പെടുന്ന കാലത്ത് ഉദ്ദേശം 45നോടടുത്ത പ്രായം റഷിദിനുണ്ട്. ദോബിതാലാവിന് സമീപമുള്ള സിഗ്നലിന്റെ എതിർവശത്തുള്ള ഖയാനി സിനിമാ നിർമ്മാതാക്കൾക്കും എഴുത്തുകാർക്കും ബുദ്ധിജീവികൾക്കും ചിത്രകാരന്മാർക്കും ഏറെ പ്രിയങ്കരമായത് ഒരുപക്ഷേ റഷിദ് ഒരു ഫിലിം ക്രിട്ടിക് ആയതുകൊണ്ടാകാം. ബന്ധുക്കളാരുമില്ലാത്ത അദ്ദേഹത്തിന്റെ വീട്ടിൽ വലിയൊരു പുസ്തകശേഖരമുണ്ട്. ഖയാനിയിൽ പുഴുങ്ങിയ മുട്ടയും പാവും, ചായയും മാത്രമേ ഇപ്പോൾ ലഭിക്കൂ. കുറേ വർഷങ്ങൾക്കുമുമ്പ് തന്നെ 'ഖയാനി'യിൽ പെർമിറ്റ് റൂം ഏർപ്പെടുത്തി. ബിയർ കുടിക്കാനെത്തുന്നവർ അധികവും സമീപവാസികളായ ഗോവക്കാരും മറ്റു ഇടത്തരക്കാരുമാണ്. വൈകുന്നേരങ്ങളിൽ പെർമിറ്റ് റൂമിൽ ആളൊഴിഞ്ഞ നേരമില്ല. തുണിമാർക്കറ്റിലെ ഗുജറാത്തി ഏജന്റുമാർ വീട്ടിലെത്തുന്നതിനു മുമ്പ് രണ്ട് മഗ്ഗ് ബിയറടിച്ച് സ്ഥലം വിടാൻ ഖയാനിയിലെത്തും. അവരുടെ വീടുകളിൽ മദ്യപാനം നിഷിദ്ധമത്രെ. ബിയർ നുണയ്ക്കാൻ കാത്തുനിൽക്കുന്നവരുടെ നീണ്ട നിര കണ്ട് ഒരിക്കൽ റഷിദ് ഇറാനി ഇംഗ്ലീഷിൽ പറഞ്ഞു:

What a lovely way to wait!

പരീക്ഷണകുതുകിയായ റഷിദ് ഖയാനിയിൽ 1970-ൽ ജൂക്ബോക്സ് ഏർപ്പെടുത്തി. പാട്ടൊന്നിന് 10 പൈസ നാണയമിട്ടാൽ ആ യന്ത്രത്തിലൂടെ എൻവിസ് പ്രിസ്‌ലി മുതൽ കിഷോർകുമാർ വരെയുള്ളവരുടെ ഗാനങ്ങൾ കേൾക്കാം. പക്ഷേ വൃദ്ധന്മാരായ റഷിദിന്റെ പങ്കുകാർ അരസികന്മാരും പ്രായോഗികമതികളുമായിരുന്നു. വെയ്റ്റർ 'പറ്റ്' വിളിച്ചുപറയുമ്പോൾ പാറ്റ് ബൂണിന്റെ ഹമ്മിങ്ങിനിടയിൽ ക്യാഷിലിരിക്കുന്നവർക്ക് തുക എത്രയെന്ന് കേൾക്കാൻ കഴിയുമായിരുന്നില്ലത്രേ.

"എന്ത് കുന്തമാണിത്! ഞങ്ങൾക്ക് ഒന്നും കേൾക്കാൻ കഴിയുന്നില്ല." വൃദ്ധർ കുറ്റപ്പെടുത്തുമായിരുന്നെന്ന് റഷിദ് പറയുന്നു. ഷെയർ ബ്രോക്കർമാർ ഉച്ചത്തിൽ സംസാരിക്കുന്നത് അവർക്ക് ഒരു ശല്യമേ ആയിരുന്നില്ലെന്നും

അദ്ദേഹം കൂട്ടിച്ചേർത്തു. അവസാനം ജൂക്ബോക്സ് സംഗീതത്തിന് റഷിദ് ഫുൾസ്റ്റോപ്പിട്ടു.

രാവിലെ ആറു മുതൽ ഖയാനിയിൽ തിരക്കാരംഭിക്കും. പ്രഭാതസവാരി കഴിഞ്ഞ് ഗോവക്കാരും പാഴ്സികളും അവരുടെ പ്രിയപ്പെട്ട മേശയ്ക്കരികിൽ സ്ഥലംപിടിക്കും. അവരുടെ സീറ്റിൽ മറ്റാരെങ്കിലുമുണ്ടെങ്കിൽ അവർ ആകുലരാകുമെന്ന് (ഒരു ചെറുചിരിയോടെ) റഷിദ് പറഞ്ഞു. ആ സീറ്റ് ഒഴിയുന്നതുവരെ അവർ ക്ഷമയോടെ കാത്തുനിൽക്കും.

മണി പന്ത്രണ്ടായിരിക്കുന്നു. പുഡ്ഡിങ്ങും ചായയും കഴിച്ചു എഴുന്നേറ്റു. റെസ്റ്റോറന്റിൽ തിരക്ക് വർധിച്ചു. പുറത്തു കടക്കാനാഞ്ഞപ്പോൾ 'ബി. മെർവാൻ & കോ'യുടെ ഉടമകളോട് റെസ്റ്റോറന്റിന്റെ ഒരു പടമെടുക്കട്ടേ എന്നന്വേഷിച്ചു. നിക്കോണിന്റെ കൂൾപിക്സിൽ ഫോട്ടോ എടുത്തശേഷം അവരോട് നാളെ പ്രിന്റ് കൊണ്ടത്തരാമെന്ന് പറഞ്ഞു. പൈസയെണ്ണിക്കൊണ്ടിരിക്കുന്ന വൃദ്ധൻ അതിന്റെ തിരക്കിൽനിന്ന് തലയുയർത്തിയില്ല.

മറ്റേ വൃദ്ധൻ ചോദിക്കുന്നു:

'കായ് കേ വാസ്തേ' (എന്തിന് വേണ്ടിയെന്ന് മൊഴിമാറ്റം). ■

മുംബൈ കലാപത്തിന്റെ കാണാപ്പുറങ്ങൾ

'എല്ലാ വലിയ നഗരങ്ങൾക്കും സ്കിസോഫ്രീനിയ ബാധിച്ചിരിക്കുന്നു'വെന്ന് വിക്റ്റർ ഹ്യൂഗോ ഒരിടത്ത് പറഞ്ഞിട്ടുണ്ട്. മുംബൈക്ക് പലവിധത്തിലുള്ള മുഖങ്ങളുണ്ട്. ചിലപ്പോൾ രൗദ്രഭാവമുള്ള ഒരു സാഗരം. മറ്റു ചിലപ്പോൾ മാറോട് ചേർത്തണയ്ക്കുന്ന അമ്മ. അതുമല്ലെങ്കിലൊരു നിസ്സംഗഭാവം. അതായത്, മൾട്ടിപ്പിൾ പേഴ്സണാലിറ്റി ഡിസോർഡർ എന്നു വേണമെങ്കിൽ ഇതിനെ വിളിക്കാം. മുംബൈ ലഹളക്കാലത്ത് പ്രിന്റിങ് പ്രസ്സുകൾക്ക് തിരക്കൊഴിഞ്ഞ നേരമുണ്ടായിരുന്നില്ല. ഒരാൾക്ക് രണ്ടു തരത്തിലുള്ള പേരുകൾ അവർ അച്ചടിച്ചു വന്നു. ഒന്നു മുസ്‌ലിം പേരിലും മറ്റൊന്ന് ഹിന്ദു നാമധേയത്തിലും. നിങ്ങൾ വീട്ടിൽ നിന്ന് പുറത്തുകടന്ന് അപരിചിതമായ പ്രദേശത്ത് പേർ എന്തെന്ന് ഉത്തരം പറയുന്നതനുസരിച്ചായിരിക്കും നിങ്ങളുടെ ജീവന്റെ നിലനിൽപ്പ്. റാം എന്നോ റഹിം എന്നോ പറയുമ്പോൾ രണ്ടുവട്ടം ആലോചിക്കേണ്ടിയിരിക്കുന്നു.

കിഷൻ ചന്ദിന്റെ 'പെഷവാർ എക്സ്പ്രസ്' എന്ന നോവലിൽ കുറിച്ച ഒരു സംഭവം ഓർമ്മ വരുന്നു. ഇന്ത്യാ-പാക് വിഭജനകാലത്ത് പെഷവാർ എക്സ്പ്രസിൽ ഒരു യുവാവ് യാത്ര ചെയ്യുമ്പോൾ ഹിന്ദു ആക്രമണകാരികൾ കംപാർട്ട്മെന്റിൽ ചാടിക്കയറി അഹിന്ദുക്കളെ മൃഗീയമായി വധിക്കുന്നത് വിവരിച്ചിരിക്കുന്നു. പേടിച്ചരണ്ട ആ യുവാവിന്റെ ഊഴമെത്തി. അവനോട് പേര് ചോദിച്ചു. അവൻ വിക്കിവിക്കി പറഞ്ഞു. "അള്ളാവാണേ, ഞാൻ ഹിന്ദുവാണ്." സ്വജീവൻ നിലനിർത്തുന്നതിന് പേരു മാറ്റിപ്പറയേണ്ട ഗതികേട് നമ്മുടെ നാട്ടിൽ ഉണ്ടായെന്ന് ചുരുക്കിപ്പറയാം.

'പാക്കിസ്ഥാനിലേക്ക് തിരിച്ചുപോകുക' ശിവസേന മുസ്‌ലീംകളോട് പറയുന്നു. തേജ് ഖാൻ എന്ന മാഹിം ചോപ്ടപ്പെട്ടി നിവാസി. നമുക്ക് അയാളുടെ മുറിയിലേക്ക് ഒന്നു ചെല്ലാം. പാകിസ്ഥാനിയായ അയാളുടെ മാതാവ്, മാതാപിതാക്കളൊന്നിച്ച് ഇന്ത്യയിലെത്തിയത് സമാധാനപൂർണമായ ജീവിതത്തിനായിരുന്നു. അന്ന് രോഷ്നി ഖാൻ എന്ന ബാലികയ്ക്ക് പന്ത്രണ്ടു വയസ്. അവർക്കിപ്പോൾ തൊണ്ണൂറ്റിമൂന്ന് വയസ്സായിരിക്കുന്നു. കഴുത്തറ്റം

മുതൽ പാദം വരെ പുതപ്പിട്ട് പുതച്ചിരിക്കുന്നു. ശേഷിയില്ലാത്ത കൈകളുള്ള അവരുടെ അരഭാഗത്തിന് തളർവാതമാണ്. ഒരു കാലത്ത് മാഹിം റെയിൽവേ ട്രാക്കിനു സമീപം കൂട്ടുകാരികളുമൊത്ത് കളിച്ചുനടന്നിരുന്ന രോഷ്നി ഖാൻ എന്ന ബാലിക യൗവനയുക്തയായി വിവാഹിതയായതും ഈ ചോപ്ടയിൽ വെച്ചുതന്നെ. അവർ മൂന്ന് കുട്ടികൾക്ക് ജന്മം നൽകി. "ബ്രിട്ടീഷ് ഭരണം ഇതിലും ഭേദമായിരുന്നു. അന്ന് ജീവിതം അല്ലലില്ലാത്തതായിരുന്നു." വൃദ്ധ ഓർമ പങ്കുവെക്കാൻ ശ്രമിച്ചു. "സ്വർണാഭരണങ്ങൾ അണിഞ്ഞ് ഇതുവഴി പോകാൻ ഭയപ്പെടേണ്ടതുണ്ടായിരുന്നില്ല. ശുദ്ധമായ നെയ്യും ഗോതമ്പും ലഭിച്ചിരുന്നു. കാലം മാറിയിരിക്കുന്നു. ആളുകളും..." അവർ പരിതപിച്ചു.

പെരുന്നാളുകൾക്ക് ആടിനെ വെട്ടി അവർ അയൽവാസികൾക്ക് ബിരിയാണി വിളമ്പി. ഹിന്ദുക്കളായവരും സദ്യയുണ്ണാൻ അവിടെയെത്തി. 1948-ൽ മഹാത്മാഗാന്ധി വധിക്കപ്പെട്ടതോടെ സ്ഥിതിഗതികൾ തകിടം മറിഞ്ഞു. ഒരു മുസ്‌ലിം ആണ് ആ കഠോരകൃത്യം ചെയ്തതെന്ന് ആളുകൾക്ക് ആദ്യം വിശ്വസിച്ചു. മാഹിം ചോപ്ടപ്പെട്ടി നിവാസികളിൽ ഭൂരിഭാഗവും മുസ്‌ലിംകളായിരുന്നു. അവർ ഒരാക്രമണത്തെ ഭയപ്പെട്ടെങ്കിലും ഗാന്ധി ഘാതകൻ പിടിക്കപ്പെട്ടതോടെ എല്ലാം ശാന്തമായി. അവിടെ ലഹളയൊന്നുമുണ്ടായില്ല.

രോഷ്നിഖാൻ ചുമയ്ക്കാൻ തുടങ്ങി. തുടർന്നു. "അയൽപക്കത്തെ ഹിന്ദുക്കളുമായി ഞങ്ങൾ നല്ല സൗഹൃദത്തിൽ തന്നെയായിരുന്നു. എന്നാൽ 1993 ജനുവരിയിലെ ആദ്യവാരത്തിലെ പ്രഭാതത്തിൽ കിടക്കയിൽ മൂടിപ്പുതച്ച് ഞാൻ ഉറങ്ങുകയായിരുന്നു. എന്റെ മക്കൾ സ്ഥലത്തുണ്ടായിരുന്നില്ല. ആ നശിച്ച പ്രഭാതത്തിൽ എല്ലാം സംഭവിച്ചു. വാതിൽ ചവിട്ടിപ്പൊളിച്ച് ഒരുപറ്റം യുവാക്കൾ അകത്തുകയറി. സാധനസാമഗ്രികൾ തല്ലിപ്പൊളിച്ചു. അതികായനായ ഒരാൾ എന്റെ മുഖം നോക്കി പ്രഹരിച്ചു. കാഴ്ച നശിച്ചപോലെ. അതിനുശേഷം എന്നെ എടുത്തുയർത്തി നിലത്തേക്കെറിഞ്ഞു. അതോടെ എന്റെ കീഴ്ഭാഗത്തിന് ചലനശേഷി ഇല്ലാതായി. അന്ന് അവർ എന്നെ കൊന്നിരുന്നെങ്കിലെന്ന് ഞാൻ ആശിച്ചുപോകുന്നു. ഞാൻ രാഖി കെട്ടിക്കൊടുത്ത ഹിന്ദുക്കളായ ചില യുവാക്കളും അക്കൂട്ടത്തിലുണ്ടായിരുന്നു." രോഷ്നി ഖാൻ പൊട്ടിക്കരഞ്ഞു.

ഞാൻ എഴുന്നേറ്റ് മുറിക്കു പുറത്തുകടന്നു. തേജ്ഖാൻ എന്നെ അനുഗമിച്ചു. റെയിൽവേ സ്റ്റേഷനടുത്തുള്ള ഇൻഡസ്ട്രിയൽ എസ്റ്റേറ്റിൽനിന്ന് യന്ത്രങ്ങളുടെ കടകടാരവം. കമ്പനിപ്പുകക്കുഴലിൽനിന്ന് പുക പൊന്തി ആകാശത്തിൽ ലയിക്കുന്നു.

ഞാൻ രോഷ്നി ഖാന്റെ വട്ടുരുട്ടിക്കളിക്കുന്ന ബാല്യം സ്റ്റേഷൻ പരിസരത്ത് തിരഞ്ഞു.

രാധാബായ് ചോൾ. ഈ പേരു കേൾക്കുമ്പോൾത്തന്നെ മുംബൈ വാസികൾ ഞെട്ടിപ്പോകുന്നു. ഇവിടെ, ജോഗേശ്വരി ഈസ്റ്റിൽ രാധാബായ് ചോളിലെ ഒമ്പതു കുടുംബങ്ങളെ അവരുടെ മുറികൾ പുറത്തുനിന്ന് പൂട്ടി തീ

കൊളുത്തിയത് മനുഷ്യഹൃദയങ്ങളിൽ ഘോരമായ മുറിവുകളുണ്ടാക്കി. ലോകമനഃസാക്ഷിയെത്തന്നെ പരിഭ്രാന്തമാക്കിയ ഈ ഭീകരസംഭവത്തിന് ഉത്തരവാദികൾ ഹിന്ദുവോ മുസ്‌ലിമോ അല്ല. അവർക്ക് ജാതിയുടെ പരിവേഷമുണ്ടായിരുന്നില്ല എന്നതാണ് സത്യം. മറിച്ച്, തത്പരകക്ഷികളായ ചില കെട്ടിടനിർമ്മാതാക്കൾ തങ്ങളുടെ സ്ഥാപിതതാത്പര്യത്തിനുവേണ്ടി ആളുകളെ ജീവനോടെ കത്തിക്കുകയായിരുന്നു എന്ന് അക്രമത്തിൽ പങ്കെടുത്ത ഒരു ഗുണ്ട ടെലിവിഷൻ അഭിമുഖത്തിൽ പറയുകയുണ്ടായി. അയാളുടെ മുഖം ഒരിക്കലും ഫോക്കസിൽ വന്നില്ല. ലഹളയുടെ നിറം ചാർത്തി ആളുകളെ ഭിന്നിപ്പിച്ച് ഭൂമി സ്വന്തമാക്കുക എന്ന ഒരു ഉദ്ദേശ്യമേ ഉണ്ടായിരുന്നുള്ളൂ.

ഒരു എൻ.ജി.ഒ. ആക്റ്റിവിസ്റ്റായ ചാബ എന്ന സെബാസ്റ്റിൻ പറയുന്നത് കേൾക്കുക. “ലഹളയ്ക്കുശേഷം രാധാഭായ് ചോളിലെ ഹിന്ദുക്കളുടെ ദുരന്തകഥകളറിയാൻ അന്നത്തെ ബി.ജെ.പി. പ്രസിഡണ്ടും ശിവസേന സഖ്യത്തിന്റേയും ബാബറി മസ്ജിദ് ഇടിച്ചു നിരത്തുന്നതിന്റേയും മുഖ്യസൂത്രധാരനുമായ എൽ.കെ.അദ്വാനി, വലിയ സുരക്ഷാസന്നാഹങ്ങളോടെ സ്ഥലത്തെത്തി. ജനം തടിച്ചുകൂടി. കാറിൽ നിന്നിറങ്ങി അദ്ദേഹം അവരെ അഭിസംബോധന ചെയ്ത് സംസാരിക്കവേ നൂർജഹാനെന്ന ഉയരം കുറഞ്ഞ മധ്യവയസ്ക ജനത്തെ തള്ളിമാറ്റി സ്റ്റേജിൽ കയറി. മൈക്ക് പിടിച്ചുവാങ്ങി അദ്വാനിയുടെ നേരെ തിരിഞ്ഞ് ഇങ്ങനെ ചോദിച്ചു. “നിങ്ങളെന്തിന് ഇവിടെ വന്നു? ജനം തമ്മിലടിച്ച് മരിച്ചതിന്റെ കണക്കെടുക്കാനോ?”

ഇന്ത്യയുടെ പ്രധാനമന്ത്രിയാകാൻ ചട്ടംകെട്ടി കാത്തിരിക്കുന്ന ഈ ഉരുക്കുമനുഷ്യനെ രാധാബായ് ചോളിലെ ഈ സാധാരണക്കാരി മധ്യവയസ്ക അങ്ങനെ ചോദ്യം ചെയ്തു. തോക്കുധാരികളായ സെക്യൂരിറ്റിക്കാർ അവരെ പിടിച്ചുമാറ്റാൻ ശ്രമിച്ചെങ്കിലും അത് അദ്വാനി തടഞ്ഞു. “നിങ്ങൾ കർസേവ നടത്തിയില്ലായിരുന്നെങ്കിൽ, രഥയാത്ര സംഘടിപ്പിച്ചില്ലായിരുന്നെങ്കിൽ ഈ ഭീകരസംഭവം ഇവിടെ സംഭവിക്കുമായിരുന്നില്ല.” ഗദ്ഗദത്തോടെ നൂർജഹാൻ പറഞ്ഞു. മറുപടി പറയാൻ അദ്വാനിക്ക് കഴിഞ്ഞില്ല. അദ്ദേഹം ജോഗേശ്വരിയെ അതിന്റെ പാട്ടിനു വിട്ട് കാറിൽ കയറി.” ചാബ പറഞ്ഞു നിർത്തി.

അല്പം തടിച്ച്, മലച്ച ചുണ്ടുകളും ചുരുണ്ട മുടിയും ഉരുണ്ട കണ്ണുകളുമുള്ള കിളരം കുറഞ്ഞ കറുത്ത നിറമുള്ള ചൗബാലിനെ (യഥാർത്ഥ പേരല്ല) നോക്കൂ. ഔദ്യോഗികമായി അയാളൊരു ശിവസേനക്കാരനാണ്. പ്രൈവറ്റ് ടാക്സി സ്വന്തമായുള്ള ചൗബാലിന് സാഹേബ് (ബാൽ താക്കറെ) ദൈവമാണ്.

“മൈക്കിൾ ജാക്സൺ ഇന്ത്യയിലെത്തിയപ്പോൾ ആദ്യം കണ്ടത് സാഹേബിനെയാണ്. സഞ്ജയ് ദത്ത് ജയിൽ വിമുക്തനായപ്പോൾ ആദ്യം വന്ന് സാഹേബിന്റെ പാദങ്ങൾ തൊട്ട് നെറുകയിൽ വെച്ചു. ബാന്ദ്ര ഈസ്റ്റ്

ഗവൺമെന്റ് കോളനിയിലെ ഒരു ടീ സ്റ്റാളിൽ കട്ടിങ് ചായ കുടിച്ചുകൊണ്ടിരുന്ന അയാൾ ലഹളയിൽ താൻ ചെയ്തുതീർത്ത 'ധീരകൃത്യങ്ങൾ' എന്നെ കേൾപ്പിച്ചേ അടങ്ങൂ എന്ന വാശിയോടെ പറഞ്ഞു. "ബഹ്റംപാഡയിലെ മസ്ജിദ് തകർക്കുന്നതിനു മുമ്പായി ഞങ്ങൾ അവിടെ അപ്പിയിട്ടു. ഒരു ഗ്യാസ് സിലിണ്ടർ കൊണ്ടുവന്ന് തീ കൊളുത്തി പള്ളിയിലേക്ക് ഉരുട്ടിവിട്ടു. മസ്ജിദിന്റെ ഭിത്തികളും മേൽക്കൂരയും തകർന്നു തരിപ്പണമായി. ചൗബാൽ വായടച്ചില്ല. അയാൾ ആരേയും ഭയപ്പെടുന്നില്ല എന്നു തോന്നി. "ദാദറിലെ ദാവൂദ്ഷൂ ഞങ്ങൾ കത്തിച്ചു. അടുത്തുള്ള മിയായുടെ ഏ റ്റൂ സെഡ് തുണിക്കട ഞങ്ങൾ കൊള്ള ചെയ്തതിനുശേഷം അഗ്നിക്കിരയാക്കി." ചൗബാൽ എന്റെ കൈ പിടിച്ചുവലിച്ച് മുന്നോട്ട് നടത്തി. അവിടെ മഹാരാഷ്ട്ര വസ്ത്രഭണ്ഡാർ എന്ന ബോർഡ് കാണിച്ച് അയാൾ പറഞ്ഞു. "ആദ്യം അത് അൽ അമീർ ടെക്സ്റ്റൈൽ ആയിരുന്നു. ഞങ്ങളത് അഗ്നിക്കിരയാക്കിയതിനു ശേഷം ആ ചൂത്തിയ അത് വീണ്ടും തുറന്നിരിക്കുന്നു; പേരു മാറ്റി." ചൗബാൽ കാർക്കിച്ചു തുപ്പി.

ബഹ്റംപാഡയിലെ രണ്ടു മുസ്ലിം ബാലന്മാരെ വകവരുത്തിയ സംഭവം അയാൾ വിവരിച്ചു. "അവരുടെ പിതാവ് 'സേനാക്കുട്ടികളുടെ ശരീരത്തിൽ പതിവായി ചൂടുവെള്ളം ഒഴിക്കാറുണ്ട്. പയ്യന്മാരേയും അവരുടെ പിതാവിനേയും അന്ന് ഞങ്ങൾക്ക് ഒരുമിച്ചു കിട്ടി. അവരെ പെട്രോളൊഴിച്ച് തീ കൊളുത്തി. അവർ കരഞ്ഞില്ല. കാരണം, ഞങ്ങൾ പ്രഹരിച്ച് അവരുടെ ബോധം കെടുത്തിയിരുന്നു." അയാൾ പറഞ്ഞു നിർത്തി.

"നിങ്ങൾ കത്തിച്ച ആ പാവങ്ങൾ ജീവനുവേണ്ടി യാചിച്ചില്ലേ?" ഞാൻ ചോദിച്ചു. ചൗബാൽ നിസ്സംഗഭാവത്തിൽ പറഞ്ഞു. "ഞങ്ങളുടെ മനസ്സിൽ തീയായിരുന്നു. രാധാബായ് ചോൾ ഞങ്ങൾ മറന്നില്ല. ആ ഒമ്പതു കുടുംബങ്ങൾ കത്തി ജ്വാലയാകുന്നത് ഞങ്ങളുടെ കൺമുന്നിൽ തെളിഞ്ഞിരുന്നു. ചിലപ്പോൾ ഞങ്ങളിൽ ഒരാൾ പറയും, ആ പാവത്തിനെ വിട്ടേക്കെന്ന്. പക്ഷേ, മറ്റുള്ളവർ ആർത്തുവിളിക്കും, അവനെ കൊല്ലുക എന്ന്."

"ഉറങ്ങാൻ കിടന്നാൽ എനിക്കുറക്കം വരാതായി. ഞാൻ മറ്റുള്ളവരെ അഗ്നിക്കിരയാക്കിയതുപോലെ ചിലർ എന്നെയും ചുട്ടുചാമ്പലാക്കുമെന്ന് ചിന്തിക്കാൻ തുടങ്ങി."

ചൗബാൽ ഗ്ലാസ് താഴെ വെച്ച് പണം നൽകി മോട്ടോർ സൈക്കിൾ സ്റ്റാർട്ടാക്കി. പിന്നെ കാണാമെന്ന് പോകുന്ന പോക്കിൽ അയാൾ വിളിച്ചു പറഞ്ഞു.

പിന്നീടൊരിക്കലും അയാളെ കാണരുതേയെന്ന് ഞാൻ ഉള്ളുരുകി പ്രാർത്ഥിച്ചപ്പോൾ മാധാബായ് ചോളും ജോഗേശ്വരിയും ധാരാവിയും ഭരത് നഗറും കൺമുന്നിൽ വന്നു. അലറിക്കരയുന്നവരുടെ ശബ്ദം അപ്പോൾ കാതുകളിൽ മുഴങ്ങാൻ തുടങ്ങി. പൈശാചികവും ഭീകരവും മനുഷ്യനിൽ കളങ്കം ചാർത്തുന്നതുമായ ഈ കൂട്ടക്കൊല നടന്നിട്ട് വർഷങ്ങൾ ഇരുപതു കഴിഞ്ഞു. ചൗബാലിന്റെ കറുത്തിരുണ്ട മുഖവും പാൻകറ പുരണ്ട അയാളുടെ പല്ലു

കളും ചിലപ്പോഴെങ്കിലും എന്നെ വേട്ടയാടാറുണ്ട്. 1992-93 ലഹള മുംബൈ യുടെ സൈക്കിക് മുഖത്തിനൊരു നാഴികക്കല്ലാണ്. അങ്ങനെ അന്ന് ഒരു രാക്ഷസൻ പുറത്തിറങ്ങി വന്നു.

മഹാരാഷ്ട്രീയനായ പ്രശസ്തകവി ദിലീപ് ചിത്രേ, പ്രസിദ്ധ കോളമിസ്റ്റും കഥാകാരിയുമായ ശോഭാ ഡേ, അഡ് ഗുരു അലിക് പദംസി തുടങ്ങിയ ബുദ്ധിജീവികൾ മുംബൈ കലാപത്തെ അടച്ചാക്ഷേപിച്ചപ്പോൾ ശിവസേന അവർക്കു നേരെ തിരിഞ്ഞു. എം.എഫ്. ഹുസൈൻ ദേവി സരസ്വതിയെ അപഹാസ്യമായി വരച്ചുവെന്ന് ആരോപിച്ച് അദ്ദേഹത്തിനെതിരെ മഹാ രാഷ്ട്രീയരെ തിരിച്ചുവിട്ട് ഹിന്ദു-മുസ്‌ലിം വൈരാഗ്യം ആളിക്കത്തിക്കാൻ ശിവസേനയുടെ മുഖപത്രമായ 'സാമ്‌ന' ബഹുമുഖ പദ്ധതികൾ കൈ കൊണ്ടു. മുഖപ്രസംഗങ്ങൾ എഴുതിയും താക്ക്റേ തന്നെ കാർട്ടൂണുകൾ നേരിട്ടു വരച്ചും ജനത്തെ പ്രകോപിതരാക്കി. 'ഹുസൈനിൽ ജന്മനായുള്ള മതതീവ്രവാദം' ചിത്രങ്ങളിലൂടെ അവതരിപ്പിച്ചിരിക്കയാണെന്ന് സാമ്‌ന അപലപിച്ചു. അന്നത്തെ എം.പിയും സാമ്‌നയുടെ പത്രാധിപരുമായ സഞ്ജയ് നിരുപം ഇങ്ങനെ എഴുതി. 'ഹിന്ദുക്കൾ ഹുസൈന്റെ കുറ്റം ഒരി ക്കലും മറക്കില്ല. ഒരു നിലയ്ക്കും അയാളെ വെറുതെ വിടില്ല. മുംബൈ യിൽ മടങ്ങിയെത്തിയാൽ ഹുതാത്മ ചൗക്കിൽ കൊണ്ടുവന്ന് ഹോക്കിസ്റ്റിക്കു കൊണ്ടടിച്ച് ശരീരം അയാളുടെതന്നെ മോഡേൺ ആർട്ടുപോലെ ആക്കിത്തീർക്കും അമ്മയെ (സരസ്വതി) പെയ്ന്റു ചെയ്ത അതേ വിരലു കൾ കൊത്തിനുറുക്കും."

അന്ന് ശിവസേന-ബി.ജെ.പി. സഖ്യമാണ് മുംബൈ ഭരിച്ചിരുന്നത്. ഇതേ ത്തുടർന്ന് ബോംബെയുടെ പേരുമാറ്റി മുംബൈ എന്നാക്കി. ഫ്ളോറ ഫൗണ്ടൻ ഹുതാത്മ ചൗക്കും വിക്റ്റോറിയ ടെർമിനസ് ഛത്രപതി ശിവജി ടെർമിനസും ബോംബെ എയർപോർട്ട് മുംബൈ ഹവായ് അഡ്ഡയുമാക്കി.

മുംബൈ ലഹളയ്ക്കു ശേഷം ഇരുനൂറ്റി നാല്പതോളം എൻ.ജി.ഓകൾ ഒരുമിച്ച് മഹാനഗരത്തെ പൂർവസ്ഥിതിയിലെത്തിച്ചു. മുംബൈയുടെ ഒരറ്റം മുതൽ മറ്റേ അറ്റംവരെ ജാതിമതഭേദമെന്യേ ജനം കൈകോർത്ത് സമാധാന ത്തിന്റെ മനുഷ്യച്ചങ്ങലയുണ്ടാക്കി. അവർ ലഹളയിൽ മരിച്ചവരുടെ സ്മരണയ്ക്കായി മെഴുകുതിരി തെളിയിച്ച് പ്രാർത്ഥിച്ചു. ഹിന്ദുവും മുസ്‌ലിമും പൊലീസും ചേർന്ന് 'മൊഹല്ല ഏക്ത കമ്മിറ്റി' രൂപവത്കരിച്ചു. അതിനു ശേഷം ലഹളയുടെ ചില്ലറ ഹാങ് ഓവർ മാത്രമേ നഗരത്തിൽ ഉണ്ടായിട്ടുള്ളൂ. ഒരു ഫീനിക്സ് പക്ഷിയെപ്പോലെ മഹാനഗരം വീണ്ടും ഉയിർത്തെഴുന്നേറ്റു. ■

ഗാന്ധി ടോപ്പി ഔർ ലാൽ റുമാൽ

ഓവൽ മൈതാനത്തിനടുത്തുള്ള 'രാജാഭായ്' ടവറിൽ അപ്പോൾ സമയം ഉച്ചയ്ക്ക് പന്ത്രണ്ടര കഴിഞ്ഞിരിക്കുന്നു. സിദ്ധാർത്ഥ് അയ്യർ ഒരു ക്ലയന്റ് മീറ്റിങ് കഴിഞ്ഞ് ടാക്സിയിൽ കൊളാബയിലെ ഫരിയാസ് ഹോട്ടലിന് സമീപസ്ഥമായ തന്റെ ഓഫീസിലേക്ക് കുതിക്കുകയാണ്. 'ചിന്നം പിന്നം' പെയ്യുന്ന മഴയിലും ചിലർ മൈതാനത്ത് ക്രിക്കറ്റ് പ്രാക്റ്റീസ് ചെയ്യുന്നു. സിദ്ധാർത്ഥിന്റെ വയർ കത്തിക്കാളാൻ തുടങ്ങി. വീട്ടിൽ നിന്ന് ഡബ്ബാവാലാ വശം കൊടുത്തയക്കുന്ന ഭക്ഷണമേ അയാൾ കഴിക്കൂ. ബ്രാഹ്മണരുടെ പതിവ് വിഭവങ്ങൾക്കൊപ്പം കൂട്ടും പൊരിയലും അയാൾക്ക് നിർബന്ധമത്രേ. പച്ചരിച്ചോറും പരിപ്പും നെയ്യും ഒപ്പം മദ്രാസ് അപ്പളം (പപ്പടം) കൂട്ടി "ഒരു പിടുത്തം പിടിച്ചാൽ" അയാൾക്ക് വീട്ടിലിരുന്നുണ്ണുന്ന പ്രതീതി താനേ വരുമത്രേ. മൂന്ന് തട്ടുകളുള്ള അയാളുടെ ഡബ്ബയിൽ ഒരു കഷണം 'മൈസൂർ പാക്ക്' വെക്കാൻ സിദ്ധാർത്ഥിന്റെ അമ്മ മറക്കാറില്ല.

ടാക്സി കുപ്പറേജിലെത്തി. കിർലോസ്കർ ബിൽഡിങ്ങും വൈഡബ്ല്യൂസിഎയും കഴിഞ്ഞ് അത് റീഗൽ സിനിമയുടെ എതിർവശത്തുള്ള സാഹിദ് ഭഗത്സിങ് റോഡിലൂടെ മുന്നോട്ടു സഞ്ചരിച്ച് കൊളാബ മാർക്കറ്റിനടുത്തുള്ള വഴിയിലൂടെ തിരിഞ്ഞ് സിദ്ധാർത്ഥിന്റെ ഏജൻസിക്കു മുമ്പിൽ നിന്നു. അയാൾ ഫയലുകൾ വാരിവലിച്ചെടുത്ത് ചെറിയ ദക്ഷിണയടക്കമുള്ള ടാക്സി ചാർജ് നൽകി ടാക്സിവാലയെ പറഞ്ഞുവിട്ടു. പുക പരത്തിക്കൊണ്ട് ഫിയറ്റ് കാർ മുന്നോട്ടു നീങ്ങി. ചെറുപ്പക്കാരനായ ആ എം.ബി.എക്കാരൻ ചവിട്ടുപടികൾ ഓടിക്കയറി തന്റെ ഓഫീസിന്റെ വാതിൽക്കലെത്തി. അയാൾക്ക് ആശ്വാസമായി. പെയിന്റുകൊണ്ട് ചില ചിഹ്നങ്ങൾ വരച്ച സിദ്ധാർത്ഥിന്റെ ഡബ്ബ അവിടെ സ്ഥാനം പിടിച്ചിരിക്കുന്നു. ഡബ്ബാവാലക്ക് മനസ്സിൽ സ്തുതി പറഞ്ഞുകൊണ്ട് അയാൾ ഡബ്ബ കൈയിലെടുത്തു.

മഹാനഗരത്തിലെ ഓഫീസ് ജീവനക്കാർക്കും സ്കൂൾ-കോളജ് വിദ്യാർത്ഥികൾക്കും ഉച്ചഭക്ഷണമെത്തിക്കുന്ന ഉദ്ദേശം പതിനായിരം ഡബ്ബാവാലകൾ ഒരു ശൃംഖലയായി ഇവിടെ പ്രവർത്തിച്ചുവരുന്നു. ആറേഴ് ഇഞ്ച് വ്യാസവും

നാലരയടിയോളം ഉയരവുമുള്ള ഒരു വശം മൂടിയ ലോഹനിർമിതമായ സിലിണ്ട്റിക്കൽ രൂപത്തിലുള്ള ഒരു പാത്രം. അതിന്റെ മൂടി തുറന്നാൽ ഉള്ളിൽ സ്റ്റീൽ കൊണ്ടുണ്ടാക്കിയ മൂന്നു തട്ടുകളുള്ള ചോറ്റുപാത്രം. അവയിൽനിന്ന് വീട്ടുകാർ കൊടുത്തയക്കുന്ന ഭക്ഷണപദാർത്ഥങ്ങൾ നിങ്ങൾക്ക് ആസ്വദിക്കാം.

ഡബ്ബാവാലകളുടെ ചരിത്രം ആരംഭിക്കുന്നത് ബ്രിട്ടീഷ് ഭരണകാലത്താണ്. അതായത്, 1890-ൽ. മഹാദേവ് ഹാവ്ജി എന്ന മഹാരാഷ്ട്രീയൻ തൊഴിലില്ലാത്ത കുറേ ചെറുപ്പക്കാരെ സംഘടിപ്പിച്ച് ഭക്ഷണ വിതരണക്കാരാക്കി മാറ്റി. ഒരു ഗാന്ധിയനായിരുന്ന മഹാദേവ് ഡബ്ബാവാലകൾ ഗാന്ധിത്തൊപ്പി നിർബന്ധമായും ധരിക്കണമെന്നും നിർദ്ദേശിച്ചു. ലഹരിപദാർത്ഥങ്ങൾ തൊഴിൽ സമയത്ത് ഉപയോഗിക്കരുതെന്ന് വിലക്കി. അവർ സബർബൻ ട്രെയിൻ വഴിയും ഉന്തുവണ്ടിയിലും സൈക്കിൾ ചവിട്ടിയും കാൽനടയായും ഉദ്യോഗസ്ഥരുടെ വീട്ടിലെ ഭക്ഷണം നിറച്ച പാത്രങ്ങൾ അവരവരുടെ ഓഫീസുകളിലെത്തിച്ച് ഭക്ഷണശേഷം വീട്ടിൽത്തന്നെ തിരിച്ചേൽപ്പിക്കുന്നു. ഒഴിവുദിവസങ്ങളിലൊഴികെ വർഷത്തിൽ എല്ലാ ദിനങ്ങളിലും ഡബ്ബാവാലകൾ ഭക്ഷണം വിതരണം ചെയ്തുവരുന്നു. വീട്ടിൽനിന്ന് ഒരാൾ ഡബ്ബ കൈയിലെടുക്കുന്നു. വഴിയിൽ കാത്തുനിൽക്കുന്ന വേറെയാളുകൾക്ക് റിലേ റെയ്സ് പോലെ കൈമാറി കൈമാറി നിങ്ങളുടെ ഭക്ഷണസമയത്ത് കൃത്യമായി ഓഫീസിന്റേയോ ക്ലാസ്റൂമിന്റേയോ വാതിൽപ്പടിയിൽ അത് സ്ഥാനംപിടിച്ചിരിക്കും. മഴ, കാറ്റ് തുടങ്ങിയ ഏതൊരു പ്രതികൂലകാലാവസ്ഥയിലും ഡബ്ബാവാലകൾ തങ്ങളുടെ ജോലി കൃത്യമായിത്തന്നെ ചെയ്തിട്ടുണ്ടാകും.

മഹാനഗരത്തിലെ മൊത്തം ഡബ്ബാവാലകൾ ആറു മണിക്കൂർ സമയത്തിനുള്ളിൽ 2,60,000 കൈമാറ്റങ്ങൾ നടത്തുന്നുവെന്ന് ഒരു പഠനത്തിൽ വെളിപ്പെട്ടു.

ദാദറിലെ പ്ലാറ്റ്ഫോം നമ്പർ നാലിൽ വീരാർ ഫാസ്റ്റ് കാത്തിരിക്കവേ ഡബ്ബാവാലകളുടെ 'മുക്കാദം' (മേസ്ത്രി) ആയ സുനിൽ വാഗ്മോറേയേ പരിചയപ്പെട്ടു. നാൽപ്പത്തഞ്ചുകാരനായ അയാൾ അയഞ്ഞ വെള്ള പൈജാമയും ഫുൾക്കൈ ഷർട്ടും തലയിലൊരു ഗാന്ധിത്തൊപ്പിയും ധരിച്ചിരുന്നു. ഓരോ ട്രെയിനിന്റേയും മാൽഡബ്ബ (ലഗേജ് കംപാർട്ട്മെന്റ്) എത്തുന്ന സ്ഥലം അവർക്ക് തിട്ടമാണ്. വാഗ്മോറേ ഷർട്ടിന്റെ കഫ് മാറ്റി വാച്ചിൽ നോക്കി; ഡബ്ബാവാലകൾ സമയം പാലിക്കുന്നുണ്ടോ എന്നറിയാൻ. സാമാന്യം വലിപ്പമുള്ള, മരംകൊണ്ടുണ്ടാക്കിയ, അഴികളുള്ള തട്ടുകളിൽ ഡബ്ബകളുമേന്തി ഇക്കൂട്ടർ അവിടെയെത്താൻ തുടങ്ങി. അവർ വാഗ്മോറേയോട് മറാഠിയിൽ കലപില പറഞ്ഞു. ചിലർ കീശയിൽനിന്ന് ചെറിയ സ്റ്റീൽ അളക്ക് (ചെപ്പ്) പുറത്തെടുത്ത് അതിലെ തമ്പാക്ക് (പുകയില അരിഞ്ഞത്) ചുണ്ണാമ്പു കലർത്തി ഇടതുകൈയിൽ വെച്ച് വലതു കൈയിന്റെ തള്ളവിരൽ കൊണ്ട് തിരുമ്മി പൊടിപ്പരുവത്തിലാക്കി മോണയ്ക്കും ചുണ്ടിനുമിടയിൽ

നിക്ഷേപിച്ച് നിർവ്വാണത്തിലെത്തി. ഇതിനിടെ വീരാർ ട്രെയിൻ വന്നു. കച്ചവടച്ചരക്കുകളുമേന്തി മാൽഡബ്ബയിൽനിന്ന് ചെറുകിട കച്ചവടക്കാർ പുറത്തിറങ്ങി പ്ലാറ്റ്ഫോമിൽ ചിതറി. ഡബ്ബാവാലകൾ തങ്ങളുടെ ഡബ്ബകൾ നിറച്ച മരത്തട്ടുകൾ കംപാർട്ട്മെന്റിന്റെ ഉള്ളിലെത്തിക്കാൻ പണിപ്പെട്ടു. അവർ ആ തട്ടുകൾ പലയിടത്തായി വെച്ച് നിലത്തിരുന്നു. മീൻകാരികളായ കോളി സ്ത്രീകൾ അവരുടെ മടിയിൽ തിരുകിയിരുന്ന സംബാജി ബീഡി കത്തിച്ച് പുക വിടാൻ തുടങ്ങി. പുകയിലയുടേയും വിയർപ്പിന്റേയും സമ്മിശ്രഗന്ധം കംപാർട്ട്മെന്റിൽ പരന്നു. സുനിൽ വാഗ്മോറേ മറാഠി കലർന്ന ഹിന്ദിയിൽ പറഞ്ഞു തുടങ്ങി:

"ഞങ്ങളിലൊരാൾ കൃത്യമായി ജോലിക്ക് ഹാജരായില്ലെങ്കിൽ ഈ ശൃംഖല ആകെ അലങ്കോലപ്പെടും. അതുകൊണ്ട് അവധിയെടുക്കുമ്പോൾ മുൻകൂട്ടി അറിയിക്കണമെന്ന് നിഷ്കർഷിച്ചിട്ടുണ്ട്. മുംബൈയുടെ വഴികളും ഓഫീസുകളും നല്ലപോലെ പരിചയമുള്ളവരെ മാത്രമേ ഞങ്ങൾ ഈ പണിക്കെടുക്കൂ." അയാൾ തുടർന്നു. "വഴിയറിയാത്ത, മുംബൈയിൽ ആദ്യമായെത്തുന്നവരെ ഡബ്ബകൾ വണ്ടിയിൽ കയറ്റാൻ മാത്രം താൽക്കാലികമായി ഏർപ്പെടുത്തും. തുടർന്ന് ഒന്നോ രണ്ടോ ആഴ്ചകൾ മുതിർന്ന ഡബ്ബാവാലകളുമൊത്ത് പണി പഠിക്കാൻ പറഞ്ഞയക്കും." അയാൾ ഒന്നു നിർത്തി തമ്പാക്ക് വായിലിട്ട് കൈ തട്ടിക്കുടഞ്ഞു. "ഡബ്ബാവാലകളുടെ സേവനം അതിന്റെ വിശ്വസനീയതയിൽ ഒരു ഇതിഹാസം തന്നെയാണ്." വാഗ്മോറേ വാചാലനായി. ഒമ്പതാംക്ലാസുവരെ മാത്രം പഠിച്ച ഈ മേസ്ത്രി വെസ്റ്റേൺ റെയിൽവേയിലെ ദാദർ മുതൽ ബോറിവ്ലി വരെയുള്ള ഡബ്ബാവാലകളുടെ മേൽനോട്ടം വഹിക്കുന്നു. സെൽഫോണുകൾ പ്രാബല്യത്തിൽ വരാത്ത കാലം മുതൽക്കേ അവർ കൃത്യമായി വീരാർ മുതൽ ചർച്ച് ഗേറ്റ് വരെയും കർജത് മുതൽ ഛത്രപതി ശിവജി ടെർമിനസ് വരെയും മലബാർ ഹിൽ, കൊളാബ തുടങ്ങി സബർബൻ ട്രെയിനുകൾ ഇല്ലാത്ത സ്ഥലങ്ങളിൽ നിന്നു കൂടി ഡബ്ബകൾ മുംബൈയുടെ മറ്റു ഭാഗങ്ങളിലേക്ക് എത്തിച്ചിരുന്നു.

"2005 ജൂലൈ മാസത്തിലെ മഴ ഞങ്ങളുടെ ജീവിതത്തിലെ മറക്കാൻ പറ്റാത്ത സംഭവമാണ്. അന്നു രാവിലെ മുതൽ ശക്തമായ മഴയുണ്ടായിരുന്നു. സയൺ കോളിവാഡയിൽ താമസിച്ചിരുന്ന ഞാനന്ന് മുക്കാദമിന്റെ പദവിയിലെത്തിയിരുന്നില്ല. എനിക്ക് നൂറ്റമ്പതോളം ഡബ്ബകൾ മാട്ടുംഗയിൽ എത്തിക്കേണ്ടതുണ്ട്. സയൺ മുതൽ മാട്ടുംഗ വരെയുള്ള സ്ഥലങ്ങളിൽ നിന്നായി വീടുകളിൽ നിന്നവ ഒരുവിധം ശേഖരിച്ചു. തെലംഗ് റോഡും ഭണ്ഡാർക്കർ റോഡും വെള്ളത്തിനടിയിലായിരുന്നു. വാഹനങ്ങൾ ഹെഡ്ലൈറ്റിട്ട് മെല്ലെ മെല്ലെ നീങ്ങിക്കൊണ്ടിരുന്നു. ആ മഴയിൽ എതിരെയുള്ള ഒന്നും കാണാൻ മേലായിരുന്നു. മാട്ടുംഗ തെലംഗ് റോഡിലെ 'മണീസ് ലഞ്ച് ഹോമിൽ' നിന്ന് പതിനഞ്ചോളം ഡബ്ബകൾ വാങ്ങിയ ശേഷം അവയെല്ലാം കൂടി മാട്ടുംഗയിൽ കാത്തുനിൽക്കുന്ന മറ്റു മൂന്നുപേരെ ഏല്പിക്കുന്നതോടെ എന്റെ ജോലി തീരുമായിരുന്നു. പക്ഷേ മഴ ശക്തമായതിനാൽ അവർ എത്തിയിരുന്നില്ല.

ഞാനാകെ കുഴഞ്ഞു. ഉന്തുവണ്ടിയിൽ നിറച്ച ഡബ്ബകൾ കൈയിൽ തൂക്കി മാട്ടുംഗ സ്റ്റേഷന്റെ കോണിയിറങ്ങി തളർന്നു. സി.എസ്.ടിയിലേക്കുള്ള ട്രെയിൻ കാത്ത് മണിക്കൂറുകളോളം അവിടെയിരുന്നു. അവ അന്ന് സമയ നിഷ്ഠ പാലിച്ചിരുന്നില്ല. പലതും റദ്ദാക്കിയ അനൗൺസ്മെന്റുകൾ കേട്ടു." വാഗ്മോറേ ഒരു തമ്പാക്കുകൂടി തയ്യാറാക്കി വായിലിട്ടു തുടർന്നു.

"തിമർത്തുപെയ്യുന്ന മഴയ്ക്കിടയിൽ ഹെഡ്ലൈറ്റിട്ട് ഒരു സി.എസ്.ടി. ട്രെയിൻ ഒടുവിൽ മന്ദംമന്ദമെത്തി. അത് വിടുന്നതിനു മുമ്പ് നൂറ്റമ്പതോളം ഡബ്ബകൾ വണ്ടിയിൽ കയറ്റണം. വെള്ളം ട്രാക്ക് മൂടിയതിനാൽ ഭാഗ്യം കൊണ്ട് ആ ട്രെയിൻ കുറച്ചിട അവിടെ നിന്നു. യാത്രക്കാരിൽ രണ്ടുമൂന്നു പേർ കനിഞ്ഞ് ഡബ്ബകൾ ഒരുവിധം വണ്ടിയിൽ കയറ്റി. ഞാനും കയറി അരിച്ചരിച്ച് അതുനീങ്ങി. അഞ്ചു മിനിറ്റ് യാത്ര ചെയ്താൽ എത്തുമായി രുന്നിടത്ത് ആ സ്ലോ ട്രെയിൻ ഒന്നര മണിക്കൂർകൊണ്ടാണ് ദാദറിലെത്തിയ ത്. അവിടെ കാത്തുനിന്നവർക്ക് ഡബ്ബകൾ കൈമാറി. അപ്പോൾ സമയം മൂന്നു കഴിഞ്ഞിരുന്നു.

ശക്തമായ മഴമൂലം മഹാനഗരത്തിൽ ബസ്സുകളും ട്രെയിനുകളും ഓടു ന്നത് നിർത്തലാക്കി. ഒടുവിൽ ദാദർ സ്റ്റേഷനിൽനിന്ന് ഞാൻ ഒരുവിധം പുറത്തുകടന്നു. തെരുവുകൾ മുഴുവൻ വെള്ളത്തിനടിയിലായിരുന്നു. ദാദർ ഹിന്ദു കോളനിയിലെ കെട്ടിടങ്ങളുടെ ഒന്നാംനിലവരെ വെള്ളമെത്തി. എന്നിട്ടും പേമാരിക്കൊരു ശമനം വന്നില്ല. അതൊരു തരം വാശിയോടെ ത്തന്നെ പെയ്തുതീർക്കുകയാണ്. വീട്ടുജോലിക്കാരിയായ ഭാര്യയും വഡാല സ്കൂളിൽ പഠിക്കുന്ന പന്ത്രണ്ടും എട്ടും വയസ്സുള്ള എന്റെ കുട്ടികൾ വീടെ ത്തിയോ എന്ന ചിന്ത സത്യത്തിൽ അപ്പോഴാണ് മനസ്സിലുദിച്ചത്. അര യ്ക്കൊപ്പം വെള്ളത്തിലൂടെ വേവലാതിപൂണ്ട് ഞാൻ ദാദർ കൊഡഡാഡ് സർക്കിളിലെത്തിയപ്പോൾ മഴക്കൊരു ശമനം വന്നു. റോഡിൽ അപ്പോഴും ജലപ്രവാഹം തന്നെ. കാറുകളും മറ്റു വാഹനങ്ങളും മുക്കാൽ ഭാഗം വെള്ള ത്തിൽപ്പെട്ടു കിടക്കുന്നു. ഗട്ടറുകളിൽ വീഴാതെ തപ്പിത്തടഞ്ഞ് കിങ് സർക്കിൾ കഴിഞ്ഞ് ഒരുവിധം സയണിലെത്തി. പിന്നെയും രണ്ടുമൂന്നു കിലോമീറ്ററു കൾ നടന്നാലേ താമസസ്ഥലമെത്തൂ. വഴിയിലൊരാൾ പറഞ്ഞു ആ പ്രദേശം മുഴുവൻ വെള്ളത്തിനടിയിലായെന്ന്. അടുത്തു ചെന്നപ്പോൾ എന്റെ ചോൾ നിന്നിരുന്ന പ്രദേശം മുങ്ങിപ്പോയിരുന്നു. വാഗ്മോറേ ഒരു ദീർഘനിശ്വാസം വിട്ടു. "ആ വെള്ളപ്പൊക്കത്തിൽ എന്റെ ഇളയമകനെ കാണാതായി. വീടും സാധനസാമഗ്രികളും ഒലിച്ചുപോയി. മൂത്ത മകനേയും ഭാര്യയേയും രക്ഷാ പ്രവർത്തകർ വെള്ളപ്പാച്ചിലിൽ നിന്ന് കരയ്ക്കടുപ്പിച്ചിരുന്നു..."

വീരാർ ട്രെയിൻ ബോറിവ്ലിയിലെത്തിയിരുന്നു. വാഗ്മോറേ യാത്ര പറ ഞ്ഞിറങ്ങി.

പ്രിൻസ് ചാൾസ് ഇന്ത്യയിലെത്തിയപ്പോൾ മുംബൈയിലെ ഡബ്ബാവാല കളെ പ്രകീർത്തിച്ചുകൊണ്ട് പത്രപ്രസ്താവനകൾ ഇറക്കിയത് ലോകശ്രദ്ധ

ആകർഷിച്ചു. നാഷണൽ ജ്യോഗ്രഫിക് ചാനൽ, ബിബിസി തുടങ്ങിയ മാധ്യമങ്ങൾ ഡബ്ബാവാലകളുടെ സേവനം പുറംലോകത്തിന് പരിചയപ്പെടുത്തി. 1960കളിൽ കമ്യൂണിസ്റ്റ് അനുഭാവികളായിരുന്ന ഡബ്ബാവാലകൾ കഴുത്തിലൊരു ചുവന്ന റുമാൽ അണിഞ്ഞിരുന്നു. എന്നാൽ ഇപ്പോളവർക്ക് പ്രാദേശിക രാഷ്ട്രീയത്തിലാണ് താത്പര്യം.

ഡബ്ബാവാല സർവീസ് മഹാനഗരത്തിൽ വർധിച്ചുവരുന്നുണ്ടെങ്കിലും വഴിയോര ഭക്ഷണസങ്കേതങ്ങളും 'ജുൻകാ ബാക്കർ' സ്റ്റാളുകളും (കുടുംബശ്രീപോലുള്ള സംഘടന) ഫാസ്റ്റ് ഫുഡ് സെന്ററുകളും ഡബ്ബാവാലകൾക്ക് ഭീഷണിയാകുന്നുണ്ട്. കുറഞ്ഞ ചെലവിൽ വീട്ടുഭക്ഷണം ലഭിക്കണമെങ്കിൽ ഏറ്റവും എളുപ്പമാർഗം അത് കൈയിൽ കരുതുക എന്നതാണ്. അതല്ലെങ്കിൽ ഒരു ഡബ്ബാവാലയെ ഏർപ്പാട് ചെയ്യുക.

കാസറോൾ ടിഫിൻ ബോക്സുകളും ലോഹനിർമിതമായ ഡബ്ബകളുമേന്തി വെച്ചടിച്ചു പോകുന്ന പരശ്ശതം ഡബ്ബാവാലകളുടെ ഗാർഹികജീവിതം താഴേക്കിടയിലുള്ളതു തന്നെ. ധാരാവി, ഭരത് നഗർ, ദേവ് നഗർ, ഗോവണ്ടി, കുർള തുടങ്ങിയ സ്ഥലങ്ങളിലെ ചോപ്ടകളിൽ ഇവർ ജീവിച്ചുവരുന്നു. ഡബ്ബാവാലകളുടെ ശരാശരി വരുമാനം പ്രതിമാസം ആറായിരം രൂപ മുതൽ എണ്ണായിരും രൂപ വരെ എന്നു കണക്കാക്കപ്പെട്ടിരിക്കുന്നു. ഇവരിൽ ഭൂരിഭാഗവും ഷോലാപ്പൂർ, ചന്ദ്രാപ്പൂർ, ലാത്തൂർ തുടങ്ങിയ മഹാരാഷ്ട്ര ജില്ലകളിലെ പിന്നാക്ക സമുദായങ്ങളിൽ നിന്ന് വരുന്നവരത്രേ.

ഖാർ റോഡിൽ ചർച്ച് ഗേറ്റ് ട്രെയിൻ കാത്തുനിൽക്കുമ്പോൾ ഒരു ഡബ്ബാവാല അഴികളുള്ള വലിയ മരത്തട്ടിൽ ഡബ്ബകൾ നിറച്ച് പായുന്നത് കണ്ടു. സിദ്ധാർത്ഥ അയ്യരെപ്പോലുള്ളവർ അവരേയും കാത്തിരിക്കുന്നു. തീർച്ച! ■

ടാക്സി, ടാക്സി!

ചെമ്പൂർ ഡയ്മണ്ട് ഗാർഡനു സമീപം ഞാൻ വി.റ്റി. (ക്ഷമിക്കണം! ഛത്ര പതി ശിവ്ജി ടെർമിനസ്) സ്റ്റേഷനിലേക്കുള്ള എയ്റ്റ് ലിമിറ്റഡ് ബി.ഇ.എസ്.റ്റി ബസ് കാത്തുനിൽക്കുകയായിരുന്നു.

രണ്ടു നിലകളുള്ള ബസ്സുകൾ പലതും വന്നുപോയെങ്കിലും കയറി ക്കൂടാനൊത്തില്ല. ഒടുവിൽ ഒരു ടാക്സിക്ക് കൈ കാണിച്ചു. അത് കുറച്ചിട പോയി നിന്നു. കാറിനരികെ നടന്നെത്തി ഫ്രണ്ട് ഡോർ തുറന്ന് ഡ്രൈവർക്ക രികെ ഇരുന്നു. അയഞ്ഞ വെള്ള ഫുൾക്കൈ ഷർട്ടും തൊപ്പിയും ധരിച്ച നിസ്കാരത്തഴമ്പുള്ള വൃദ്ധൻ ടാക്സി ഡ്രൈവർ മീറ്റർ താഴ്ത്തി വണ്ടി മുന്നോട്ടെടുത്ത് ഉർദു കലർന്ന ഹിന്ദിയിൽ ചോദിച്ചു: "കഹാം ജാനാ ഹെ ജനാബ്?" (എങ്ങോട്ടു പോകണം?)

"വി.റ്റി."

"ആഗെ ബഹുത് ട്രാഫിക് ഹെ. ജൽദി നഹി ജാ സക്താ."

വിരോധമില്ലെന്ന് പറഞ്ഞു. ആ കാറിനും അയാൾക്കും എത്ര പ്രായമു ണ്ടാകുമെന്ന് ചിന്തിക്കുകയായിരുന്നു അപ്പോൾ. ഡാഷ് ബോർഡിൽ നവ്ഭാരത് ടൈംസ് എന്ന ഹിന്ദി പത്രം കണ്ടു. ടാക്സി ഡ്രൈവർമാരിൽ അധികം പേരും യു.പി, മധ്യപ്രദേശ്കാരാണ്. ശുദ്ധഹിന്ദിയിൽ ഉർദുവിന്റെ മേമ്പൊടി കലർത്തിയാൽ അയാൾ ലക്നൗക്കാരനാണെന്ന് ഊഹിക്കാം. കൈയിൽ കെട്ടുന്നതിനു പകരം വൃദ്ധൻ വാച്ച് കീശയിലിട്ടിരിക്കയാണ്. വണ്ടി ഓടിക്കുന്നതിനിടെ അയാൾ അതെടുത്ത് സമയം നോക്കി. ടാക്സി മുന്നോട്ടു കുതിച്ച് ചെമ്പൂർ നാക്കയിലെത്തി. വൃദ്ധൻ പറഞ്ഞതു ശരിയാണ്. ഗതാ ഗതക്കുരുക്കിൽപെട്ട് വാഹനങ്ങളുടെ ഇടവിടാതെയുള്ള ഹോണടികൊണ്ട് അന്തരീക്ഷം ശബ്ദമുഖരിതമായി.

ബോറടിക്കാൻ തുടങ്ങിയപ്പോൾ വൃദ്ധനോട് ഒരു സൗഹൃദസംഭാഷണം ആരംഭിച്ചു. അയാളുടെ പേര് അഹമ്മദ് അബ്ബാസ്. എഴുപതിന്റെ അവസാന ഘട്ടത്തിലെത്തിയിരിക്കുന്ന വൃദ്ധൻ അതു പറയുമ്പോൾ പാൻകറ പുരണ്ട പല്ലുകൾ കാണിച്ച് ചിരിച്ചു.

“എന്തു ചെയ്യാം സാഹേബ്, വീട് പുലർത്തണ്ടേ! ഭാര്യയും മൂന്ന് പെൺകുട്ടികളുമാണ്. ടാക്സി സ്വന്തമല്ലാത്തതിനാൽ ദിനവും അഞ്ഞൂറു രൂപ മുതലാളിക്ക് വാടക കൊടുക്കണം. ബാക്കി വരുന്നത് മാത്രമേ കൈയിൽ കിട്ടൂ. അതുകൊണ്ടാണ് ഈ പ്രായത്തിലും വണ്ടിയോടിക്കുന്നത്.”

അയാൾ ശ്രദ്ധാപൂർവം കാർ നിയന്ത്രിച്ചുകൊണ്ടിരുന്നു. അത് ചെമ്പൂർ നാക്ക കഴിഞ്ഞ് വിജയ് തിയേറ്ററിനു സമീപമെത്തി. “പണ്ട് പഴയകാല സിനിമ കൾ കണ്ടിരുന്നത് ഈ തിയേറ്ററിൽ വെച്ചാണ്. രാജ് കപൂറിന്റെ ശ്രീ 420 എന്ന ചിത്രവും ആവാരയും മറ്റും.” ഇടതുകൈയാൽ സ്റ്റിയറിങ് നിയന്ത്രിച്ച് വലതുകൈ കൊണ്ട് തൊപ്പിയൂരി കഷണ്ടിത്തല തുടച്ച് വൃദ്ധൻ തുടർന്നു:

“ഞങ്ങളുടെ നാട് നവാബുമാരുടേതാണ്. കൊട്ടാരങ്ങളും കബറിടങ്ങളും എങ്ങും. ആ കബറിടങ്ങൾക്കു താഴെ ഞങ്ങൾ കുട്ടികൾ ഒളിച്ചു കളിച്ചു. മുജ്റാ നർത്തകികളും ഗായകവൃന്ദവും നവാബുമാരുടെ ഔദാര്യത്തിൽ കൊട്ടാരസദൃശങ്ങളായ കെട്ടിടങ്ങളിൽ പാർത്തുവന്നു. സന്ധ്യയായാൽ നാലു കുതിരകളെ പൂട്ടിയ കുതിരവണ്ടിയിൽ അവർ മുജ്റക്കെത്തി. സാരംഗി മീട്ടു ന്നതിന്റേയും ഹാർമോണിയത്തിന്റേയും തബല പെരുക്കുന്നതിന്റേയും സ്വരം ആ വൈകുന്നേരങ്ങളിൽ പുറത്തേക്കൊഴുകുമായിരുന്നു.” അയാൾ ഡാഷ് ബോർഡിൽ നിന്ന് ഒരു പാൻ എടുത്ത് ചവച്ച് തുടർന്നു: “സത്യം പറഞ്ഞാൽ ഒരു കൊട്ടാരത്തിലെ അവസാന തലമുറയിലെ ഗായകന്റെ മകനാണ് ഞാൻ. ആ കാലമായതോടെ നവാബുമാരുടെ അധികാരം അസ്തമിച്ചുതുടങ്ങി. ഹുക്ക വലിച്ചും കഫീൻ തിന്നും അബ്ബാജാന്റെ നവാബ് പെട്ടെന്ന് അന്ത രിച്ചു. അയാളുടെ ബന്ധുക്കൾ കൊട്ടാരം വിറ്റു. ഗായകരും നർത്തകികളും സ്ഥലം വിട്ടു. ഞാനന്ന് ചെറിയ കുട്ടിയായിരുന്നു. ഒരു ചെറിയ വീട്ടിലേക്ക് ഞങ്ങൾ താമസം മാറ്റി. മറ്റു ജോലികൾ ചെയ്യാൻ അബ്ബാജാന് മനസ്സ് വന്നില്ല. വൈകുന്നേരങ്ങളിൽ ഹാർമോണിയം മീട്ടി മിർസാ ഗാലിബിന്റേയും അമീർ ഖുസ്രുവിന്റേയും ഗസലുകളും ഒമർ ഖയ്യാമിന്റെ പ്രണയഗീതങ്ങളും ഈണ ത്തിൽ പാടി. ഞങ്ങൾക്ക് പേരുദോഷമുണ്ടാക്കി ഇതിനിടെ ജ്യേഷ്ഠസഹോ ദരി ഒരാളുടെ കൂടെ ഇറങ്ങിത്തിരിച്ചു. കുടുംബം ദുഃഖത്തിലാണ്ടു. പിന്നീടു ള്ളത് ഞാനായിരുന്നു.” വൃദ്ധന്റെ കണ്ണുകൾ നിറഞ്ഞൊഴുകി. അയാൾ തൂവാലയെടുത്ത് കണ്ണീരൊപ്പി തുടർന്നു:

“അമ്മിജാന്റെ ലോലാക് ആദ്യം വിറ്റു. പിന്നെ വൈരക്കൽ മൂക്കുത്തി, നെക്‌ലേസ്, വളകൾ എന്നിവ ഓരോന്നോരോന്നായി വിറ്റ് ജീവിച്ചു. എനിക്കന്ന് പതിനാല് വയസ്സ്. ഒടുവിൽ ഞാൻ കുടുംബത്തോട് വിട പറഞ്ഞ് പടിയിറങ്ങി. ആദ്യം വന്ന വണ്ടി ബോംബെയിലേക്കുള്ളതായിരുന്നു.”

അഹമ്മദ് മിയായുടെ ദുഃഖപൂർണമായ സംഭാഷണത്തിൽ ഞാൻ മുഴുകി പ്പോയി. നവാബുമാരുടേയും മുജ്റാ നർത്തകികളുടേയും വസ്ത്രാഞ്ചലങ്ങൾ മുഖത്ത് വന്ന് ഉമ്മ വെക്കുന്നതുപോലെ. ചിലങ്കയണിഞ്ഞ നർത്തകികൾ കൺമുന്നിൽ നൃത്തം വെച്ചു. സംഗീതസാന്ദ്രമായ ആ സായാഹ്നങ്ങൾ ഓർമ്മ വന്നു.

ടാക്സി സയൺ ഫ്ളൈ ഓവറിന് സമീപമെത്തി. ഗതാഗതക്കുരുക്ക് അല്പമൊന്ന് ശമിച്ച മട്ടാണ്. വാച്ചിൽ സമയം നോക്കി. രാവിലെ പത്തി നോടടുത്തിരിക്കുന്നു. പെട്ടെന്ന് ചാറ്റലായി ആരംഭിച്ച മഴ കുറച്ചിട കഴിഞ്ഞ് ആഞ്ഞുപെയ്യാൻ തുടങ്ങി. വൃദ്ധൻ വൈപ്പറുകൾ പ്രവർത്തിപ്പിച്ച് ഗിയർമാറ്റി വണ്ടി മുന്നോട്ടെടുത്തു.

ഗതകാല സ്വപ്നങ്ങളിൽ നിന്ന് മടങ്ങിയെത്തി അഹമ്മദ് മിയ തുടർന്നു: “മുംബൈയിൽ വണ്ടിയിറങ്ങിയപ്പോൾ പൈജാമയുടെ പോക്കറ്റിൽ രണ്ടു രൂപയും അഞ്ചാറ് കാലണകളും മാത്രം. എന്തു ജോലി ചെയ്യണം, എന്തു ഭക്ഷിക്കണം, എങ്ങനെ ജീവിക്കണം എന്നതിനെക്കുറിച്ച് ഒന്നും ചിന്തിച്ചിട്ടു ണ്ടായിരുന്നില്ല. ആദ്യമായി പട്ടണം കണ്ട ഒരു കാളയെപ്പോലെ മനസ്സ് വിരണ്ടു. പിന്നീട് അറിയാത്ത, കാണാത്ത വഴികളിലൂടെ നടന്ന് മുംബൈ സെൻട്രലിലെത്തി. അവിടെ അന്ന് ഇന്നത്തെപ്പോലെ ഭീമാകാരൻ കെട്ടിട ങ്ങളുണ്ടായിരുന്നില്ല. കാമാത്തിപുരയിലെ അഴികളിട്ട ജനലുകളിൽ മുട്ടിനു മീതെ പുള്ളിപ്പാവാടയും കടുംവർണങ്ങളിലുള്ള ഇറുകിയ ജമ്പറും ധരിച്ച സ്ത്രീകൾ ഇരകളെ മാടി വിളിച്ചുകൊണ്ടിരുന്നു...”

അഹമ്മദ് മിയ എന്ന വൃദ്ധൻ തന്റെ കൗമാരത്തിലേക്ക് തിരിച്ചുപോകു ന്നുവെന്ന് മനസ്സിലായി.

“വെള്ള ട്രൗസറും മുറിക്കയ്യൻ ഷർട്ടും തലയിൽ കറുത്ത തൊപ്പിയും ധരിച്ച നേവിക്കാർ കുതിരവണ്ടിയിൽ ആ തെരുവിലൂടെ കടന്നുപോയി. അവരെ ആകർഷിക്കാൻ കാമാത്തിപുരയിലെ സ്ത്രീകൾ മത്സരിച്ച് ഗോഷ്ടി കൾ കാണിച്ചു.”

“ഒടുവിൽ എത്തിപ്പെട്ടത് ടാക്സിപ്പേട്ടയിലാണ്. അവിടെ കാറുകളുടെ നീണ്ട നിരക്കരികിൽ മരത്തണലിലിരിക്കവേ ഭോജ്പൂരി കലർന്ന ഹിന്ദി യിൽ ഡ്രൈവർമാർ സംസാരിക്കുന്നത് ശ്രദ്ധിച്ചു. അവർ ഉച്ചഭക്ഷണം കഴി ക്കുകയായിരുന്നു. അതിലൊരു ഭയ്യ ചോദിച്ചു: “ബേട്ടാ, തൂനെ ഖാനാ ഖായാ?” എന്താണയാൾക്ക് അങ്ങനെ ചോദിക്കാൻ തോന്നിയതെന്ന് അറിഞ്ഞുകൂടാ. ഒരുപക്ഷേ കൃപാവരനായ അള്ളാഹുവിന്റെ ആജ്ഞയനു സരിച്ചായിരിക്കാം. ആ ഡ്രൈവർമാരുമായി ഉച്ചഭക്ഷണം പങ്കിട്ടു. ക്ഷീണം കൊണ്ട് ഒരു മരത്തണലിൽ കിടന്നുറങ്ങി. ഉണർന്നെഴുന്നേറ്റപ്പോൾ തലയണ യായി വെച്ചിരുന്ന സഞ്ചിയും അറ്റം കൂർത്ത ലക്നൗ തുകൽച്ചെരിപ്പും അപ്രത്യക്ഷമായിരിക്കുന്നു. കീശയിൽ തപ്പി നോക്കി. രണ്ടുരൂപയും ചില്ല റയും അവിടെത്തന്നെയുണ്ട്. ഭാഗ്യം! ഒരണയ്ക്ക് നാലു റോട്ടിയും സബ്ജിയും കിട്ടുന്ന കാലമായിരുന്നതിനാൽ അതു വാങ്ങിക്കഴിച്ച് രാത്രി കടത്തിണ്ണയിൽ കിടന്നു.

അഹമ്മദ് അബ്ബാസിനോട് ബഹുമാനം തോന്നി. കിങ് സർക്കിളിലെ ഹോട്ടലിനു മുമ്പിൽ വണ്ടി നിർത്താൻ പറഞ്ഞു. “ക്യോം ജനാബ്, ആപ് മേരി കഹാനി സുൻകർ പരേശാൻ ഹോ ഗയാ?” (എന്റെ കഥ ബോറടിച്ചോ) വൃദ്ധൻ അങ്കലാപ്പോടെ ചോദിച്ചപ്പോൾ, ഇനി ഭക്ഷണം കഴിച്ചിട്ടാകാം

സംസാരമെന്ന് പറഞ്ഞു. ആ ഉഡുപ്പി റെസ്റ്റോറന്റിൽനിന്ന് ഉസൽപാവ് കഴിച്ചു കൊണ്ടിരിക്കെ കഥ തുടരാൻ ആവശ്യപ്പെട്ടു.

"കൊതുകുകടി കൊണ്ട് ഉറക്കം വരാതെ അന്നത്തെ രാത്രി കടന്നു പോയി. നേരം വെളുത്തപ്പോൾ ഇന്നത്തെ സ്റ്റേറ്റ് ട്രാൻസ്പോർട്ട് ബസ്റ്റാന്റിന് സമീപമുള്ള സ്ഥലത്തു വെളിക്കിരുന്നു. തകര ടിന്നുകളിൽ വെള്ളവുമേന്തി കുറ്റിക്കാടുകൾ തിങ്ങിനിറഞ്ഞ ആ പ്രദേശത്ത് മലവിസർജ്ജനം നടത്തു ന്നവർ തെരുവിലുറങ്ങുന്നവർ തന്നെ. കുറേകഴിഞ്ഞപ്പോൾ തലേദിവസം കണ്ട ഡ്രൈവർമാരെ വെറുതെ സമീപിച്ചു. അവരിലൊരാൾ കാറ് കഴുകാ നായി പറഞ്ഞു. എന്തിനേറെ, അവിടെ പാർക്ക് ചെയ്യുന്ന കാറുകൾ കഴു കുന്ന ജോലി ഏറ്റെടുത്തു. ദിവസം എട്ടണ മുതൽ ഒരു രൂപ വരെ ലഭിക്കുമാ യിരുന്നു. മുംബൈ സെൻട്രലിലെ അൽഅമീൻ റെസ്റ്റോറന്റിൽ നിന്ന് റോട്ടിയും സബ്ജിയും കഴിച്ച് ഞാനങ്ങ് വളർന്നു. കാലം കടന്നുപോയി. മഴയും വെയിലും മഹാനഗരത്തെ മാറിമാറി ആശ്ലേഷിച്ചു."

ഹോട്ടലിൽനിന്ന് പുറത്തേക്ക് വന്നപ്പോൾ മഴ പെയ്യുന്നുണ്ടായിരുന്നു. റെയ്ൻ കോട്ടു ധരിച്ച് ചെറിയ കുട്ടികൾ ചെളിവെള്ളത്തിൽ കളിക്കുന്നു. അവരുടെ ആയമാർ കലപില പറഞ്ഞുകൊണ്ടിരുന്നു. ഞങ്ങൾ ടാക്സിയിൽ കയറി. അത് ഹോൺ മുഴക്കി മുന്നോട്ട് നീങ്ങി ദാദറിലെത്തി.

"നമുക്ക് പ്രഭാദേവി വഴി പോകാം സാഹേബ്." തലയാട്ടി. വി.റ്റി.യിൽ പെട്ടെന്ന് എത്തിച്ചേർന്നിട്ട് കാര്യമൊന്നുമുണ്ടായിരുന്നില്ല. മീറ്റർ പമ്പരം പോലെ കറങ്ങുന്നുണ്ടായിരുന്നു. തിലക് ബ്രിഡ്ജിനു മുകളിലൂടെ കാർ പാഞ്ഞു. എന്തുകൊണ്ടോ അഹമ്മദ് മിയാ മൂകനായി കാണപ്പെട്ടു.

അല്പനേരത്തെ നിശ്ശബ്ദതയ്ക്കുശേഷം അയാൾ തുടർന്നു: "എനിക്കന്ന് പതിനേഴ് വയസ്സ്. ഇന്ത്യ സ്വതന്ത്രമായി. കെട്ടിടങ്ങളിൽ ത്രിവർണപതാക കൾ പാറിക്കളിച്ചു. ജനം ആഹ്ലാദത്തിമിർപ്പിൽ. ഒരു ദിവസം പോലും നീണ്ടു നില്ക്കാതെ ആ ആഹ്ലാദം അപ്രത്യക്ഷമായി. ഇന്ത്യാ-പാക് വിഭജനം വന്നു. അതോടെ ഹിന്ദു-മുസ്‌ലിം ലഹള ആരംഭിച്ചു. ചെമ്പൂരിലേയും ഉല്ലാസ് നഗറിലേയും അഭയാർത്ഥി ക്യാമ്പുകളിൽ അനേകരെത്തി. എല്ലാം നഷ്ട പ്പെട്ടവർ! മുംബൈ സെൻട്രലിൽ അഭയാർത്ഥികളേയുംകൊണ്ട് സ്പെഷ്യൽ ട്രെയിനുകൾ വന്നു. അവർ ഭക്ഷണം കഴിച്ച് അനേകനാളുകളായിരിക്കുന്നു വെന്ന് ആ ക്ഷീണിച്ച മുഖങ്ങൾ വിളിച്ചോതി. പട്ടാളമിറങ്ങി. മുംബൈ വീണ്ടും ശാന്തമായി. ഒന്നൊന്നര കൊല്ലത്തിനുള്ളിൽ ഞാൻ ടാക്സി ഡ്രൈവറായി. കാക്കി ഷർട്ടും ടാക്സി യൂണിയന്റെ ബാഡ്ജും ധരിച്ച് ഒരു ഫോട്ടോയെ ടുത്ത് സൂക്ഷിച്ചുവെച്ചു. സ്ഥിതിഗതികൾ ശാന്തമാകുകയും കൈയിൽ കുറച്ച് പണം വന്നുചേരുകയും ചെയ്തപ്പോൾ ലക്നൗവിലേക്ക്, സ്വന്തം പട്ടണ ത്തിലേക്കു തിരിച്ചു.

ഒരു വീടിന്റെ കോലായിൽ കീറിപ്പറിഞ്ഞ രസോയി പുതച്ച് അമ്മിജാൻ തനിച്ചിരിക്കുന്നു. ഒരു ഹൂറിയായിരുന്ന അവരുടെ കണ്ണുകൾ കുഴിഞ്ഞ് അഞ്ചാറു വർഷങ്ങൾകൊണ്ട് ഒരു പടുവൃദ്ധയുടേതായി മാറി. ഒരു നീണ്ട

രോദനം അവരിൽനിന്നുയർന്നു. പക്ഷേ, അവർക്ക് ശബ്ദമില്ല. അബ്ബാജാൻ അന്തരിച്ചുവെന്ന് മനസ്സിലാക്കിയെടുക്കാൻ പ്രയാസപ്പെട്ടു. ഒരാഴ്ചയ്ക്കു ശേഷം അവരേയുംകൊണ്ട് മുംബൈയിലെത്തി..."

ടാക്സി വർളി നാക്കയിലെത്തി. മഴ പൂർണമായി ശമിച്ചിരിക്കുന്നു. മണി പന്ത്രണ്ടിനോടടുത്തു. അഹമ്മദ് മിയയുടെ കഥയിൽ തന്നെയാണ് എന്റെ മനസ്സ് അപ്പോഴും. ഒരു ഫോർ സ്ക്വയർ കിങ് സൈസിന് തീ പിടിപ്പിച്ച് സീറ്റിലേക്ക് ചാരിയിരുന്ന് കാതു കൂർപ്പിച്ചു.

"ഘാട്കോപ്പറിലെ ജനതാനഗറിലെ ചോളിൽ ഒരു ചെറിയ മുറി വാടകയ്ക്കെടുത്ത് താമസം തുടങ്ങി. മഹാനഗരത്തിലെ ജീവിതവുമായി പൊരുത്തപ്പെടാൻ അമ്മീജാന് കഴിഞ്ഞില്ല. പൊതുടാപ്പിൽ നിന്ന് വെള്ളമെടുക്കുന്നതും പൊതുകക്കൂസിൽ പോകുന്നതും അവരെ തളർത്തി. മലീമസമായ ആ ചോളിൽ നിന്ന് മാറിത്താമസിക്കാൻ സാമ്പത്തിക സ്ഥിതി അനുവദിച്ചതുമില്ല. രോഗഗ്രസ്തയായ അമ്മീജാൻ ഏറെക്കുറെ മൂകയുമായി. അവർ, പോയ നാളുകളുടെ വസന്തങ്ങൾ ഓർക്കുകയാവാം. അവരുടെ കാതുകളിൽ അബ്ബാജാന്റെ ഹാർമോണിയത്തിന്റെ സ്വരമാധുരിയും അദ്ദേഹത്തിന്റെ കണ്ഠത്തിൽ നിന്നുയരുന്ന ഗസലുകളുടേയും ശായരികളുടേയും ഈണങ്ങൾ വന്നലച്ചുകൊണ്ടിരുന്നു. അമ്മീജാൻ പെട്ടെന്നൊരു ദിവസം മരണമടഞ്ഞു. മീസാൻ കല്ലുകൾ നിറഞ്ഞ ഭാണ്ഡൂപ്പിലെ ശ്മശാനത്തിൽ അവർ അന്ത്യവിശ്രമം കൊള്ളുന്നു. നൂർജഹാൻ എന്ന എന്റെ ബീവി. അവൾ മൂന്നു പ്രസവിച്ചു. മൂന്നും പെൺകുഞ്ഞുങ്ങൾ. പ്രാഥമിക വിദ്യാഭ്യാസം നല്കി വിവാഹിതരാക്കി."

അധികം ത്രില്ലോ മെലോഡ്രാമയോ ആന്റിക്ലൈമാക്സോ ഇല്ലാതെ അഹമ്മദ് അബ്ബാസ് എന്ന വൃദ്ധൻ തന്റെ കഥ അവസാനിപ്പിക്കുന്നതിനു മുമ്പ് അയാളുടെ ജീവിതത്തിലെ ഏറ്റവും ദാരുണമായ ഒരു സംഭവം കൂടി പറഞ്ഞു.

"1992-ലെ മുംബൈ കലാപകാലത്ത് ദാദറിലൂടെ ടാക്സിയോടിച്ച് പോകവേ പ്ലാസ തിയറ്ററിനടുത്തുവെച്ച് ഒരു സംഘം അക്രമികൾ വണ്ടി തടഞ്ഞ് എന്നെ വലിച്ച് പുറത്തിട്ട് മർദ്ദിച്ചവശനാക്കി. ശരീരത്തിൽ പെട്രോളൊഴിച്ചെങ്കിലും തീ കൊളുത്താനുള്ള അവരുടെ ഉദ്യമത്തിൽ നിന്ന് ഏതോ ഒരു കലാപകാരി അവരെ തടഞ്ഞു. ഞാൻ ജീവനും കൊണ്ടോടി. കാർ അഗ്നിക്കിരയാക്കി. അത് പൊട്ടിത്തെറിച്ച് ഒരു ചുവന്ന ഗോളമായി ആകാശത്തിൽ ലയിച്ചു."

ടാക്സി കുമ്പാല ഹില്ലും ആഗസ്റ്റ് ക്രാന്തി മൈതാനവും കടന്ന് കുറച്ചു സമയത്തിനുള്ളിൽ വി.റ്റിയിലെത്തി. അഹമ്മദ് മിയായോട് യാത്ര പറഞ്ഞിറങ്ങുമ്പോൾ അയാൾക്ക് നൂറു രൂപയുടെ ഒരു നോട്ട് കൂടുതൽ നല്കിയെങ്കിലും വൃദ്ധനത് തിരസ്കരിച്ചു. വൃദ്ധൻ പറഞ്ഞു: "അള്ളാ ആപ്കോ ബലാ രഖേഗാ. ഖുദാഫിസ്."

ടാക്സിയിറങ്ങി റോഡ് ക്രോസ് ചെയ്യുമ്പോൾ വേറൊരാൾ അഹമ്മദ് മിയായെ വിളിക്കുന്നത് കേട്ടു...

ടാക്സി...! ടാക്സി...!

അധികം വേഗതയിൽ പോകാനാവാത്ത ആ വൃദ്ധന്റെ പഴയ വാഹനവും അയാളുടെ ജീവിതവും ഒരു ചക്കിൽ കെട്ടിയ കാളയെപ്പോലെ തിരിഞ്ഞുകൊണ്ടിരിക്കുന്നു.

ഏറ്റവും കൂടുതൽ ടാക്സികൾ സവാരിക്കാരെ പ്രതീക്ഷിച്ച് കാത്തിരിക്കുന്നത് മുംബൈ ഹവായ് അഡ്ഡാ (എയർപോർട്ട്) പരിസരത്താണ്. വി.റ്റി, ദാദർ, മുംബൈയ് സെൻട്രൽ തുടങ്ങിയ സ്റ്റേഷനുകളുടെ സമീപത്തും ടാക്സികളുടെ നീണ്ട നിരകൾ കാണാം. ഓഫീസ് സമയങ്ങളിൽ ചർച്ച് ഗേറ്റിൽനിന്ന് നരിമാൻ പോയന്റിലേക്കും വി.റ്റിയിൽനിന്ന് വിധാൻസഭ വരെയും ഷെയർ ടാക്സികളിൽ സഞ്ചരിക്കാം.

1985-ൽ ആണ് ഓട്ടോറിക്ഷകൾ രംഗത്തിറങ്ങിയത്. ടാക്സിക്കാരുട കുത്തക ഏറെക്കുറെ തകർന്നിരിക്കുന്നു. കോൺഗ്രസ്, ശിവസേന തുടങ്ങിയ രാഷ്ട്രീയകക്ഷികളുടെ നേതൃത്വത്തിൽ ടാക്സി യൂണിയനുകളുണ്ട്. ടാക്സികൾ പണിമുടക്കിയാൽ വലയുന്നത് മധ്യവർഗക്കാരാണ്. മഹാനഗരത്തിലെ ടാക്സിവാലകളിൽ പലരും ഗുണ്ടകളും യാത്രക്കാരിൽ നിന്ന് അമിതമായ ചാർജ് വസൂൽ ചെയ്യുന്നവരുമാണെന്ന് പഠനങ്ങൾ വ്യക്തമാക്കുന്നു. വഴിയറിയാതെ അന്യസംസ്ഥാനങ്ങളിൽനിന്ന് മുംബൈയിലെത്തുന്ന യാത്രക്കാരെ കെണിവെച്ച് പിടിക്കാൻ ടാക്സിക്കാർ സ്റ്റേഷനുകൾക്ക് സമീപം തമ്പടിച്ചിരിക്കുന്നു. പോലീസിന് ഹഫ്ത നല്കുന്നതുകൊണ്ട് അവരും മൂകരാകുന്നു. ഓട്ടോറിക്ഷക്കാരും ഇതിൽനിന്ന് ഭിന്നരല്ല. കൂടാതെ 'മാരു', 'ഫാസ്റ്റ് ട്രാക്ക്' തുടങ്ങിയ പ്രൈവറ്റ് ടാക്സികളും കൂൾ ക്യാബുകളും ഈ സേവനരംഗത്തുണ്ട്. ഇവ മണിക്കൂറിനാണ് ചാർജ് ഈടാക്കുക. ■

മീ ഏക് കോലി!

വസയ് താലൂക്കിലെ അർണാല കടപ്പുറത്ത് മത്സ്യബന്ധനബോട്ടുകളെത്തിയാൽ തദ്ദേശവാസികളായ കോലികളുടെ മേശപ്പുറത്ത് പണം ധാരാളമായെത്തും. മഹാരാഷ്ട്രയിലെ മുക്കുവരാണ് കോലികൾ.

കോലികൾ 'നാരാലി പൂർണിമ' ആഘോഷിക്കുന്ന ദിവസമാണ് ലളിത മച്ചിവാലിയെ പരിചയപ്പെടുന്നത്. പുരുഷന്മാരും സ്ത്രീകളും പരമ്പരാഗത വസ്ത്രങ്ങളും സ്വർണാഭരണങ്ങളുമണിഞ്ഞ് കോലികളുടെ ദൈവമായ 'ഏക്‌വീര' ക്ഷേത്രങ്ങളുടെ പരിസരത്ത് സംഘനൃത്തങ്ങളും പാട്ടുകളും അവതരിപ്പിക്കും.

അടുത്തുള്ള കോലി ക്ഷേത്രത്തിൽനിന്ന് കോലികളുടെ 'സാൻ ആയ്‌ലാ ഗോ പുൻവേച്ച' (അമ്മയോട് പറയൂ. നാളികേര പൂർണിമ വന്നിരിക്കുന്നു) എന്ന ആഘോഷഗാനം ഉയർന്നു കേൾക്കാമായിരുന്നു.

ലളിത മച്ചിവാലിക്ക് മുപ്പതിനോടടുത്ത പ്രായം. മെലിഞ്ഞ ശരീരപ്രകൃതിയാണെങ്കിലും അവൾ ഒരു മുക്കുവ സുന്ദരി തന്നെ. പച്ചനിറത്തിലുള്ള കസവുപല്ലരി കരയുള്ള എട്ടുമീറ്റർ സാരി അവളുടെ തുടകൾ അല്പം പ്രദർശിപ്പിച്ചുകൊണ്ട് തറ്റുടുത്ത് അതിന് യോജിച്ച ബ്ലൗസും ധരിച്ച് മീതെ പാർക്കിയും (ഷോൾ) ധരിച്ച് അർണാല കടപ്പുറം പരിസരത്തുള്ള തന്റെ വീട്ടിൽനിന്ന് ലളിത പുറത്തുവന്നു. നെറ്റിയിൽ ഒരു ടിക്ലിയും (പൊട്ട്) മുല്ലപ്പൂക്കൾ കോർത്ത് അവിടവിടെയായി ഗിൽറ്റ് കടലാസുകൾ ചേർത്തുള്ള വേണിയും ചൂടി അവൾ ആരേയും കൂസാതെ നിന്നു.

"കാ പായ്ജേ അങ്കിൾ?" (അങ്കിൾ പറയൂ, താങ്കൾക്കെന്തു വേണം?)

സത്യത്തിൽ ആദ്യമൊന്നമ്പരന്നെങ്കിലും സമനില വിടാതെ പറഞ്ഞു, കോലികളുടെ ജീവിതരീതിയെക്കുറിച്ചറിയണമെന്ന്.

ആ യൗവനത്തിലും അവൾ തംമ്പാക്ക് ചവയ്ക്കുന്നുണ്ടായിരുന്നു. അതിന്റെ രസ് (നീര്) അകത്തേക്കിറക്കി ലളിത ചണ്ടി തുപ്പിക്കളഞ്ഞു കൊണ്ട് പറഞ്ഞു.

"രോജ് റോട്ടി കമാനേ കാ ചക്കർ മേ ഹൂം, അങ്കിൾ." (ദിവസ ഭക്ഷണം സമ്പാദിക്കാനുള്ള നെട്ടോട്ടമാണ്.)

ലളിത മച്ചിവാലി തന്റെ മാതാപിതാക്കളുടെ രണ്ടാമത്തെ മകളാണ്. അവളെ അച്ഛൻ അടുത്തുള്ള അഗാശി സെന്റ് ജോൺസ് ഇംഗ്ലീഷ് മീഡിയം സ്കൂളിലയച്ച് പഠിപ്പിച്ചു. ഒരുവിധം നല്ല മാർക്കോടെ സ്കൂൾ ഫൈനൽ ജയിക്കുകയും ചെയ്തു. അവൾക്ക് ബ്യൂട്ടീഷ്യനാകണമെന്നായിരുന്നു ആഗ്രഹമെങ്കിലും പതിനാറാം വയസ്സിൽ ഒരു കോലിക്ക് വിവാഹം ചെയ്തു കൊടുത്ത് മാതാപിതാക്കൾ അവളുടെ വായടച്ചുകളഞ്ഞു.

"ചായ് സാങ്കു." (ചായ പറയട്ടെ.) ലളിത ചോദിച്ചു. തലയാട്ടൽ ശ്രദ്ധിക്കാതെ അവൾ വീടിന്റെ അകത്തേക്കു നോക്കി ആരോടോ വിളിച്ചു പറഞ്ഞു.

"പോറി, ദോൺ ചഹാ ആണും ദേ." (പെണ്ണേ, രണ്ടു ചായ കൊണ്ടു വരൂ.)

ലളിത ഉമ്മറത്തേക്ക് ക്ഷണിച്ചു. മുറ്റത്ത് വലകളും പങ്കായങ്ങളും കണ്ടു. ബോംബ്ലി (ബോംബേ ഡക്ക്) എന്ന മത്സ്യം കരിമ്പനപ്പായയിൽ ഉണക്കാ നിട്ടിരിക്കുന്നു. ഉണങ്ങിയ മത്സ്യത്തിന്റെ രൂക്ഷഗന്ധം അന്തരീക്ഷമാകെ. ഉമ്മറത്ത് രണ്ടു പ്ലാസ്റ്റിക് കസേരകൾ. ചെത്തിത്തേക്കാത്ത ചുമരിൽ വെള്ള പൂശിയിരിക്കുന്നു. അകത്തേക്ക് ഒന്ന് എത്തിനോക്കി. ഒരു പെൺകുട്ടി ചായ തിളപ്പിക്കുന്ന തിരക്കിൽ. ഗ്യാസും ടി.വിയും ഫ്രിഡ്ജും മറ്റുപകരണങ്ങളും ആ മുറിയിൽ സജ്ജമാക്കിയിട്ടുണ്ട്. തേച്ചുമിനുക്കിയ സ്റ്റീൽപാത്രങ്ങൾ റാക്കിൽ അടുക്കടുക്കായി വെച്ചിരിക്കുന്നു. ചുമരിൽ സ്വർണ ചംപ (ചെമ്പകം) ചന്ദനത്തിരിയുടെ കലണ്ടർ. അതിനടുത്തായി പെട്ടിപോലുള്ള ഒരു കൂട് അതിനകത്ത് കണ്ണാടിയും സൗന്ദര്യവർധകവസ്തുക്കളും. അകത്തെ പെൺകുട്ടി നിമിഷനേരത്തിനുള്ളിൽ രണ്ടു കപ്പുകളിൽ ചായയുമേന്തി ഉമ്മറത്തേക്ക് വന്നു. ചായയിൽ മധുരമധികം. ഇഞ്ചിയും ഏലക്കായും ചേർത്തിരിക്കുന്നു. "നല്ല ചായ." എന്ന അഭിപ്രായം പറഞ്ഞപ്പോൾ ലളിത ചിരിച്ചു. പുകയില അവളുടെ പല്ലുകൾ കേടുവരുത്തിയിരിക്കുന്നുവെന്ന് അപ്പോൾ മനസ്സിലായി. മൂത്ത മകൾ ശാന്തയാണ് ചായ കൊണ്ടുവന്നത്. അവൾ ആറാംതരത്തിൽ പഠിക്കുന്നു. ഇളയ മകൻ പുറത്ത് കളിക്കുന്ന തിരക്കിൽ.

ലളിതയുടെ ജീവിതം മറ്റു കോലി സ്ത്രീകളുടേതുപോലെ അത്ര ദുരിത പൂർണമല്ല. അവളുടെ ഭർത്താവ് അതിരാവിലെ മീൻപിടിക്കാൻ കടലിൽ പോകും. മോട്ടോർ ഘടിപ്പിച്ച ഫൈബർ ഫിഷിങ് ബോട്ട് അയാൾക്ക് സ്വന്ത മായുണ്ട്. മറ്റ് ജോലിക്കാർക്കൊപ്പം അയാളും അധ്വാനിക്കുന്നു. കടലിൽ പോയി മീൻപിടിക്കുന്നവരെ ഡോർകർ എന്നു പറയുന്നു. ഭർത്താവിനുവേണ്ടി എക്‌വീരയോടും ഹനുമാനോടും കാണ്ഡോബയോടും കോലിസ്ത്രീകൾ ദിനവും പ്രാർത്ഥിക്കുന്നു.

ഒരു ലോട്ടയിൽ കല്ലുകൾ പെറുക്കിയിട്ട് കിലുക്കിയാൽ ഉണ്ടാകുന്ന സ്വരം പോലെയാണ് കോലികളുടെ സംസാരരീതിയെന്ന് വിനു വഡ്ഗാവ്കർ എന്ന പത്രപ്രവർത്തക സുഹൃത്ത് ഒരിക്കൽ പറഞ്ഞത് ഓർമ്മ വന്നു. അവരുടെ ഭാഷയും വേഷഭൂഷാദികളും ഭക്ഷണരീതികളും തികച്ചും വ്യത്യസ്തമാണ്. സ്വന്തമായി പണം സമ്പാദിക്കുന്ന കോലി സ്ത്രീകൾ കശപിശയുണ്ടാക്കുന്നവരാണ് എന്നാണ് പൊതുവിൽ പറയുക. മീൻകുട്ടകളുമേന്തി കോലി സ്ത്രീകൾ കയറുന്ന സബർബൻ ട്രെയിനിലെ മാൽ ഡബ്ബയിൽ (ലഗ്ഗേജ് കംപാർട്ട്മെന്റ്) വെറുതെയൊന്ന് കയറി നോക്കൂ. കുട്ടകൾ റാക്കിൽ വെച്ച് തറയിൽ അവർ സ്ഥലം പിടിച്ചിരിക്കും. സംബാജി ബീഡി പുകച്ച് ആ കംപാർട്ട്മെന്റ് മുഴുവൻ ദുർഗന്ധപൂരിതമാക്കിയും ഒപ്പം കലപില പറഞ്ഞ് ആർത്തട്ടഹസിച്ചുകൊണ്ടും ഇരിക്കുന്നത് കാണാം. സഹയാത്രികരുമായി അവർ വഴക്കടിക്കുന്നത് പതിവുദൃശ്യമാണ്. സംസാരത്തിൽ അശ്ലീലപ്രയോഗങ്ങൾ തിരുകിക്കയറ്റും.

ഇതേക്കുറിച്ച് ലളിത മച്ചിവാലി പറയുന്നത് കേൾക്കുക. "ഞങ്ങൾ സ്ത്രീകൾ വായാടികളാണെന്നാണ് പൊതുവേ പറയപ്പെടുന്നത്. സ്വന്തമായി വ്യാപാരം നടത്തുന്നവർ അങ്ങനെയാകാതിരിക്കാൻ തരമില്ല. താരതമ്യേന വിദ്യാഭ്യാസവും കുറവല്ലേ? ബുദ്ധിമതികളായ വീട്ടമ്മമാർ ഏറ്റവും കുറഞ്ഞ വിലയ്ക്കാണ് മീൻ ആവശ്യപ്പെടുക. അവരുടെ സംസാരം കേട്ടാൽ ചിലപ്പോൾ കവിളത്തൊന്നു കൊടുക്കാൻ തോന്നും. കുട്ടകൾ തലയിലേന്തി ഫ്ളാറ്റ് ഫ്ളാറ്റാന്തരം കയറിയിറങ്ങുന്ന മത്സ്യവില്പനക്കാരികൾക്ക് അവരുടെ അധ്വാനത്തിന്റെ പകുതിയെങ്കിലും ലഭിക്കേണ്ടേ?"

ഒരിക്കൽ സഹോദരി ബേബിയുമൊത്ത് ഘാട്‌ല വില്ലേജിലെ മത്സ്യമാർക്കറ്റിൽ പോയി. അവിടെ പിടയുന്ന നല്ല ആവോലികൾ കണ്ടു. വില ചോദിച്ചപ്പോൾ ഞെട്ടിപ്പോയി. അന്നത്തെ കാലത്ത് മത്സ്യത്തിന് അത്ര വിലയുണ്ടായിരുന്നില്ല. സ്വാഭാവികമായി ബേബി വില കുറച്ചു ചോദിച്ചു. അപ്പോൾ ആ വില്പനക്കാരി അവിടെ കിടന്നിരുന്ന ഒരു ചത്ത എലിയെ ചൂണ്ടിക്കാണിച്ചു പറഞ്ഞു. "അതിനെ എടുത്തോളൂ. കാശൊന്നും വേണ്ട!"

മുംബൈ കോലികളിൽ ഹിന്ദുക്കളും ക്രിസ്ത്യാനികളും ഉൾപ്പെടുന്നു. ഹിന്ദുക്കളായ കോലികൾ ഏക്‌വീര ദേവതയെ ആരാധിക്കുമ്പോൾ ക്രിസ്തീയർ കോലി സംസ്കാരത്തോടൊപ്പം കൊച്ചുത്രേസ്യ പുണ്യവതിയുടേയും യേശുവിന്റേയും ഭക്തരാണ്. ഇവരുടേത് മറാഠിയും കൊങ്കിണിയും കലർന്ന സങ്കരഭാഷയാണ്. ഇരുസമുദായക്കാരും പരമ്പരാഗതമായ നൃത്തത്തിലും പാട്ടിലും തല്പരരാണ്. "അഗാ പോറി സംബാൽ ധരിയാലാ തൂഫാൻ ആലായ് ബാരി." (പെണ്ണേ, കടലിൽ ശക്തമായ കൊടുങ്കാറ്റ് വീശുന്നു. കരുതിയിരിക്കുക) 'മീ ഹേ കോലി' തുടങ്ങിയ നാടൻശീലുകൾ മുക്കുവ ഗ്രാമങ്ങളിൽ നിന്ന് ഉയരുന്നത് കേൾക്കാം. ഹോളി മുംബൈ കോലികൾ തകൃതിയായി ആഘോഷിക്കുന്നു. വർണപ്പൊടികൾ ശരീരത്തിലെറിഞ്ഞും

പീച്ചാംകുഴലിൽ ചായം കലർന്ന വെള്ളം നിറച്ച അന്യരുടെ ശരീരത്തിൽ ചാമ്പുകയും വെള്ളം നിറച്ച ബലൂണുകൾ പരസ്പരം എറിയുകയും ചെയ്യുന്ന ഈ ഉത്സവത്തിന് 'ഷിങ്കാ' എന്ന് കോലികൾ പറയുന്നു.

കോലി ഗ്രാമങ്ങൾ മസ്ഗാവ്, കൊളാബ, മാഹിം തുടങ്ങിയ സ്ഥലങ്ങളിൽ ആകാശചുംബികൾക്ക് താഴെയും തിക്കും തിരക്കുമുള്ള പട്ടണപ്രദേശങ്ങളിലും ഇന്നും സ്ഥിതി ചെയ്യുന്നുണ്ടെങ്കിലും, കോലികളുടെ ജീവിതം അത്ര സന്തോഷകരമല്ല. നരിമാൻ പോയിന്റ്, ബാന്ദ്രാ-കുർള കോംപ്ലക്സ്, കഫ് പരേഡ് തുടങ്ങിയ കോർപറേറ്റ് കമ്പനികളുടെ ഓഫീസ് സമുച്ചയങ്ങൾ മത്സ്യബന്ധനഗ്രാമങ്ങൾ ഇടിച്ചുനിരത്തിയിട്ടാണ് നിർമിച്ചത്. മത്സ്യങ്ങളുടെ പ്രജനനത്തിന് ഉപയുക്തമായ കണ്ടൽക്കാടുകളേയും ഭരണകൂടം വെറുതെ വിട്ടിട്ടില്ല. മഹാനഗരത്തിലെ ഒന്നരക്കോടി ജനങ്ങൾ അവരുടെ മാലിന്യങ്ങൾ കടലിൽ നിക്ഷേപിക്കുന്നു. തന്മൂലം ജലം മലിനമാവുകയും മത്സ്യങ്ങൾ ചത്തൊടുങ്ങുകയും ചെയ്യുന്നു. പടിഞ്ഞാറൻ ബാന്ദ്ര മുതൽ ആരംഭിക്കുന്ന കടൽപ്പാലങ്ങൾ മത്സ്യബന്ധനബോട്ടുകളുടെ സുഗമമായ സഞ്ചാരത്തിന് വിഘാതമാകുന്നു.

"ഞങ്ങൾ അധ്വാനശീലരാണ്. മത്സ്യബന്ധനത്തിനിടയിൽ മരിക്കാനും തയ്യാറാണ്. കർഷകരെപ്പോലെ ഞങ്ങൾ ആത്മഹത്യ ചെയ്യുന്നില്ല. ഞങ്ങൾക്കും കടബാധ്യതകളുണ്ടെങ്കിലും അത് എങ്ങനെയെങ്കിലും തരണം ചെയ്യും." പേരു വെളിപ്പെടുത്താൻ ആഗ്രഹമില്ലാത്ത ഒരു കോലി പറഞ്ഞു. എന്നാൽ പുതിയ പാലങ്ങളും കടലിൽ മണ്ണിട്ടു നികത്തി കെട്ടിടങ്ങൾ നിർമിക്കാനുള്ള ഭരണകൂടത്തിന്റെ സ്ഥാപിത താല്പര്യങ്ങളും അതിനുവേണ്ടി കണ്ടൽക്കാടുകളുടെ നശീകരണവും വഴി, മത്സ്യത്തൊഴിലാളികൾ പട്ടിണിയിലായിരിക്കുന്നു. ഞങ്ങളിൽ പലരും ബോട്ടുകൾ വിറ്റ് വിവാഹങ്ങളിൽ ബാന്റ്മേളത്തിന് പോകുന്നു. ഇത് എവിടെച്ചെന്ന് അവസാനിക്കുമോ എന്തോ."

ഒരുകാലത്ത് മഹാനഗരത്തിന്റെ അധിപരായി കണക്കാക്കപ്പെട്ടിരുന്ന കോലികളുടെ ജനസംഖ്യ ലോപിച്ച് ലോപിച്ച് ഇന്ന് കേവലം 0.3% ആയി കുറഞ്ഞിരിക്കുന്നു. മസ്ഗാവ്, വർലി, കൊളാബ, അപ്പോളോ ബന്ദർ, ഡോംഗ്രി തുടങ്ങി ഏഴു ദ്വീപുകളുടെ സമൂഹമായിരുന്ന ബോംബെക്ക് മുംബൈ എന്ന പേരു ലഭിക്കാൻ കാരണം നഗരമധ്യത്തിലെ മുംബാദേവി ക്ഷേത്രമാണ്.

മാഹിം ഫിഷർമെൻ കോളനി സ്ഥിതി ചെയ്യുന്നത് മാഹിം പള്ളിക്കു സമീപമാണ്. ഈ കോളനിയിലെ കോലികൾ ഭൂരിഭാഗവും ക്രിസ്ത്യാനികളത്രെ. കൊടുങ്കാറ്റിൽപെട്ട കോലികളെ മാഹിം മാതാവ് രക്ഷിക്കുമെന്ന വിശ്വാസം കോലികൾക്കിടയിലുണ്ട്. അതുകൊണ്ട് എല്ലാ ബുധനാഴ്ചകളിലുമുള്ള നൊവേനകളിൽ അവർ പൂമാലകളും മെഴുകുതിരികളും മാതാവിന് അർപ്പിക്കുന്നു.

നല്ല ഉയരവും മെലിഞ്ഞ ശരീരപ്രകൃതിയുമുള്ള മരിയയെ പരിചയപ്പെടുന്നത് പള്ളി പരിസരത്തുവെച്ചാണ്. അവൾക്ക് പതിനെട്ട് വയസ്സ് കാണും. ഒമ്പതാം ക്ലാസിൽ വെച്ച് പഠിപ്പു നിർത്തിയ മരിയ പരമ്പരാഗതമായ മത്സ്യവില്പനയ്ക്ക് ഇറങ്ങിത്തിരിച്ചിട്ട് വർഷം മൂന്നായി. അവളുടെ പിതാവിന് ഒരു ചെറിയ ഫിഷിങ്ബോട്ട് സ്വന്തമായി ഉണ്ടായിരുന്നെങ്കിലും കടം കയറി അതു വിറ്റു. മാതാവ് കാൻസർ രോഗിണി. മരിയക്ക് രണ്ട് ഇളയ സഹോദരിമാരുണ്ട്. അതിനാൽ മനമില്ലാമനസ്സോടെ തന്നെ അവൾ മത്സ്യവില്പനയ്ക്കിറങ്ങി. അതിരാവിലെ കൊളാബയിലെ സാസൂൺ ഡോക്കിൽ നിന്ന് മത്സ്യം വാങ്ങി അഞ്ചാറ് മച്ചിവാലികളുമൊത്ത് ടെംബോയിൽ ചർച്ച് ഗേറ്റിലെത്തിക്കുന്നു. പിന്നീടവൾ ബാന്ദ്രാ ലോക്കലിൽ കയറി ബാന്ദ്രയിലെ കാർട്ടർ റോഡ് പരിസരത്തുള്ള വീടുകളിൽ വില്പന നടത്തി ഉദ്ദേശം മൂന്നു മണിയോടെ കൂടണയുന്നു. മരിയക്ക് സാമർത്ഥ്യവും വാഗ്ധാടിയും കുറവായതിനാൽ ദിനവും നൂറ്റമ്പത് മുതൽ ഇരുനൂറ് ഉറുപ്പിക വരെയേ സമ്പാദിക്കാനാവൂ. ചെറിയ കുട്ടിയായ അവളെ മുതിർന്ന മത്സ്യവില്പനക്കാരികൾ അവഗണിക്കുന്നുവെന്ന് മരിയ പരാതിപ്പെട്ടു. ഒരു ടൈപ്പിസ്റ്റ് ആകണമെന്നായിരുന്നു ആഗ്രഹമെങ്കിലും മത്സ്യവില്പനക്കാരിയായി രൂപാന്തരപ്പെട്ട മരിയ ദരിദ്രരായ കോലികളുടെ ഗണത്തിൽപെടുന്നു.

ബോറിവ്ലിക്കടുത്തുള്ള ഗോരായ് കടലിടുക്ക്. ഇവിടെയുള്ള കണ്ടൽക്കാടുകളിൽ പ്ലാസ്റ്റിക് സഞ്ചികൾ പറ്റിപ്പിടിച്ചിരിക്കുന്നു. മണ്ണ് ചെളിയേറിയതും മാലിന്യമുള്ളതുമാണ്.

“ഇരുപത് കിലോമീറ്റർ ദൂരത്തോളം കടൽജലത്തിൽ മാലിന്യം നിറഞ്ഞിരിക്കുന്നു. ഒ.എൻ.ജി.സിയുടെ പ്രവർത്തനം മൂലം ഞങ്ങൾക്ക് മത്സ്യബന്ധനത്തിന് കഴിയുന്നില്ല.” ഒരു സ്ഥലവാസി പറഞ്ഞു.

ഗോൺഡാൻ (പച്ചകുത്ത്) കോലികളുടെ ഒരു സവിശേഷതയാണ്. പുരുഷന്മാരായ കോലികൾ ‘സൂർഖ’ എന്നറിയപ്പെടുന്ന ബഹുവർണ്ണ തുണിയാൽ മാത്രം അരയ്ക്കു താഴെ നാണം മറയ്ക്കുന്നു. കോലികളിൽ മുതിർന്നവർ ചെവി വരെ മൂടുന്ന മങ്കി ക്യാപ്പും കാതിൽ ലോഹനിർമിതമായ ചെറിയ വളയവും കൈയിൽ സ്റ്റീൽ വളയും ധരിക്കുന്നു. ഹിന്ദി, മറാഠി സിനിമകളിൽ ഒരു കോലി ഹാസ്യനടൻ പ്രത്യക്ഷപ്പെടുന്നത് ആദ്യകാലങ്ങളിൽ പതിവായിരുന്നു. പ്രസിദ്ധ മറാഠി സിനിമാനിർമാതാവും സംവിധായകനും ഹാസ്യനടനുമായ, അന്തരിച്ച ദാദാ കോൺകേയുടെ ചിത്രങ്ങൾ ഉദാഹരണം. കോലികൾ ആഭരണങ്ങളോട് ആഭിമുഖ്യമുള്ളവരാണ്. അവരുടെ കൈചെയ്ൻ നെക്ലേസ്, വള തുടങ്ങിയവയിൽ മത്സ്യത്തിന്റെ ചിഹ്നം എപ്പോഴുമുണ്ടായിരിക്കും. മഹാനഗരത്തിൽ പ്രിൻസസ് സ്ട്രീറ്റിന് സമീപമുള്ള ചന്ദൻവാഡിയിൽ കോലി ആഭരണങ്ങൾ മാത്രം വില്ക്കുന്ന സ്വർണക്കടകളുണ്ട്. ഹാജി മസ്താന്റേയും കരിംലാലയുടേയും കാലങ്ങളിൽ അർണാലയിലും ഗോരായ് കടപ്പുറത്തും കള്ളക്കടത്തായി ബോട്ടുകളിൽ എത്തിയിരുന്ന

സ്വർണബാറുകളും റാഡോ വാച്ച്, ബോസ്കി തുണി, സിഗററ്റ് ലൈറ്റർ, ടു ഇൻ വൺ തുടങ്ങിയവ ഉൾക്കടലിൽനിന്ന് കരക്കെത്തിച്ചിരുന്നത് കോലി കളായിരുന്നുവെന്ന് പ്രസിദ്ധ ക്രൈം റിപ്പോർട്ടർ ജെ.ഡെ ഒരിടത്ത് പറഞ്ഞി ട്ടുണ്ട്.

"ഇന്ന് ബോട്ടുകൾ കടൽത്തീരത്ത് അലസമായി കിടക്കുന്നു. അവ വെള്ള ത്തിലിറക്കിയിട്ട് മാസങ്ങൾ പലതു കഴിഞ്ഞു. ഫിഷിങ് ഹാർബറുകൾ പിടിച്ചടക്കിയതിനുശേഷം ഗവണ്മെന്റിന്റെ നോട്ടം മത്സ്യബന്ധനഗ്രാമങ്ങളി ലേക്കാണ് എസ്സെൽ ഗ്രൂപ്പിന്റെ എസ്സെൽ വേൾഡ് അമ്യൂസ്മെന്റ് പാർക്ക് നിർമിച്ചതുമൂലം ഞങ്ങൾ പട്ടിണിയിലായിരിക്കുന്നു." ആന്തോണി വാസ് എന്ന കോലി പറയുന്നു.

ഇപ്പോൾ, കരകാണാക്കടലിനു മീതെ കോലികളുടെ മോഹപ്പൂങ്കുരുവി പറക്കുന്നില്ല...! ∎

ടെയ്സ്റ്റ് ഓഫ് ഉഡുപ്പി

മഹാനഗരത്തിലെ ചെമ്പൂരിലെ സ്റ്റേഷൻറോഡ്. അന്ന് ബുധനാഴ്ച. റോഡിൽ വാഹനങ്ങളുടെ തിക്കും തിരക്കും. റെഡിമെയ്ഡ് വസ്ത്രങ്ങളും ഇന്നർവെയറുകളും വാഴപ്പിണ്ടി മുതൽ വാഴക്കുടപ്പൻ വരെ നിരത്തുവക്കിൽ പ്രദർശിപ്പിച്ച് വീട്ടമ്മമാരോട് വിലപേശുന്ന കച്ചവടക്കാർ. മലയാളവും തമിഴും കലർന്ന മണിപ്രവാളഭാഷയിൽ ചേച്ചി, അമ്മാ, അക്കാ എന്നിങ്ങനെ അലറിവിളിച്ച് ഉപഭോക്താക്കളെ അവർ തങ്ങളുടെ സാന്നിധ്യമറിയിച്ചുകൊണ്ടിരുന്നു.

ആ പൂഹോയ് വിളികളുടെ ആരവംകൊണ്ട് തെരുവ് ശബ്ദമുഖരിതമായി. സമയം വൈകീട്ട് അഞ്ചരയോടടുക്കുന്നു. റോഡിലെ ഫ്ളൂറസെന്റ് വിളക്കുകൾ അപ്പോൾത്തന്നെ തെളിയിച്ച് 'ബിഇഎസ്ടി' ജീവനക്കാർ സ്ഥലംവിട്ടിരിക്കണം. ചെമ്പൂർ സ്റ്റേഷനിൽ കടകടാരവം മുഴക്കി സബേർബൻ ട്രെയിൻ വന്നു നിന്നു. ജനം പുറത്തേക്കൊഴുകിചിതറി റോഡിൽനിറഞ്ഞ് ആൾക്കൂട്ടത്തിൽ ലയിച്ചു.

ഈയിടെ മഹാനഗരത്തിൽ നടത്തിയ ഹ്രസ്വസന്ദർശനത്തിനിടയിൽ സഹോദരി ബേബിയുമൊത്ത് സ്റ്റേഷൻ റോഡിലൂടെ നീങ്ങവേ അവൾക്ക് പാൻ പോളി (ഇലയട) കഴിക്കണമെന്ന മോഹം. ലക്ഷ്മി മാർക്കറ്റിനു സമീപമുള്ള 'സരോജി'ൽ കയറി. പുറത്തുള്ള പൂച്ചട്ടികളിൽ പുഷ്പിച്ചു നിൽക്കുന്ന രജനീഗന്ധി. നീല അക്ഷരങ്ങളിൽ 'സരോജ് ലഞ്ച് ഹോം' എന്ന് ഇല്യൂമിനേറ്റ് ചെയ്ത ബോർഡിൽ അതിന്റെ ലോഗോ ഒരു നീലത്താമര വരച്ചു ചേർത്തിട്ടുണ്ട്. ഞങ്ങൾ ഹാളിന്റെ കവാടത്തിലെത്തി. വെള്ള മുറിക്കയ്യൻ ഷർട്ടും പാന്റുമിട്ട ഒരു വിദ്വാൻ ഞങ്ങളെ തടഞ്ഞു. അവിടെ ഇരിപ്പിടം ഒഴിവില്ലയെന്ന്. കുറച്ചിടെ ക്ഷമിക്കാൻ പറഞ്ഞ് അയാൾ അടുത്തയാളുടെ നേരെ തിരിഞ്ഞ് പല്ലവി ആവർത്തിച്ചു.

ധവളവസ്ത്രധാരി ഞങ്ങൾക്കു മുമ്പെത്തിയവരെ ഹാളിലേക്ക് കടത്തിവിട്ടു. ക്യാഷ് കൗണ്ടറിൽ തലമുടി മാടിക്കെട്ടിയ, കണ്ണട വെച്ച, മെലിഞ്ഞ് വെളുത്ത ഒരു വൃദ്ധൻ ഇരിക്കുന്നു. അവിടെ അയാളുടെ മകനായിരിക്കണം, സുമുഖനായ ഒരു ചെറുപ്പക്കാരൻ യൂൾബ്രിന്നറെപ്പോലെ- അയാൾ

മൊട്ടത്തലയനാണ് - പണം വാങ്ങുന്നതിൽ ബദ്ധശ്രദ്ധൻ. ഇടയ്ക്കിടെ അയാളുടെ കണ്ണുകൾ ഹാളിലെല്ലായിടത്തും സഞ്ചരിക്കുന്നുമുണ്ട്.

"അഡ്വക്കെറ്റ് നാരായണൻ ഷെട്ടിയെ ഓർമ്മയുണ്ടോ? അദ്ദേഹം ഒരു കാലത്ത് ഈ ഹോട്ടലിലെ സപ്ലയറായിരുന്നു." ബേബി മലയാളത്തിൽ പറഞ്ഞു. വെളുത്ത നിറവും അല്പം തടിച്ച ശരീരപ്രകൃതിയും നരച്ച മുടി ഡൈ ചെയ്തും ഇസ്തിരിയിടാത്ത ഷർട്ട് ധരിച്ചും ഇടയ്ക്കിടെ വളിവിടുന്ന ഷെട്ടിയെ ഓർമ്മ വന്നു. അയാളുടെ ഭാര്യ പിടത്താറാവിനെപ്പോലുള്ള ഗുലാബിയേയും. പാവം ഷെട്ടി. ആദ്യത്തെ കാർഡിയാക് അറസ്റ്റിൽത്തന്നെ മരിച്ചുപോയി.

സരോജിലെ തിരക്കൊഴിയുന്ന മട്ടില്ല. പാഴ്സൽ കൗണ്ടറിലും ജനം തിങ്ങിക്കൂടിയിരിക്കുന്നു. പൂരൻ പോളി ഭക്ഷിക്കണമെന്ന് ആഗ്രഹം തൽക്കാലം വേണ്ടെന്നു വെച്ച്. ഞങ്ങൾ സരോജിനോട് വിട പറഞ്ഞു.

ഉഡുപ്പിയിലെ ഷെട്ടികൾ ജീവസന്ധാരണത്തിനായി മുംബൈയിലെത്താൻ തുടങ്ങിയത് സ്വാതന്ത്ര്യസമരകാലത്ത്. അവർ മഹാനഗരത്തിന്റെ പര്യമ്പുറങ്ങളായ മാട്ടുംഗ, ചെമ്പൂർ, സയൺ, മുളുണ്ട് തുടങ്ങി ദക്ഷിണേന്ത്യക്കാർ തിങ്ങിത്താമസിക്കുന്ന സ്ഥലങ്ങളിൽ ഉഡുപ്പി ഹോട്ടലുകൽ തുടങ്ങി. ഇഡ്ഡലിയും മസാലദോശയും വെങ്കായ ഊത്തപ്പവും മഹാരാഷ്ട്രീയരെ ഭക്ഷിക്കാൻ പഠിപ്പിച്ചു. അതിന് കർണാടകത്തിന്റെ പ്രത്യേകരുചിയുണ്ടായിരുന്നു. അന്ന് ശുദ്ധനെയ്യിൽ ഷെട്ടികൾ നെയ്ദോശ ചുട്ട് വിറ്റു. യു.പി. ഭയ്യാമാരുടെ തബേലകളിൽ (എരുമത്തൊഴുത്ത്) നിന്ന് നേരിട്ട് എരുമപ്പാൽ വാങ്ങി, ഫിൽറ്റർ കോഫിയും ചായയും കൂട്ടി. വടക്കേ ഇന്ത്യക്കാർക്ക് ഉഡുപ്പി ഭക്ഷണം സ്വഭാവമാകാൻ പിന്നെ ഏറെത്താമസമുണ്ടായില്ല. അങ്ങനെ കൂടുതൽ ഷെട്ടികളും പൂജാരികളും റാവുമാരും കർണാടകത്തിൽ നിന്നെത്തി. മഹാനഗരത്തിന്റെ മർമ്മസ്ഥാനങ്ങളിൽ ഉഡുപ്പി റെസ്റ്റോറന്റുകൾ ആരംഭിച്ചു. പയ്യെപ്പയ്യെ അവരുടെ ജനസംഖ്യ മുംബൈയിൽ ഏറി വന്ന് ഒന്നരക്കോടിയിൽ പതിനാല് ശതമാനം വരെ എത്തിനിൽക്കുന്നു. ഉഡുപ്പി റെസ്റ്റോറന്റുകളിലെ ജീവനക്കാർ മിക്കവാറും കന്നഡിഗർ തന്നെ. ജോലി തേടിയെത്തുന്ന യുവാക്കൾ ആദ്യം ഇത്തരം ഹോട്ടലുകളിൽ വേലയ്ക്കു നിൽക്കും. അവരിൽ ബുദ്ധിമാന്മാർ നൈറ്റ് സ്കൂളിൽ പഠിച്ച് എസ്.എസ്.സിയും തുടർന്ന് കോളേജ് വിദ്യാഭ്യാസവും നേടും. അങ്ങനെയുള്ളവരിൽ ഒരാളാണ് അഡ്വക്കെറ്റ് നാരായൺ ഷെട്ടി.

ശ്രീധർ പൂജാരി എന്ന ഒരു മധ്യവയസ്കന്റെ കഥ ഏറെ ഭിന്നമാണ്. പതിമൂന്നാം വയസ്സിൽ മുംബൈയിലെത്തിയ ശ്രീധർ മാട്ടുംഗയിലെ ഒരു ഉഡുപ്പി ഹോട്ടലിൽ ക്ലീനറായി ജോലി ചെയ്ത് സപ്ലയറായി ഉയർന്ന് ഒടുവിൽ ഒരു ചെറുകിട പത്രത്തിന്റെ മാനേജരായി ഇപ്പോൾ അടുത്തൂൺ പറ്റിയിരിക്കുന്നു. ദൃഢനിശ്ചയവും കൂട്ടിന് ധാരാളം ആത്മവിശ്വാസവുമുള്ള ശ്രീധർ ഇന്ന് ഖാർ റോഡിലെ സ്വന്തം വീട്ടിൽ വിശ്രമജീവിതം നയിക്കുന്നു.

തുളു, ഇംഗ്ലീഷ്, കന്നഡ, മലയാളം, മറാഠി, കൊങ്കിണി തുടങ്ങിയ ഭാഷകൾ അനായാസേന കൈകാര്യം ചെയ്യാനുള്ള വിദ്യാഭ്യാസം അദ്ദേഹം സമ്പാദിച്ചിട്ടുണ്ട്. കോർപ്പറേറ്റ് ഓഫീസുകളോട് അനുബന്ധിച്ച് നടത്തുന്ന കാന്റീനുകളുടെ ലൈസൻസുകളും ഷെട്ടികൾതന്നെ സമ്പാദിക്കുന്നു. മന്ത്രാലയ, എൽ.ഐ.സി, ഇന്ത്യൻ എക്സ്പ്രസ്, ഭാരത് പെട്രോളിയം തുടങ്ങിയവയുടെ കാന്റീനുകൾ ഇപ്പോഴും ഷെട്ടികൾതന്നെ കൈകാര്യം ചെയ്തുവരുന്നു.

കിങ് സർക്കിളിൽതന്നെ നാലഞ്ച് ഉഡുപ്പി ഭക്ഷണശാലകളുണ്ട്. ഉഡുപ്പി ശ്രീകൃഷ്ണ കഫെ, മൈസൂർ ഉഡുപ്പി കഫെ കൂടാതെ ഇഡ്ഡലി ഹൗസ് തുടങ്ങിയവയിൽ ശുദ്ധനാടൻ ഉടുപ്പി വിഭവങ്ങൾ വിളമ്പുന്നു. കഫെ മൈസൂരിലേയും ഉഡുപ്പി ശ്രീകൃഷ്ണയിലേയും റവ റോസ്റ്റ്, ദഹി വട (തൈർ വട), ദഹി ഇഡ്ഡലി (തൈര് ഇഡ്ഡലി) നാളികേരവും പഴവും ഉണക്കമുന്തിരിയും ചേർത്ത ദഹി കച്ചോരിയും എന്നും ഏവർക്കും പ്രിയങ്കരം.

മാട്ടുംഗ-തെലംഗ് റോഡിലുള്ള മണീസ് ലഞ്ച് ഹോം തനി പാലക്കാടൻ ബ്രാഹ്മണരുടേതാണെങ്കിലും അവിടേയും ഉഡുപ്പി-കേരള വിഭവങ്ങൾ നിങ്ങൾക്കാസ്വദിക്കാം. ഒരു സാത്വികന്റെ മട്ടും മാതിരിയുമുള്ള നാരായണ സ്വാമിയെ നമുക്കൊന്ന് പരിചയപ്പെടാം. പാലക്കാട് വിക്റ്റോറിയ കോളേജിൽ നിന്ന് ധനതത്ത്വശാസ്ത്രത്തിൽ ബിരുദമെടുത്ത സ്വാമി മുംബൈയിലെത്തുമ്പോൾ മണീസ് ലഞ്ച് ഹോം ഇത്ര പടർന്ന് പന്തലിച്ചിരുന്നില്ല. പാലക്കാടൻ ബ്രാഹ്മണഗ്രാമത്തിൽ നാരായണ സ്വാമിയുടെ പിതാവ് മണിസ്വാമിയുടെ ജീവിതം വഴിമുട്ടിയപ്പോൾ അന്നത്തെ യുവാക്കളുടെ സ്വർഗമായിരുന്ന കൽക്കത്തയിലേക്ക് വണ്ടി കയറി. അന്ന് അദ്ദേഹത്തിന്റെ കൈയിലുണ്ടായിരുന്നത് കേവലം തുച്ഛസംഖ്യ. കൽക്കത്തയിലെ കാലാവസ്ഥയും ആളുകളുടെ പെരുമാറ്റവും സ്വാമിയുടെ ഹോട്ടൽ വ്യാപാരത്തിന് വിലങ്ങുതടിയായതോടെ ആ നഗരത്തോട് വിടപറഞ്ഞ് മുംബൈയിലേക്ക് തിരിച്ചു. അപ്പോൾ ഇന്ത്യക്ക് സ്വാതന്ത്ര്യം ലഭിച്ചിട്ടില്ല. ഒരു നല്ല നാളിൽ കെറ്റിലിൽ ഫിൽറ്റർ കോഫി നിറച്ച് സൈക്കിളിന്റെ കാരിയറിൽ വെച്ചുകെട്ടി മണിസ്വാമി സമീപത്തുള്ള കടകളിലും ഓഫീസുകളിലും കോഫി വിതരണം ചെയ്യാനാരംഭിച്ചു. ആദ്യത്തെ കോഫി സ്വാദ് നോക്കിയവർ എല്ലാ ദിവസങ്ങളിലും അതെത്തിക്കാൻ അദ്ദേഹത്തോട് ആവശ്യപ്പെടുകയായിരുന്നു. അതോടെ മണിസ്വാമി മനസ്സിൽ കണ്ട മണീസ് ലഞ്ച് ഹോം രൂപം കൊണ്ടു. ഈ സംഭവം നടന്ന് ഇപ്പോൾ അര നൂറ്റാണ്ട് പിന്നിട്ടിരിക്കുന്നു.

മണീസ് പടർന്ന് പന്തലിച്ച് സയണിലും ഹിന്ദു കോളനിയിലും ശാഖകൾ ആരംഭിച്ചിട്ടുണ്ട്. രാവിലെ പതിനൊന്ന് മുതൽ അവിടെ ഊണ് ആരംഭിക്കുന്നു. അതിനായി കാത്തുനിൽക്കുന്ന ആളുകളുടെ നീണ്ടനിര നിങ്ങളെ അദ്ഭുതപ്പെടുത്തിയേക്കും. പൊന്തൻ കായ മെഴുക്കുപുരട്ടിയും നാടൻ സാമ്പാറും മൈസൂർ പാവും ഒപ്പം സുഖിയനും നെയ്യപ്പവും ഇവിടെ നിങ്ങൾക്കാസ്വദിക്കാം.

മുളുണ്ട് സ്റ്റേഷൻ പരിസരത്തുള്ള 'വിശ്വമഹലി'ൽ ആളൊഴിഞ്ഞ സമയമായിരുന്നു. ഒന്നുരണ്ട് പേർ അവിടെ ഒഴിഞ്ഞ കസേരകളിൽ സ്ഥാനം പിടിച്ച് എന്തോ ഭക്ഷിക്കുന്നുണ്ട്. ഉടമസ്ഥരിൽ ഒരാളായ സദാനന്ദ് ഷെട്ടിക്ക് അല്പം കോങ്കണ്ണുണ്ട്. തലമുടി രണ്ടായി പകുത്തിട്ടിരിക്കുന്നു. ഒരു അയഞ്ഞ ഇളംനീല ജുബ്ബയും മുണ്ടുമണിഞ്ഞ സദാനന്ദ് ഷെട്ടിക്ക് എഴു പതിനോടടുത്ത പ്രായമുണ്ട്. പത്രത്തിൽ നിന്നാണെന്ന് പറഞ്ഞപ്പോൾ മോശ മായ അഭിപ്രായങ്ങളൊന്നും എഴുതരുതേ എന്നപേക്ഷിച്ച് അദ്ദേഹം ഒരു മിസ്റ്റിക് ചിരി ചിരിച്ചു. ചുമരിൽ നിത്യാനന്ദസ്വാമിയുടെ വലിയ ചിത്രത്തിനു മുമ്പിൽ ഒരു കെടാവിളക്ക്. ആ ചിത്രത്തിലുള്ള പത്തി വിടർത്തി നിൽക്കുന്ന മൂർഖൻ പാമ്പിനെ കണ്ടപ്പോൾ ഉള്ളിൽ അല്പം ഭയം തോന്നി. തൊട്ടടുത്ത് ധനലക്ഷ്മിയുടെ ഛായാചിത്രം. അവിടെ ഘടിപ്പിച്ചിരിക്കുന്ന സ്റ്റാന്റിൽ മുളച്ചു പൊന്തിയ നാളികേരം ചുവന്ന തുണി കെട്ടിയ ഒരു ചെമ്പു ലോട്ടയിൽ സ്ഥാനം പിടിച്ചിട്ടുണ്ട്. ആ ഹാളിൽ സാമ്പ്രാണിയുടെ പുക നിറഞ്ഞിരി ക്കുന്നു

വിശ്വമഹൽ മുളുണ്ട് ഭാഗത്തെ പ്രശസ്തമായ ഉഡുപ്പി ഹോട്ടലാണ്. ഉദ്ദേശം അമ്പത് വർഷം മുമ്പ് ആരംഭിച്ച ആ റെസ്റ്റോറന്റ് നവീകരിച്ച് ഏറ്റവും നൂതനമാക്കിയിരിക്കുന്നു. മേൽത്തട്ടിൽ പ്ലാസ്റ്റർ ഓഫ് പാരീസ് കൊണ്ട് അല ങ്കാരപ്പണി നടത്തി ഒരു പുതിയ ഹോട്ടലിന്റെ രൂപം വരുത്തിയിട്ടുണ്ട്.

സദാനന്ദ് ഷെട്ടി ഒഴിഞ്ഞ മേശക്കരികിലേക്ക് ക്ഷണിച്ച് ഇരിക്കാൻ പറഞ്ഞു. അദ്ദേഹം ഷെട്ടി ഹോട്ടലുകളുടെ കഥ പറഞ്ഞതിങ്ങനെ:

അദ്ദേഹത്തിന്റെ പൂർവ്വികരിൽ ചിലർ പാൻപെട്ടിക്കടകൾ നടത്തി ഉപ ജീവനം നടത്തിപ്പോന്നു. സദാനന്ദിന്റെ പിതാവ് അതിൽനിന്ന് വ്യതിചലിച്ച് ഒരു ചെറിയ ഹോട്ടൽ ആരംഭിച്ചു. ആദ്യമത് ഗോരഗോണിൽ ആയിരുന്നു. പണം ആവശ്യത്തിനായപ്പോൾ ഹോട്ടൽ വ്യാപാരം വിപുലീകരിച്ച് മുളുണ്ടിൽ വിശ്വമഹൽ ആരംഭിച്ചു. ഉത്സാഹിയായ സദാനന്ദ് ഷെട്ടി കോളേജ് വിദ്യാ ഭ്യാസത്തിനുശേഷം പിതാവിന്റെ ഹോട്ടൽ ഏറ്റെടുത്തു, മറ്റൊന്നും ചിന്തി ക്കാതെ.

1966-ൽ ശിവസേന രൂപീകൃതമായപ്പോൾ അവരുടെ അജണ്ടയിലെ പ്രഥമ സ്ഥാനം ദക്ഷിണേന്ത്യക്കാരെ മുംബൈയിൽ നിന്ന് ഓടിക്കുക എന്നതായി രുന്നു. കർണാടക-മഹാരാഷ്ട്ര അതിർത്തി പ്രശ്നം ഉദിച്ചപ്പോൾ ശിവസേന ആദ്യം ഉഡുപ്പി ഹോട്ടലുകൾക്കും ദക്ഷിണേന്ത്യക്കാരുടെ മറ്റ് സ്ഥാപന ങ്ങൾക്കും നേരെ ആക്രമണം അഴിച്ചുവിട്ടു. കൊന്നും കൊലവിളി നടത്തിയും കൊള്ള ചെയ്തും ശിവസേന 'അംചി മാത്തി, അംചി മാണുസ്' (നമ്മുടെ മണ്ണ്, നമ്മുടെ ആളുകൾ) മുദ്രാവാക്യം ആർത്തുവിളിച്ച് വാളുകളും വടി കളുമേന്തി മുംബൈ തെരുവുകളിലൂടെ പാഞ്ഞു. ദക്ഷിണേന്ത്യക്കാരുടെ കാര്യം അങ്ങനെ പരുങ്ങലിലായി. അവരിൽ പലരും ഒളിച്ചോടി എവിടെയോ പോയ്മറഞ്ഞു. ആ ദശാസന്ധി തീരുന്നതെപ്പോഴെന്നറിയാതെ ഉത്തരായനം കാത്തുകിടക്കുന്ന ഭീഷ്മാചാര്യരെപ്പോലെ കന്നഡിഗർ കാത്തിരുന്നു.

പിന്നീട് ശിവസേനാ നേതാവ് ബാൽ താക്കറെ തന്റെ ആദർശത്തിന് ഹിന്ദുത്വത്തിന്റെ വർണം പകർന്നു. അവരും അന്നത്തെ പുതുസംഘടന യായ ബി.ജെ.പിയും ചേർന്ന് മുസ്‌ലിംകളുടെ നേരെ തിരിഞ്ഞു. മാളത്തി ലൊളിച്ച കർണാടകക്കാരും തമിഴരും കുറച്ച് മലയാളികളും ബി.ജെ.പി., ശിവസേന സഖ്യത്തിന്റെ പിണിയാളരായി. അങ്ങനെ ഉഡുപ്പി ഹോട്ടലുകൾ വീണ്ടും സജീവമായി. അവർ മഹാനഗരത്തിന്റെ മുക്കിലും മൂലയിലും പുതിയ ഹോട്ടലുകൾ തുറന്ന് സാദാ ഡോസയും (വടക്കേ ഇന്ത്യക്കാർ ദോശക്ക് അങ്ങനെയാണ് പറയുക) ഇഡ്ഡലി വടാസാമ്പാറും വീണ്ടും വിളമ്പി.

കർണാടകക്കാരിൽ ചിലർ ഒരു പടികൂടി കടന്ന് മാംസാഹാരം തങ്ങ ളുടെ മെനുവിൽ ചേർത്തു. ആ ഉഡുപ്പി ഹോട്ടലുകൾ തുടർന്ന് ലൈസൻസ് സമ്പാദിച്ച് ബാറുകൾ തുടങ്ങി. അവിടേക്ക് ജനം ഇരച്ചുകയറി. ചില വിരുത ന്മാർ അതോടൊപ്പം ഡാൻസ് ബാറുകളും മറ്റു ചിലർ ലലനാമണികളെ സപ്ല യർമാരായി ഏർപ്പെടുത്തി ലേഡീസ് ബാറുകളും ആരംഭിച്ചു.

പേര് വെളിപ്പെടുത്താൻ ആഗ്രഹമില്ലാത്ത മുംബൈ ഹോട്ടൽ അസോ സിയേഷന്റെ ഒരു വക്താവ് ഉഡുപ്പി ഹോട്ടലുകൾ ഇന്നനുഭവിച്ചുകൊണ്ടിരി ക്കുന്ന പ്രതിസന്ധികളെക്കുറിച്ച് പറഞ്ഞു. ഗ്യാസിനും പലവ്യഞ്ജന ങ്ങൾക്കും പച്ചക്കറികൾക്കും വന്നുകൊണ്ടിരിക്കുന്ന ഗണ്യമായ വിലവർധന ഹോട്ടൽ വ്യാപാരത്തെ അടിമുടി ഉലച്ചിരിക്കുന്നു. ഫാസ്റ്റ് ഫുഡ് സംസ്കാരം ഉഡുപ്പി ഹോട്ടലുകളിലെ വ്യാപാരത്തെ സാരമായി ശോഷിപ്പിച്ചിരിക്കുന്നു. വടാപാവും ഇന്ത്യൻ-ചൈനീസ്, മെക്സിക്കൻ, ഫാസ്റ്റ് ഫുഡ് ഭക്ഷണവു മൊക്കെയായി ഉഡുപ്പി ഹോട്ടലുകൾക്കും മാറ്റങ്ങൾ വന്നിരിക്കുന്നു. 'ആഹാർ' എന്ന ഹോട്ടലുടമകളുടെ സംഘടന, ശുചിത്വം ജോലിക്കാരുടെ വേതനം തുടങ്ങിയവയിൽ ചില നിബന്ധനകൾ ഹോട്ടലുടമകൾക്ക് നൽകിയിട്ടുണ്ടെ ങ്കിലും അവ ശരിയായി പാലിക്കുന്നവർ ചുരുക്കമെന്ന് ഷാൻബാഗ് എന്ന ഒരു ഉപഭോക്താവ് പറയുന്നു.

കർണാടകത്തിന്റെ തനതായ നീരുദോശയും ചിക്കൻ കറിയും മറ്റും വിളമ്പുന്ന ഉഡുപ്പി ഹോട്ടലുകൾ താരതമ്യേന കുറഞ്ഞുവരുന്നു. ബാർ നട ത്തുന്ന ഹോട്ടലുടമകൾക്ക് മദ്യം വിറ്റഴിക്കുന്നതിലാണ് താത്പര്യം. ഫോർട്ടിലെ ഭാരത് റസ്റ്റോറന്റ്, ലളിത് റസ്റ്റോറന്റ് തുടങ്ങിയവ മഹാനഗര ത്തിലെ പ്രസിദ്ധ ഉഡുപ്പി ഹോട്ടലുകളാണ്. എന്നാൽ ഈ സ്ഥലങ്ങളിലെ വിഭവങ്ങളുടെ വില ഇന്ന് സാധാരണക്കാരായ മുംബൈക്കാർക്ക് താങ്ങാനാ വുന്നതല്ലെന്ന് വേണം പറയാൻ!

■

കാ കരത് ഹോ ഭയ്യാ...*

നാഗ്പൂരിൽ നിന്ന് മുംബൈയിലേക്കുള്ള സേവാഗ്രാം എക്സ്പ്രസ് ദാദറിലെത്തിയപ്പോൾ സമയം രാവിലെ മൂന്നരയോടടുത്തിരുന്നു. ഉറക്കച്ചടവും പ്രകൃതിയുടെ വിളിയും വന്നതോടെ സഹോദരി ബേബിയുടെ ഫ്ളാറ്റിലേക്കുള്ള സന്ദർശനം തത്കാലം മാറ്റിവെച്ച് ദാദർ സ്റ്റേഷൻ റോഡിലെ 'റെഡ് റോസ്' ഹോട്ടലിനെ ലക്ഷ്യമാക്കി നടന്നു. ഓടി എന്നുതന്നെ പറയാം. ആ തണുപ്പുള്ള പ്രഭാതവേളയിൽ കീറച്ചാക്കുകൊണ്ട് മൂടിപ്പുതച്ചുറങ്ങുന്ന തെരുവിന്റെ മക്കൾ. കടത്തിണ്ണകളിൽനിന്ന് തൽക്കാലം ആരും എഴുന്നേല്പിക്കാൻ വരില്ലെന്ന് അവർക്കുറപ്പുണ്ട്.

റെഡ് റോസിന്റെ മുഖച്ഛായതന്നെ ഒന്നുരണ്ട് വർഷങ്ങൾകൊണ്ട് മാറിയിരിക്കുന്നു. സ്ഫടികനിർമിതമായ വാതിൽക്കൽ സിംഹത്തെ അനുസ്മരിപ്പിക്കുന്ന അതികായനായ പഠാൻ സല്യൂട്ടടിച്ച് സ്യൂട്ട്കെയ്സ് റിസപ്ഷനരികെ കൊണ്ടുവെച്ചു. സുഖസുഷുപ്തിയിലായിരുന്ന റിസപ്ഷനിസ്റ്റിന്റെ ശ്രദ്ധയാകർഷിക്കാൻ വെറുതെയൊന്ന് ചുമക്കേണ്ടി വന്നു. അയാൾ കണ്ണുതുറന്ന് ചാടിയെണീറ്റ് യാന്ത്രികമായി ലഡ്ജർ തുറന്നു. പേര്, വിലാസം, വന്ന സമയം, എത്ര ദിവസം താമസിക്കും തുടങ്ങിയ ചരിത്രം കുറിച്ചശേഷം അഡ്വാൻസ് നൽകി ചാവി വാങ്ങി.

റൂം നമ്പർ നൂറ്റിമൂന്ന്. ഒന്നാംനില. റൂം ബോയ് സ്യൂട്ട്കെയ്സെടുത്ത് മുമ്പേ നടന്നു. പ്രകൃതിയുടെ വിളി അസഹ്യമായിരിക്കുന്നു. സേവാഗ്രാമിൽ വിളമ്പിയ കുക്കുടമസാല തന്റെ കേളികൾ ആമാശയത്തിൽ പയറ്റിത്തുടങ്ങിയിരിക്കുന്നു!

ലിഫ്റ്റിനു കാത്തുനിൽക്കാതെ കോണിപ്പടികൾ ഓടിത്തന്നെ കയറി. റൂം ബോയ് വാതിൽ തുറന്നു. പിന്നീട് ടോയ്ലെറ്റിനകത്തേക്ക് പറഞ്ഞ് ഒന്നുരണ്ട് മിനിറ്റുകൾക്കുള്ളിൽ കാര്യം നിർവഹിച്ച് പുറത്തു വന്നു. ഹാവൂ... സമാധാനമായി!

റൂം ബോയ് അവിടെത്തന്നെ ചുറ്റിപ്പറ്റി നിൽക്കുന്നു. ആ നേപ്പാളി പയ്യൻ തികച്ചും ബംബയ്യ സ്റ്റൈലിൽ തന്നെ പറഞ്ഞു. "ചായ് ഛേ ബജേ മിലേഗാ.

---

* എന്തു ചെയ്യുന്നു സഹോദരാ.

ബാഹർ സെ ലാവും?" (ചായ ആറു മണിക്കേ ലഭിക്കൂ. പുറത്തുനിന്നും കൊണ്ടുവരട്ടെ?) വേണ്ടെന്ന് പറഞ്ഞ് പത്തിന്റെ നോട്ട് അവന്റെ കീശയിൽ തിരുകിയശേഷം മുറി പൂട്ടി പുറത്തിറങ്ങി. നാഗ്പൂരിൽ നല്ല തണുപ്പായിരുന്നതിനാൽ തലേദിവസം ധരിച്ച സ്വെറ്റർ ഊരിയിരുന്നില്ല. തൽക്കാലം അതുതന്നെ മതി. താക്കോൽ റിസപ്ഷനിൽ ഏല്പിച്ച് റെഡ് റോസിന്റെ പുറത്തു കടന്നു. തെരുവ് ഉണർന്നുകഴിഞ്ഞു. തെരുവിന്റെ മക്കളിൽ ചിലർ മൂടിപ്പുതച്ച് ഇരിപ്പാണ്. മറ്റു ചിലർ ഇപ്പോഴും മയക്കത്തിൽതന്നെ. നേരെ സ്റ്റേഷൻ റോഡിന്റെ തെക്കുഭാഗത്തേക്ക് നടന്നു. കൊഡടാഡ് പാലത്തിനു സമീപം മഹാരാഷ്ട്ര സ്റ്റേറ്റ് ട്രാൻസ്പോർട്ട് ഡിപ്പോയിൽ യാത്രക്കാരുടെ തിരക്ക് അധികമില്ല. അവിടെ രാവിലെ പുറപ്പെടാനുള്ള ലക്ഷ്വറി ബസ്സുകൾ നിര നിരയായി വരിയൊപ്പിച്ച് സ്ഥലം പിടിച്ചിട്ടുണ്ട്.

ഫുട്പാത്തിൽ ഒരു മഹാരാഷ്ട്രീയൻ പയ്യനും അവന്റെ സഹായിയും തകൃതിയായി ചായ വിൽക്കുന്നു. മണ്ണെണ്ണ സ്റ്റൗവ് 'ബൂ' എന്ന ശബ്ദമുണ്ടാക്കി കത്തിക്കൊണ്ടിരുന്നു. നിന്ന നില്പിൽ രണ്ട് കട്ടിങ് ചായ ഒരുമിച്ച് കുടിച്ച് പോക്കറ്റിൽനിന്ന് ഫോർ സ്ക്വയർ കിങ് സൈസ് എടുത്ത് തീ പറ്റിച്ച് റോഡിലൂടെ മുന്നോട്ടു നടന്നു.

അലൂമിനിയം ക്യാനുകൾ സൈക്കിളിൽ കെട്ടിവെച്ചും ഹാന്റിലിൽ തൂക്കിയിട്ടും ദൂദ്‌വാലാ ഭയ്യകൾ തെരുവിലൂടെ സഞ്ചരിച്ചുതുടങ്ങി. നേരം ഉദിച്ചുതുടങ്ങിയതേയുള്ളൂ. ഓരോ കെട്ടിടത്തിനുമുമ്പിലും അവർ സൈക്കിൾ നിർത്തി ക്യാനുകൾ കൈയിലേന്തി ഫ്ളാറ്റുകളിൽ പാൽ നൽകുന്നു. ലിറ്റർ കണക്കിന് പാൽ വിറ്റ് ഉപജീവനം നടത്തുമ്പോഴും ഉത്തർപ്രദേശുകാരായ ദൂദ്‌വാലാ ഭയ്യാമാർ കട്ടൻ കാപ്പി കഴിച്ച് തൃപ്തിയടയുന്നുണ്ടാകും. കാരണം, അവരുടെ കീറിപ്പറിഞ്ഞ ജീവിത പരിതഃസ്ഥിതി അവരെ അധികച്ചെലവുകൾക്ക് അനുവദിക്കുന്നുണ്ടാകില്ല. ഭയ്യകൾ മുംബൈയിലെത്തി പെറ്റുപെരുകി ജനസംഖ്യയുടെ വലിയൊരു ഭാഗമാകാൻ തുടങ്ങിയത് വളരെ ദശവർഷങ്ങൾക്കുമുമ്പ്. അതിന് തിട്ടമായ രേഖകളില്ല. ആയിരക്കണക്കിന് ആശാരിമാർ, കെട്ടിടനിർമ്മാണ തൊഴിലാളികൾ, ലക്ഷക്കണക്കിന് ടാക്സി ഡ്രൈവർമാർ, ഇസ്തിരിവാലകൾ, ഗോതമ്പ് പൊടിക്കുന്ന ചക്കിവാലകൾ, പാവ്‌വാലകൾ, ആക്രി കച്ചവടക്കാർ, പഴംപച്ചക്കറി വില്പനക്കാർ തുടങ്ങിയവരിൽ ഭൂരിഭാഗവും യു.പിക്കാരാണ്. ഒരു ഭയ്യാ ജീവിതമാർഗം തേടി മഹാനഗരത്തിലെത്തിയാൽ അല്പനാളുകൾക്കുള്ളിൽ അയാളുടെ സഹോദരനേയും തുടർന്ന് കുടുംബത്തേയും അതിനുശേഷം സുഹൃത്തുക്കളേയും കൊണ്ടുവന്ന് ഒരു ഗ്രാമം തന്നെ പണിതെടുക്കുന്നു.

ചെമ്പൂർഗാട്ട്ല വില്ലേജിലെ യാദവ് റിഫ്രെഷ്മെന്റ് ഉടമയെ പരിചയപ്പെടുന്നത് 1976-ലാണ്. വിക്തോർ യൂഗോവിന്റെ 'ഹഞ്ച്ബാക്ക് ഓഫ് നോത്ര്ദാമി'ലെ നായകനെപ്പോലെ വിജയ് യാദവിന്റെ പുറത്ത് വലിയൊരു കൂനുണ്ട്. അന്ന് ഗാട്ട്ല വില്ലേജ് തീരെ വികസിച്ചിരുന്നില്ല. രാജൻ നായർ (ബഡാ രാജൻ) എന്ന അധോലോക നായകൻ ഗാട്ട്ല വില്ലേജിലെ നിവാസിയായിരുന്നു. ഖോയ്ത്തിയും (വാളുകൾ) കൈത്തോക്കും ലാത്തികളുമായി

അയാളുടെ ഗുണ്ടകൾ ഗാട്ട്ല ഗലിയിലൂടെ വിളയാട്ടം നടത്തിപ്പോന്ന കാലം. അപ്പോൾ അലഹബാദുകാരനായ വിജയ് യാദവ് ഗാട്ട്ലയിൽ വന്ന് മുനിസിപ്പൽ സ്കൂളിന് എതിർവശമുള്ള മുല്ലപ്പൂവാടിക്ക് സമീപം നാലു മുളകൾ നാട്ടി ടിൻ ഷീറ്റ് കൊണ്ട് കൂര മേഞ്ഞ് വെണ്ണയും പാലും വിറ്റ് വ്യാപാരം തുടങ്ങി. വികലാംഗനായിരുന്നെങ്കിലും യാദവ് നല്ലൊരു കച്ചവടക്കാരനായിരുന്നു. പയ്യെപ്പയ്യെ ബട്ടാട്ടാ വടയും പാവും ചായയും കാപ്പിയും തന്റെ കടയിൽ ഏർപ്പെടുത്തി. 'കച്ചോടം' പൊടിപൊടിക്കാൻ തുടങ്ങിയതോടെ അയാൾ ചോപ്ടയുടെ ചുമരുകൾ ഇഷ്ടിക വെച്ച് മറച്ചു. കടയ്ക്ക് ഒരു നില കൂടി എടുത്ത് ഭാര്യയേയും മക്കളേയും കൊണ്ടുവന്നു. പിന്നീട് കുറേക്കാലം കഴിഞ്ഞ് യാദവിനെ കണ്ടപ്പോൾ പുതിയൊരു സ്ത്രീ കടയുടെ താഴെയിരുന്ന് പാത്രങ്ങൾ വൃത്തിയാക്കുന്നു. ആരെന്ന് ചോദിച്ചപ്പോൾ അയാൾ മോണ കാട്ടി ചിരിച്ചുകൊണ്ടു പറഞ്ഞു, അവളും ഭാര്യയാണ്. ബഹുഭാര്യാഭർതൃത്വം യു.പിയിലെ പല പ്രദേശങ്ങളിലും ഇപ്പോഴും നിലനിൽക്കുന്നുണ്ട്. ഏതായാലും ഗാട്ട്ല വില്ലേജിലെ യാദവ് റിഫ്രെഷ്മെന്റിൽ നിങ്ങൾക്ക് കട്ടിയുള്ള പാൽ ചേർത്ത നല്ല ചായ കുടിക്കാം.

ഹൗസിംങ് കോളനികളുടെ കോണിച്ചുവട്ടിൽ ഇസ്തിരിയിടുന്നവരിൽ ഭൂരിഭാഗവും യു.പി. വാലകളാണ്. അവർ അവിടെത്തന്നെ ഭക്ഷണം പാകം ചെയ്ത് ഉറങ്ങിയും ഇണ ചേർന്നും ഒഴിഞ്ഞ സ്ഥലങ്ങളിൽ വെളിക്കിരുന്നും ജീവിച്ചുപോരുന്നു. മഹാനഗരവാസികൾ ഇസ്തിരിയിട്ട വസ്ത്രങ്ങൾ ധരിക്കാൻ എപ്പോഴും ശ്രദ്ധാലുക്കൾ. അതിനാൽത്തന്നെ ഇസ്തിരിവാലകളും ഡോബികളും മുംബൈയിൽ അങ്ങോളമിങ്ങോളം തമ്പടിച്ചിരിക്കുന്നു. ജേക്കബ് സർക്കിളിന് സമീപസ്ഥമായ 'ഡോബി താലാവ്' അലക്കുകാരെ ഉദ്ദേശിച്ച് ബ്രിട്ടീഷുകാർ നിർമിച്ചവയാണ്. അവിടെ വസ്ത്രമലക്കൽ ഇപ്പോഴും സജീവം.

മുംബൈയുടെ പര്യമ്പുറമായ വീരാറിലേക്ക് താമസം മാറ്റിയപ്പോൾ വസ്ത്രങ്ങൾ വീട്ടിൽ കഴുകുകയും ഇസ്തിരിയിടാൻ കടയിൽ കൊടുക്കുകയുമായിരുന്നു പതിവ്. ബോളിഞ്ച് നാക്കാ (നാലും കൂടിയ വഴി)യിലുള്ള റാം ബറോസയുടെ വംശപാരമ്പര്യം നോക്കിയാൽ അയാൾ ഡോബിയല്ല. അര നൂറ്റാണ്ടു മുമ്പ് മഹാനഗരത്തിലെത്തിപ്പെട്ട ആ അറുപത്തഞ്ചുകാരൻ കിളിരം കൂടി കറുത്ത ഒരാളാണ്. മുറിക്കയ്യൻ ബനിയനും കഴുത്തിൽ ഒരു കറുത്ത ചരടും ധരിച്ചേ അയാൾ കാണപ്പെടുകയുള്ളൂ. അയാളുടെ കണ്ണുകൾ ഉരുണ്ടവയും പീതനിറത്തിലുള്ളതുമാണെങ്കിലും റാം ബറോസെ ഒരു മദ്യപനല്ല. തികച്ചും ശാന്തനും മൃദുലഭാഷയിൽമാത്രം സംസാരിക്കുന്നവനുമായ അയാളുടെ കഥ ഇപ്പോൾ ഒരു ദുരന്തപര്യവസായിയായി കലാശിച്ചിരിക്കുന്നു. നാക്കയിലെ പുളിമരത്തിന് താഴെ എൺപത് ചതുരശ്ര അടി മാത്രം വിസ്തീർണമുള്ള തന്റെ കടയിൽ റാം ബറോസെയുടെ കുടുംബം പാർക്കുന്നു. അയാളുടെ പത്നി ഭാനു എപ്പോഴും വെറ്റില മുറുക്കുന്ന മെലിഞ്ഞ സ്ത്രീയാണ്. മക്കളിൽ പതിനാറ് വയസ്സ് കഴിഞ്ഞ, ചുരുണ്ട മുടിയും ഗോതമ്പിന്റെ നിറവും നീണ്ട നയനങ്ങളും കൂർത്ത നാസികയുമുള്ള അനിതയെ ഉപദ്രവിക്കുകയാണ് ഇളയ പയ്യന്റെ പ്രധാന ഹോബി.

അവനെ അഞ്ചാറ് പ്രാവശ്യം സ്കൂളിൽ ചേർത്തെങ്കിലും പയ്യൻ ക്ലാസിൽ കയറാതെ അലഞ്ഞു നടക്കും. ഒടുവിൽ അവനെ റാം ബറോസെ ഇസ്തിരിയിട്ട വസ്ത്രങ്ങൾ ഫ്ളാറ്റുകളിൽ കൊണ്ടെത്തിക്കുന്ന ജോലിയിൽ ഏർപ്പെടുത്തി സമാധാനപ്പെട്ടു. അലക്കും ഇസ്തിരിയിടലും ഭക്ഷണം പാകംചെയ്യലും കുട്ടികളെ വഴക്കു പറയലും മറ്റുമായി റാം ബറോസെയുടെ ജീവിതം പതുക്കെപ്പതുക്കെ ചലിച്ചുകൊണ്ടിരുന്നു. കളിചിരി തമാശകളും മാതാപിതാക്കളെ അല്പാല്പം ജോലിയിൽ സഹായിക്കലുമായി അനിതയും നീങ്ങി.

ആയിടയ്ക്കാണ് കഥയിൽ ഒരു വഴിത്തിരിവ് ഉണ്ടാകുന്നത്. അനിതയെന്ന പതിനാറുകാരി നിഷ്കളങ്കയായി തോന്നപ്പെടാറുണ്ടായിരുന്നെങ്കിലും അച്ഛനും അമ്മയും ഇല്ലാത്ത സമയത്ത് അവൾ സെൽഫോണിലൂടെ സംസാരിക്കുന്നത് ആരോടെന്ന് മനസ്സിലായില്ല. നഖങ്ങളിൽ ചായം പൂശുകയും തലയിൽ മുല്ലപ്പൂ ചൂടുകയും ചെയ്യുമ്പോഴൊക്കെയും അവളുടെ അമ്മ ഭാനു അതത്ര കാര്യമായി ശ്രദ്ധിച്ചില്ല. ഒരു ദിവസം വൈകീട്ട് എട്ടോടടുത്തിട്ടും ഗോതമ്പ് പൊടിപ്പിക്കാൻ പോയ അനിത തിരിച്ചുവന്നില്ല. റാം ബറോസെയും ഭാര്യയും അടുത്തുള്ള കടക്കാരും അവളെ അന്വേഷിച്ചിറങ്ങി. അവർ ആശുപത്രിയിലും റെയിൽവേ സ്റ്റേഷനിലും പരതിയെങ്കിലും പ്രത്യേകിച്ച് പ്രയോജനമൊന്നുമുണ്ടായില്ല. ഒടുവിൽ പൊലീസിൽ പരാതി നൽകി. ഇൻസ്പെക്ടർ പരാതി സ്വീകരിച്ച് റാംബറോസെയെ അല്പം ശകാരിച്ച ശേഷം പതിവുപോലെ ഫയൽ കെട്ടിവെച്ചു. റാംബറോസെ ജന്മനാടായ ഗോരഖ്പൂരിലേക്ക് ഫോൺ ചെയ്തു. തുടർന്ന് ബന്ധുക്കളെ പറഞ്ഞയച്ചു. അവർക്കാർക്കും അനിതയെ കണ്ടെത്താനായില്ല. റാം ബറോസെയും ഭാനുവും തെരച്ചിൽ മതിയാക്കിയില്ല. അവർ കാണുന്നവരോടൊക്കെ ചോദിച്ച് അന്വേഷണം തുടർന്നുകൊണ്ടിരുന്നു.

മാസങ്ങൾ നാലഞ്ച് കഴിഞ്ഞുപോയി. റാം ബറോസെയുടെ കണ്ണുകൾ കുഴിഞ്ഞു. ശരീരം ശോഷിച്ചു. താടി വടിക്കാതെയും മുടി വെട്ടാതെയും വളരെനാൾ കഴിഞ്ഞ അയാൾ ഒന്നുകൂടി മൂകനായി. ഒരു യന്ത്രമെന്നോണം തന്റെ ജോലി ചെയ്തുകൊണ്ടിരുന്നു.

വിരാറിൽ മഴയെത്തിയത് പെട്ടെന്നായിരുന്നു. ഗട്ടറുകളിൽ മലിനജലം കുത്തിയൊഴുകി. ഏരികൾ നിറഞ്ഞ് കവിഞ്ഞു. ഉസ്ഗാവ് ഡാം തുറന്നുവിട്ടു. റാം ബറോസെയുടെ ജോലി താരതമ്യേന കുറഞ്ഞു. അയാളും ഭാനുവും മുഴുപ്പട്ടിണിയിലായി. പിന്നീട് അധികം മഴ പെയ്യാത്ത ഒരു നാളിൽ വസായ് പാപ്ടിഗാവിലെ ജലാശയത്തിൽ തുണി അലക്കുന്ന ഡോബികൾ ഒരു കാഴ്ച കണ്ടു. ജലത്തിൽ ഒരു സ്ത്രീയുടെ മൃതദേഹം പൊന്തിക്കിടക്കുന്നു. പൊലീസ് സ്ഥലത്തെത്തി ജഡം കരക്കെത്തിച്ചു. റാം ബറോസെയുടെ പരിചയക്കാരി അത് തിരിച്ചറിഞ്ഞു. ജഡം അനിതയുടേതായിരുന്നു. വിവരമറിഞ്ഞ് റാം ബറോസെയും കുടുംബവുമെത്തി. അവരുടെ രോദനം ദിഗന്തത്തിന്റെ മാറുപിളർന്നു. മൃതദേഹം പോസ്റ്റുമോർട്ടം നടത്തി. അതിൽ നിന്ന് ഒരു അനിഷ്ടസത്യം പുറത്തുവന്നു. അനിത ആറുമാസം ഗർഭിണിയായിരുന്നു. അവളുടെ കഴുത്തിൽ ഇമിറ്റേഷൻ ജ്വല്ലറിയുടെ ഒരു മംഗൾ

സൂത്രയും കാൽവിരലിൽ ഝൻഝനാനെയും (വിവാഹിതയായ ഉത്തരേന്ത്യൻ സ്ത്രീകൾ കാൽവിരലിൽ ധരിക്കുന്ന വളയും) ഉണ്ടായിരുന്നു.

അന്യരുടെ വിഴുപ്പലക്കി ഇസ്തിരിയിട്ട് അവരുടെ അന്തസ്സ് നിലനിർത്താൻ സഹായിച്ചിരുന്ന റാം ബറോസെ സ്വന്തം കാര്യത്തിൽ അവസാനം പരാജയപ്പെട്ടു. കുറച്ചു നാളുകൾക്കുള്ളിൽ അയാളുടെ ലോൺഡ്രിയുടെ സ്ഥാനത്ത് ഒരു മൊബൈൽ കട തുറന്നത് കണ്ടു. ഒരുപക്ഷേ, മഹാനഗരത്തിന്റെ മറ്റേതെങ്കിലും കോണിൽ അയാൾ ഇപ്പോഴും വിഴുപ്പലക്കുന്നുണ്ടാകാം.

1966–ൽ ബാൽ താക്കറെ ശിവസേനയെ സംഘടിപ്പിച്ചതിനുശേഷം അവരുടെ ആദ്യത്തെ കാൽവെപ്പ് ദക്ഷിണേന്ത്യക്കാരുടെ മാറിലായിരുന്നുവല്ലോ! പിന്നെ താക്കറെയുടെ മരുമകനായ രാജ് താക്കറെ തന്റെ മഹാരാഷ്ട്ര നവ് നിർമാൺ സേനയുടെ (മാൻസെ) അജണ്ടകളിലൊന്നായി വടക്കേ ഇന്ത്യക്കാരുടെ നേരെ ആക്രമണം അഴിച്ചുവിടാൻ ആരംഭിച്ചത് 2008 മുതൽ.

ഇതിന്റെ പ്രധാന ഹേതു എന്താണ്? ശിവസേനയുടെ പുതിയ നയങ്ങൾ രൂപകല്പന ചെയ്ത് മാൻസെ ഭാരതത്തിന്റെ നാനാത്വത്തിന്റെ ഏകത്വത്തിന് കളങ്കം വരുത്തി, തന്റെ അമ്മാവനെപ്പോലെത്തന്നെ. രാഷ്ട്രീയകക്ഷികൾ തത്ത്വസംഹിതകൾ കാറ്റിൽപ്പറത്തി ലാഭേച്ഛയ്ക്കും വ്യക്തിതാല്പര്യങ്ങൾക്കും മുൻതൂക്കം നൽകുന്നതും മാൻസെയെപോലുള്ളവരെ വളർത്താൻ സഹായിച്ചു. ഇത്തരം ക്ഷുദ്രപ്രത്യയശാസ്ത്രങ്ങൾ പ്രായോഗികമാക്കുന്നതിന് അവർ മസിൽ പവർ ഉപയോഗിക്കുന്നു.

തദ്ദേശപാർട്ടികളുടെ രാഷ്ട്രീയഅന്തഃഛിദ്രവും ദേശീയകക്ഷികളുടെ മൗനവും മുംബൈയിലെ വടക്കേ ഇന്ത്യക്കാരുടെ കാര്യം അവതാളത്തിലാക്കുന്നു. ഈയടുത്ത് രാജ് താക്കറെ നടത്തിയ ഒരു പത്രസമ്മേളനത്തിൽ ഉത്തർപ്രദേശ്, ബീഹാർ, ഒറീസ സംസ്ഥാനങ്ങളിൽ നിന്നെത്തിയവരാണ് മുംബൈയിലെ കുറ്റവാളികളിൽ അധികവുമെന്ന് ആരോപിച്ചു. കഴിഞ്ഞ വർഷം റെയിൽവേ ബോർഡ് ഉദ്യോഗാർത്ഥികൾക്കുവേണ്ടി നടത്തിയ മത്സരപരീക്ഷ മാൻസെ പ്രവർത്തകർ അലങ്കോലപ്പെടുത്തി. അവർ ഉത്തരേന്ത്യക്കാരായ ഉദ്യോഗാർത്ഥികളെ തെരഞ്ഞുപിടിച്ച് അവരുടെ പരീക്ഷാപേപ്പറുകൾ പിച്ചിച്ചീന്തിയെറിഞ്ഞു. "ഇത് ജനാധിപത്യത്തിനു നേരെയുള്ള കയ്യേറ്റമാണ്." ജലാൽ ഇലഹബാദി, ഒരു റെയിൽവേ ഉദ്യോഗസ്ഥൻ ആരോപിച്ചു. "ഇന്ത്യൻ ഭരണഘടന ഭാരതീയ പൗരന് രാജ്യത്തെവിടെയും താമസിക്കാനുള്ള അവകാശം ഉറപ്പാക്കുന്നു. മാൻസെയുടെ ഗുണ്ടകൾ ഇത് നിഷേധിക്കുന്നു."

യു.പി. വാലകൾ കള്ളപ്പണി (കാംചോർ) ചെയ്യുന്നവരാണെന്നാണ് കല്യാണി ഗോയൽ എന്ന വീട്ടമ്മയുടെ ആരോപണം. അവർ തിങ്ങിത്താമസിക്കുന്ന പരിസരം മലീമസമാക്കുന്നു. ശ്രീമതി ഗോയലിന്റെ കുറ്റപ്പെടുത്തലങ്ങനെ. ഏതായാലും മഹാനഗരത്തിൽ കമ്യൂണിസ്റ്റ് പച്ചപോലെ ഭയ്യാമാർ തഴച്ചുവളരുന്നു.

■

ചില നാർക്കോട്ടിക് വിചാരങ്ങൾ

മുംബൈ സെക്രട്ടേറിയറ്റ് കെട്ടിടത്തിൽ മൂന്നാം നിലയിലെ മുപ്പത്തിരണ്ടാം നമ്പർ ഹാളിൽ ഫയലുകൾക്കിടയിൽ ഒട്ടകപ്പക്ഷിയെപ്പോലെ തല പൂഴ്ത്തിയിരിക്കുകയായിരുന്നു വിനോദ് നാദ്കർണി. കാലം 1976.

ഓഫീസർ വിളിച്ചു പറഞ്ഞു: "നാദ്കർണി, തുമാല ഫോൺ." അയാൾക്ക് ആരുടെയോ ഫോൺ വന്നിട്ടുണ്ട്. നാദ്കർണി മെലിഞ്ഞ്, നീണ്ട്, മുറിക്കയ്യൻ ഷർട്ടും എപ്പോഴും കടുംനിറത്തിലുള്ള പാന്റും ധരിച്ച് ഓഫീസിൽ ദിനവും വൈകിയെത്തുന്ന ഒരാളാണ്. 'സോഡാഗ്ലാസ്' കണ്ണട ധരിക്കുന്ന അയാൾക്ക് പ്രായം അമ്പത് കഴിഞ്ഞിരിക്കുന്നു. ഒച്ചിനെപ്പോലെ ഇഴഞ്ഞിഴഞ്ഞ് ഓഫീസറുടെ മേശക്കു മുന്നിലെത്തുമ്പോഴേക്കും ഫോൺ കട്ടായിരിക്കുന്നു. അതിൽനിന്ന് ഇപ്പോൾ ഒരു മുരൾച്ച മാത്രം. "പിണങ്ങിപ്പോയ മകളുടേതാണോ? അതോ കടക്കാരുടേതോ? ങ്ഹാ, ആരുടെയെങ്കിലുമാവട്ടെ." നാദ്കർണി ചിന്തിച്ചു. വീണ്ടുമിഴഞ്ഞ് തന്റെ കസേരയിൽ ഉപവിഷ്ടനായി.

അയാളുടെ മേശയിൽ ഫയലുകൾ കുന്നുകൂടിയിട്ടുണ്ട്. ഇതിനിടെ പ്യൂൺ സാവ്ളറാം 'മോസ്റ്റ് അർജന്റ്' എന്ന ചുവപ്പു മഷിയിലച്ചടിച്ച ഒരു ടാഗ് ഉള്ള ഫയൽ കൊണ്ടുവന്ന് വെച്ചു.

"സാബ് തുമാലാ ബോലോലാ ആഹേ." (സർ താങ്കളെ വിളിക്കുന്നു) എന്നു പറഞ്ഞ് സാവ്ളറാം ചിരിച്ച് സ്ഥലം വിട്ടു. നാദ്കർണി തന്റെ കണ്ണട ശരിപ്പെടുത്തി ഒരു കോട്ടുവായ്ക്കിടെ 'ആയ്ലാ!' (ഹാസ്യരൂപേണ പറയുന്നത്) എന്ന് മൂളി. അങ്ങനെ എത്രയെത്ര മോസ്റ്റ് അർജന്റുകൾ തന്റെ മേശപ്പുറത്ത് എത്തിയിരിക്കുന്നു എന്നായിരിക്കണം അയാളുടെ അപ്പോഴത്തെ ചിന്ത.

മന്ത്രാലയയിലെ നിയമനിർമാണവകുപ്പിൽ നിയമങ്ങൾ നിർമിക്കപ്പെടുകയും അവ ഭേദഗതി വരുത്തി പിന്നീട് സ്റ്റോർ റൂമിൽ കെട്ടിക്കിടക്കുകയും ചെയ്യും. ഒടുവിൽ അവയിൽ പലതും പാറ്റകൾക്കും ചിതലുകൾക്കും എലികൾക്കും ഭക്ഷണമാകും. അത്തരത്തിലുള്ള ഒരു ഫയൽ തന്നെയാകാം മോസ്റ്റ് അർജന്റായി തന്റെ മേശയിലെത്തിയിരിക്കുന്നതെന്ന് നാദ്കർണി തമാശയായി ചിന്തിച്ചു. അയാൾക്കിന്ന് വൈകുന്നേരം 'പാവ്സേർ ദേശിദാരു'

(കാൽക്കുപ്പി ചാരായം) കഴിക്കുന്നതിനും മഡ്കയിൽ (ഒരുതരം ചൂതുകളി) തുലയ്ക്കാനും നൂറു രൂപ ഒപ്പിച്ചെടുക്കണം. അയാൾക്ക് ആരും കടം കൊടുക്കാറില്ല. കാരണം, നാദ്കർണി ഒരിക്കലുമത് തിരിച്ച് കൊടുക്കാറില്ല. മഹാരാഷ്ട്ര ഗവൺമെന്റ് താമസിക്കാൻ അനുവദിച്ചുനൽകിയ ബാന്ദ്രാ ഗവൺമെന്റ് കോളനിയിലെ പതിമൂന്നാം നമ്പർ കെട്ടിടത്തിൽ വൺ റൂം കിച്ചനിൽ അയാളും ഭാര്യയും രണ്ടു മക്കളും താമസിക്കുന്നു. മൂത്ത മകൾ ഒരു മധുര പലഹാരക്കാരനോടൊപ്പം ഒളിച്ചോടി. "സമാജ് മേ വോ മേരി നാക് കാഠാ." (സമൂഹത്തിൽ അവളെന്റെ കീർത്തി അപമാനപ്പെടുത്തി.) നാദ്കർണി മകളെക്കുറിച്ച് ചോദിക്കുന്നവരോട് അങ്ങനെ തീക്ഷ്ണമായി പറയാറുണ്ടെങ്കിലും ഉള്ളിന്റെയുള്ളിൽ അയാൾക്ക് അവളോട് കെട്ടടങ്ങാത്ത സ്നേഹമുണ്ട്.

മുപ്പത്തിരണ്ടാം നമ്പർ ഹാളിലെ കസേരകളിൽ സഹപ്രവർത്തകർ ഇരുന്ന് സ്റ്റേറ്റിന്റെ നിയമനിർമാണത്തിൽ മേലധികാരികളെ സഹായിക്കുന്നു. അതിനാൽത്തന്നെ പലരും പത്രം വായിക്കുകയും ഉറക്കം തൂങ്ങുകയും 'ലോക്സത്ത'യിലെ പദപ്രശ്നം പൂരിപ്പിക്കുന്ന തിരക്കിലുമായിരുന്നു. അവിടെ പങ്കകൾ തിരിഞ്ഞുകൊണ്ടിരുന്നു. ട്യൂബ് ലൈറ്റുകൾ പ്രകാശിക്കുന്നുമുണ്ട്.

നാദ്കർണിക്ക് ആവശ്യമുള്ള നൂറുരൂപ ആരിൽനിന്ന് സംഘടിപ്പിക്കുമെന്നറിയാതെ അയാൾ കടലാസിൽ വെറുതെ കുത്തിക്കുറിച്ചുകൊണ്ട് ഇടയ്ക്കിടെ ഫയൽ പരതുന്നതായി ഭാവിച്ച് സമയം കൊന്നുകൊണ്ടിരിക്കെ ഓഫീസർ വീണ്ടും വിളിച്ചുപറഞ്ഞു. "നാദ്കർണി, തുമാലാ ഫോൺ." ഇത്തവണ അയാൾ ചാടിയെഴുന്നേറ്റ് ഒരുവിധം വേഗത്തിൽതന്നെ എന്നു പറയാം, ഫോണിന് സമീപമെത്തി റിസീവർ കൈയിലെടുത്ത് ഹലോ എന്നു പറഞ്ഞു. കോളനിയിലെ തന്നെ റിയൽ എസ്റ്റേറ്റ് ഏജന്റ് വിശ്വാസ് കദം ആണ് മറ്റേയറ്റത്ത്. അയാൾ പറഞ്ഞതിങ്ങനെ, ഇന്ന് ആറുമണിക്ക് ബാന്ദ്രയിലെ മൗണ്ട് മേരി ചർച്ചിന് സമീപമുള്ള പാൻപെട്ടി കടയിൽ വരണം. അത്യാവശ്യകാര്യമുണ്ട്. കാര്യങ്ങൾ നേരിട്ട് പറയാം. അയാൾ ഫോൺ താഴെ വെച്ചു.

അപ്പോൾ സമയം ഉച്ചതിരിഞ്ഞ് നാലരയോടടുക്കുന്നു. സ്ത്രീ ജീവനക്കാർ ഹാന്റ് ബാഗും തോളിലിട്ട് ടോയ്‌ലറ്റിൽ പോയി ഫെയർ & ലവ്‌ലിയും മറ്റും തേച്ചുപിടിപ്പിച്ച് കൂടുതൽ സുന്ദരികളായി തിരിച്ചുവന്ന് താമസസ്ഥലങ്ങളിലേക്ക് പുറപ്പെടാൻ തുടങ്ങി.

നാദ്കർണി തന്റെ ചിത്രരചന അവസാനിപ്പിച്ചു.

വിശ്വാസ് കദം അയാളുടെ 'ഗ്ലാസ്മേറ്റാ'ണ്. രണ്ടുപേരും മാഹിം ഫിഷർമെൻ കോളനിക്ക് സമീപമുള്ള ആന്റി കൺട്രി ബാറുകളിൽ പോയി ചൂടുള്ള വാറ്റുചാരായം മോന്താറുണ്ട്. അങ്ങനെയൊന്ന് ഒത്തുകിട്ടിയാൽ അന്നത്തെ കാര്യം കുശാൽ! നാദ്കർണി തടിച്ചുകൊഴുത്ത ഗോവൻ ആന്റിയുടെ

പൃഷ്ഠഭാഗം ഒന്നു തലോടുന്നത് മനസ്സിൽ കണ്ടു. അവിടെയുള്ള കുടിയന്മാർക്ക് അല്ലറ ചില്ലറ സ്വാതന്ത്ര്യമെല്ലാം 'ഗോരി ആന്റിമാർ' (വെളുത്ത അമ്മായിമാർ) അനുവദിച്ചു കൊടുക്കാറുണ്ട്. അത് നാട്ടുനടപ്പ്.

നാദ്കർണി ഒന്നിനുപോയി രണ്ടും കഴിച്ചു വന്ന് വയറും മുഖവും ശുദ്ധമാക്കി. മൂത്രിക്കുമ്പോൾ പൂണൂൽ ചെവിയിൽ കോർത്തിടാൻ ആ വെപ്രാളത്തിൽ മറന്നുപോയി. തിരികെ വന്ന് മേശയടച്ചുപൂട്ടി. മോസ്റ്റ് അർജന്റ് ഫയലുകൾക്കു മുകളിൽ പേപ്പർ എടുത്തുവെച്ചു. അയാൾ ആകെക്കൂടി കൃത്യമായി ചെയ്യുന്ന ഒരു ജോലി അതുമാത്രമാണെന്ന് സഹപ്രവർത്തകർ കളിയാക്കിപ്പറയാറുണ്ട്. കോണിപ്പടികളിറങ്ങുമ്പോഴും അയാളുടെ മനസ്സ് തുടിക്കുകയായിരുന്നു. പതിവുള്ള കട്ടിങ് ചായപോലും കുടിക്കാതെ നാദ്കർണി ചർച്ച് ഗേറ്റ് സ്റ്റേഷനിലേക്ക് വെച്ചടിച്ചു.

തലങ്ങും വിലങ്ങും മൈക്ക് അനൗൺസ്മെന്റുകൾ വന്നുതുടങ്ങി. നാദ്കർണി കാത് കൂർപ്പിച്ചു. ഒന്നാംനമ്പർ പ്ലാറ്റ് ഫോമിൽ ബാന്ദ്രാ ലോക്കൽ ഉടനെയെത്തും. ഒന്നുരണ്ടു മിനിറ്റുകൾക്കുള്ളിൽ ചൂളം കുത്തി വണ്ടി വന്ന് നിന്നപ്പോൾ വിന്റോ സീറ്റ് പിടിക്കാൻ യാത്രക്കാർ കംപാർട്ട്മെന്റിലേക്ക് തള്ളിക്കയറി. അതിൽ ഒരുവിധം അയാൾ കയറിപ്പറ്റി വാതിൽക്കൽ നിന്നു.

വീട്ടിലെ കാര്യങ്ങളൊന്നും നാദ്കർണി അന്വേഷിക്കാറില്ല. ഭാര്യ ഒരു 'പാലൻഘർ' (ശിശുഗൃഹം) ആ മുറിയിൽത്തന്നെ നടത്തുന്നുണ്ട്. അതിൽ നിന്ന് ലഭിക്കുന്ന തുച്ഛവരുമാനംകൊണ്ടും വൈകീട്ട് അല്പം മുതിർന്ന കുട്ടികൾക്ക് ട്യൂഷനെടുത്തും ആ പാവം സ്ത്രീ വീടു പുലർത്തി. നാദ്കർണി ചാരായം കുടിച്ചും മഡ്ക കളിച്ചും ശമ്പളമെല്ലാം തീർത്തിരിക്കും. ആ വീട്ടിൽ വഴക്കില്ലാത്ത ദിവസമില്ല. മധുരപലഹാരക്കടക്കാരന്റെ കൂടെ വീടു വിട്ടിറങ്ങിയ മൂത്ത മകൾ ചിലപ്പോൾ അമ്മയ്ക്ക് എന്തെങ്കിലും കൊടുത്താലായി.

ബാന്ദ്രാലോക്കൽ സ്റ്റേഷനുകളിൽ നിർത്തിനിർത്തി ഒടുവിൽ ലക്ഷ്യസ്ഥാനത്തെത്തി. നാദ്കർണി തോളിലെ ബാഗൊന്ന് ശരിപ്പെടുത്തി കോണി കയറി സ്റ്റേഷന് പുറത്തു കടന്നു. പഴവർഗവില്പനക്കാർ യാത്രക്കാരെ മാടിവിളിക്കുന്നു. റിക്ഷകളുടേയും ടാക്സികളുടേയും നീണ്ട നിര. മത്സ്യവില്പനക്കാരികളായ കോലി സ്ത്രീകൾ ബഹളം വെച്ചുകൊണ്ട് സംസാരിച്ചു. പെട്ടെന്ന് ആകാശത്തൊരു ഇടിമുഴക്കം. പിന്നീട് തിമിർത്തൊരു മഴയും. നാദ്കർണിയുടെ ഹൃദയമിടിപ്പ് വേഗതയിലായി. "ഇനി കദം വരാതിരിക്കുമോ...?" വീട്ടിലെ കാലിക്കുപ്പികളും ഒഴിഞ്ഞ ടിന്നുകളും പഴയ കടലാസുകളും വിറ്റുപെറുക്കിയാണ് ഇന്നലെ പാവ്സേർ ഒപ്പിച്ചെടുത്തത്. വിശ്വാസ് കദം വന്നില്ലെങ്കിൽ സംഗതി പൊളിഞ്ഞതു തന്നെ. അയാൾ മനസ്സിൽ പറഞ്ഞു.

മണി അഞ്ചരയായിരിക്കുന്നു. മൗണ്ട് മേരി സ്റ്റെപ്പ് എന്നെഴുതിയ ബസ്സിൽ പോകാൻ അയാളുടെ കൈയിൽ കാശില്ല. ഒടുവിൽ മഴയൊന്ന് ശമിച്ചപ്പോൾ

കർച്ചീഫ് തലയിൽ കെട്ടി മൗണ്ട് മേരി ചർച്ച് ലക്ഷ്യമാക്കി നടന്നു. അമ്പതാം വയസ്സിലും അയാൾ അതിശീഘ്രം നടന്നുവെന്ന് പറയാം. കാരണം, അയാളുടെ മനസ്സിലപ്പോൾ ചൂടുള്ള വാറ്റുചാരായം പ്രവർത്തിക്കുന്നത് പോലെയായിരുന്നു. ആറു മണിയോടെ നാദ്കർണി ചർച്ചിനു മുന്നിലുള്ള പെട്ടിക്കടയിൽ കാത്തുനിന്നു. പോക്കറ്റിൽ കിടന്നിരുന്ന പീലാ ഹാത്തി (ആനയുടെ പടമുള്ള വിലകുറഞ്ഞ സിഗററ്റ്) തപ്പിയെടുത്ത് തീ പറ്റിച്ച് രണ്ടു പുക വിട്ടു. അയാൾ അക്ഷമനായിരുന്നു.

ഒടുവിൽ ആ എസ്റ്റേറ്റ് ഏജന്റ് അവിടെ വന്നുചേർന്നു. അയാളുടെ കൂടെ വെളുത്ത നിറവും സ്പ്രിങ് പോലെ ചുരുളൻ മുടിയുമുള്ള കിളിരം കൂടിയ ഒരു മാന്യനുമുണ്ടായിരുന്നു. അയാളൊരു ഗോവക്കാരനാണെന്ന് രൂപഭാവങ്ങൾ വിളിച്ചോതി. നാദ്കർണി അയാളെ പരിചയപ്പെടുത്തി. സ്റ്റീഫൻ ഗോൺസാൽവിസ്. കൊളാബയിലാണ് സ്റ്റീഫന്റെ പുസ്തകവ്യാപാരം. മെഡിക്കൽ-എഞ്ചിനീയറിങ് പുസ്തകങ്ങൾ ഇറക്കുമതി ചെയ്യുന്ന സ്ഥാപനത്തിന്റെ മുംബൈ പ്രതിനിധി. നാദ്കർണി കാര്യമറിയാതെ മിഴിച്ചുനോക്കി. ഇതിനിടെ വിശ്വാസ് കദം ടാക്സിക്ക് കൈ കാണിച്ചു. മൂവരും ഖാർ റോഡ് ലക്ഷ്യമാക്കി സഞ്ചരിച്ചുകൊണ്ടിരുന്നു. അവിടെ ഒരു ബാർ ഹോട്ടലിലെ അരണ്ട വെളിച്ചത്തിൽ തപ്പിത്തടഞ്ഞ് അവരിരുന്നു. അയാൾ വിലകൂടിയ ഷിവാസ് ഈഗിൾ വിസ്കിക്ക് ഓർഡർ ചെയ്തു. പാനീയവും ഉപദംശങ്ങളുമെത്തി. വിനോദ് നാദ്കർണി ഉപചാരമര്യാദകൾ തൽക്കാലം മറന്നു. ഒരക്ഷരംപോലും ഉരിയാടാതെ രണ്ട് ലാർജ് വിസ്കി എടുത്തു വിഴുങ്ങി.

ഹാളിലേതോ ഒരു പെൺകുട്ടി മൈക്കിൽ ഇംഗ്ലീഷ് ഗാനമാലപിക്കുന്നു. കദം എന്തൊക്കെയോ പറഞ്ഞുകൊണ്ടിരുന്നു. നാദ്കർണി തലയാട്ടിക്കൊണ്ടും. സ്റ്റീഫൻ ഗോൺ സാൽവിസിന് താമസിക്കാൻ ആറുമാസത്തേക്ക് ഒരു മുറി വേണം. അറുപതിനായിരം രൂപ റൊക്കം തരാം. ബ്രോക്കർ പറഞ്ഞത് ഇത്രയുമായിരുന്നെന്ന് നാദ്കർണി ഏതാണ്ട് ഊഹിച്ചെടുത്തു. കദം ആംഗ്യം കാണിച്ചതിനനുസരിച്ച് അറുപതിനായിരം രൂപയുടെ നോട്ടുകെട്ട് സ്റ്റീഫൻ മേശപ്പുറത്ത് വെച്ചു. നാദ്കർണിയാകട്ടെ, ആ ശീതീകരിച്ച ഹോട്ടലിലിരുന്ന് വിയർത്തു. സ്റ്റീഫൻ ചോദിച്ചു. “എഗ്രീഡ്?”

നോട്ടുകെട്ട് കൈനോട്ടക്കാരന്റെ തത്ത ചീട്ടു വലിച്ചെടുക്കുന്നതുപോലെ വിരലുകൊണ്ട് വലിച്ച് പോക്കറ്റിലിട്ടു. അയാളുടെ സിരകളിലപ്പോൾ ഷീവാസ് ഈഗിൾ പ്രവഹിക്കുകയായിരുന്നല്ലോ. നാദ്കർണി ഒന്നുരണ്ട് പെഗ്ഗുകൂടെ കഴിച്ച് എഴുന്നേറ്റു. അയാൾക്ക് സ്ഥലകാലബോധം നഷ്ടപ്പെട്ടിരുന്നു. എന്താണ് താൻ പ്രവർത്തിച്ചതെന്ന് മനസ്സിലാക്കാൻ മാത്രം വിവേകം ആ പഴയ ബിരുദധാരിക്ക് അപ്പോൾ ഇല്ലാതെ പോയി. ഗവൺമെന്റ് കോളനിയിലെ മുറി മറ്റൊരാൾക്ക് വാടകയ്ക്കു നൽകുന്നത് കുറ്റകരമാണെന്ന് അയാൾക്ക് അറിയാമെങ്കിലും അറുപതിനായിരം രൂപ കൈയിൽ വന്നുചേരുന്നത് എപ്പോഴും ഉണ്ടാകില്ല എന്ന യാഥാർത്ഥ്യം അയാൾ മറന്നില്ല. സ്റ്റീഫൻ

അവരെ ബാന്ദ്രാ കോളനിയിൽ കൊണ്ടുവന്ന് വിട്ട് ടാക്സിയിൽ തന്നെ തിരിച്ചുപോയി.

നാദ്കർണി വീട്ടിലെത്തി കിടക്കയിലേക്ക് ചെരിഞ്ഞു. ഒരക്ഷരം ഉരിയാടാതെ. അതൊരു പതിവു നാടകമായിരുന്നതിനാൽ അയാളുടെ ഭാര്യ ഒന്നും പറഞ്ഞില്ല.

അന്നു രാത്രി ഉറക്കത്തിൽ നാദ്കർണി ഒരു സ്വപ്നം കണ്ടു. നോട്ടുകെട്ടുകൾ നിറച്ച വഞ്ചിയിൽ താൻ നടുക്കടലിൽ സഞ്ചരിക്കുന്നു. ഉയരുന്ന തിരമാലകൾക്കിടയിലൂടെ ഒരു തിമിംഗലം കടിച്ചുകീറാൻ വരുന്നു. കുതിച്ചുയരുന്ന തിരമാലകൾക്കിടയിലൂടെ അയാളതിനെ തട്ടിമാറ്റാൻ ശ്രമിക്കുന്നുണ്ടെങ്കിലും ആ ക്രൂരജന്തു നാദ്കർണിയെ വിഴുങ്ങുന്നതായി അയാൾക്ക് അനുഭവപ്പെട്ടു. നാദ്കർണി അലറിയെഴുന്നേറ്റ് ചാടിയിരുന്നു. അയാളാകെ വിയർത്തിരുന്നു.

ആ പ്രഭാതവേളയിൽ പാൽക്കാരൻ ഭയ്യയുടെ സൈക്കിൾബെൽ മുഴങ്ങുന്നത് കേട്ടപ്പോൾ അയാൾക്ക് സ്ഥലകാലബോധമുണ്ടായി. പാവ്വാലകൾ ഒച്ചവെച്ച് കടന്നുപോകുന്നതും അയാൾക്ക് മനസ്സിലായി.

അയാൾ കിടക്കയിൽ നിന്ന് എഴുന്നേറ്റത് ഒരു പ്രഹേളികയിൽ കുടുങ്ങിയ നിശ്ചലത പോലായിരുന്നു. വീട് മാറിത്താമസിക്കേണ്ട കാര്യം എങ്ങനെ അവതരിപ്പിക്കുമെന്നയാൾ ആശങ്കപ്പെട്ടു. ഖേർവാഡിയിൽ ഒരു ശിശുഗൃഹം ആരംഭിക്കുന്നതിനെക്കുറിച്ച് നാദ്കർണിയുടെ ഭാര്യ സംസാരിക്കാറുണ്ടായിരുന്നു. അഡ്വാൻസായി അയ്യായിരം രൂപ കൊടുക്കാനില്ലാത്തതിനാൽ അവരുടെ സ്വപ്നം അലസി. ഒടുവിൽ രണ്ട് സിഗററ്റ് ആഞ്ഞു വലിച്ച് അയാൾ പോക്കറ്റിൽനിന്ന് നൂറിന്റെ അമ്പത് നോട്ടുകൾ എടുത്തു മാറ്റി ഭാര്യയുടെ മുമ്പിൽ നീട്ടി വിഷയമവതരിപ്പിച്ചു. ചോദ്യശരങ്ങളുയർന്നെങ്കിലും നാദ്കർണി അവയെ സധൈര്യം നേരിട്ടും വസായിലെ ഒരു വാടക വീട്ടിലേക്കവർ താമസം മാറ്റി. ഭാര്യ ഏതാണ്ട് സംതൃപ്തയായി. ദിനവും രാവിലെ എട്ടരമണിക്ക് പാലൻഘർ തുറന്ന് അവർ ശിശുക്കളെ കാത്തിരുന്നു.

നാദ്കർണി ഒന്നുമറിയാത്ത മട്ടിൽ ജോലിക്കുപോയി. സ്റ്റീഫൻ ഗോൺസാൽവിസ് പുസ്തകങ്ങൾ നിറച്ച ടെംപോയുമായി നാദ്കർണിയുടെ മുറിയിലെത്തി താമസമാരംഭിച്ചു. ആഴ്ചകളും മാസങ്ങളും കടന്നുപോയി. ഇതുവരെ പ്രത്യേകിച്ചൊന്നും സംഭവിക്കാതെ! നാദ്കർണി ദിനവും ചാരായം കുടിച്ചും മഢ്ക കളിച്ചും വീട്ടിൽ വന്ന് വഴക്കിട്ടും ദിനങ്ങൾ തള്ളിനീക്കി. അപ്പോഴാണ് അത് സംഭവിച്ചത്. നാദ്കർണിയെ അന്വേഷിച്ച് രണ്ടുപേർ ഓഫീസിലെത്തി. അവർ മുംബൈ നാർകോട്ടിക് സെല്ലിലെ ഉദ്യോഗസ്ഥരായിരുന്നു. അവർ അയാളെ തൂക്കിയെടുത്ത് കൊളാബയിലെ തങ്ങളുടെ കേന്ദ്രത്തിൽ കൊണ്ടുപോയി. അവിടെ അവശനിലയിൽ ഗോൺസാൽവിസ് ഉണ്ടായിരുന്നു. അയാൾ മയക്കുമരുന്ന് ലോബിയിൽ പെട്ട ആളാണെന്നും പുസ്തക വ്യാപാരത്തിന്റെ മറവിൽ ബ്രൗൺ ഷുഗർ ഒളിച്ചുകടത്തുകയായിരുന്നെന്നും

വെളിപ്പെട്ടു. ഇറക്കുമതി ചെയ്തിരുന്ന പുസ്തകങ്ങളിൽ പ്രത്യേക അറകളുണ്ടാക്കി അതിൽ മയക്കുമരുന്ന് കടത്തുന്ന തന്ത്രമായിരുന്നു സ്റ്റീഫൻ അവലംബിച്ചിരുന്നത്. വളരെ നാളുകളായി നാർകോട്ടിക് സെല്ലിന്റെ നിരീക്ഷണത്തിലായിരുന്നുവത്രേ.

നാദ്കർണിയുടേയും വിശ്വാസ് കദത്തിന്റേയും മേൽ മയക്കുമരുന്ന് വ്യാപാരത്തിന് ഒത്താശ ചെയ്തുകൊടുത്തതിനും ഗവൺമെന്റ് അനുവദിച്ച ക്വാർട്ടേഴ്സ് ദുർവിനിയോഗം ചെയ്തുവെന്നുമുള്ള രണ്ടു കുറ്റങ്ങൾ ചുമത്തി കേസ്സെടുത്തു. അവർ ആർതർ റോഡ് ജയിലിലുമായി. ജാമ്യം അനുവദിച്ചില്ല.

ശിക്ഷാവിധി കേൾക്കുന്നതിനുമുമ്പ് നാദ്കർണിയുടെ ജഡം ജെ.ജെ. ഹോസ്പിറ്റൽ മോർച്ചറിയിൽ മരവിച്ചു കിടന്നു. അയാൾ ജയിലിലെ വെന്റിലേറ്ററിൽ കെട്ടിത്തൂങ്ങി ആത്മഹത്യ ചെയ്യുകയായിരുന്നു.

സ്റ്റേറ്റിനു വേണ്ടിയുള്ള നിയമനിർമാണത്തിൽ സഹായിക്കുന്ന വിനോദ് നാദ്കർണിയെ രക്ഷിക്കാൻ അയാൾ തന്നെ മെനഞ്ഞെടുത്ത ഒരു നിയമത്തിനും കഴിയാതെ പോയി. ∎

തമേ പാഴ്സി ചോ?*

മഹാനഗരത്തിലെ ഫിറോസ് ഷാ മേത്ത റോഡ്. ഉന്നതശ്രേണിയിലുള്ള പല ഓഫീസുകളും ഇവിടെ പ്രവർത്തിച്ചുവരുന്നു. ഗോഥിക് രീതിയിൽ നിർമിച്ച പഴയ കെട്ടിടങ്ങൾ കൊളോണിയൽ സംസ്കാരത്തെ ഓർമിപ്പിക്കുന്നവയാണ്. ഫുട്പാത്തിലെ ഈന്തമരത്തണലിൽ പഴക്കച്ചവടക്കാരായ ഭയ്യകൾ തങ്ങളുടെ ഉന്തുവണ്ടികളുമായി ഉപഭോക്താക്കളെ കാത്തിരിക്കുന്നു. ചുളിയാത്ത ഷർട്ടും പാന്റും ധരിച്ച ഓഫീസ് ജീവനക്കാർ റൊബെസ്റ്റാ പഴം രുചിക്കാൻ അവിടെയെത്തും.

റോഡിന്റെ മധ്യഭാഗത്തുനിന്ന് കുറച്ചു വാരകൾ നടന്നാൽ തൃശൂർ സ്വദേശി വിശ്വനാഥൻ അയ്യരുടെ സൗത്ത് ഇന്ത്യൻ ഹിന്ദു ഹോട്ടൽ. സ്വാമിയുമായി വളരെ നാളുകളായുള്ള സമ്പർക്കം ലഘുഭക്ഷണത്തിനായി അവിടെ കൊണ്ടെത്തിച്ചു. സ്വാമി തിരക്കിലാണ്. സേവയും കാപ്പിയും കഴിച്ച് കുശലപ്രശ്നം നടത്തി തിരിച്ച് പി.എം. റോഡിലെത്തി.

ആ വീഥി ഊണിനു ശേഷമുള്ള ഉച്ചയുറക്കത്തിന്റെ ആലസ്യത്തിലെന്നപോലെ തോന്നിച്ചു. അവിടെ പാർക്ക് ചെയ്തിരുന്ന ടാക്സി ഡ്രൈവർമാരിൽ ചിലർ പത്രവായനയിൽ. വെയിലിന്റെ തീക്ഷ്ണതയിൽ ക്ഷീണിച്ചവശരായ പശുക്കൾ ഒരു കെട്ടിടത്തിന്റെ ഓരംചാരി നിന്ന് അയവിറക്കുന്നുണ്ട്.

പഴയ സഹപ്രവർത്തകനായ ദാഞ്ചിവാഡിയ പേരെടുത്ത ഒരു അഡ്വർട്ടൈസിങ് ഏജൻസിയുടെ വൈസ് പ്രസിഡണ്ടാണ്. ഏജൻസി സ്ഥിതി ചെയ്യുന്ന ലക്ഷ്മി ബിൽഡിങ്ങിന്റെ മുന്നിലെത്തി. ഹിന്ദുക്കളുടെ ഐശ്വര്യദേവതയായ ധനലക്ഷ്മി അവിടെ വിരിഞ്ഞ താമരയിൽ നീണ്ടുനിവർന്ന് നിൽക്കുന്നു. ദേവതയുടെ നാലു കൈകളിൽ വലതുകൈകൊണ്ട് ധനവൃഷ്ടി നടത്തുന്നുണ്ട്. അതിനടിയിൽ ഗുജറാത്തിയിൽ എന്തോ ലിഖിതം. പഴയ ലിഫ്റ്റിൽ കയറി മൂന്നാംനിലയിലെത്തി. അവിടെ ഇർവിങ് വാലസിയിൽ ലയിച്ച് ഫ്ളവർവെയ്സിന് മുമ്പിൽ തപസ്സനുഷ്ഠിക്കുന്ന സുന്ദരിയായ മധ്യവയസ്ക -റിസപ്ഷനിസ്റ്റ്. അവരുടെ സ്ലീവ്ലെസ് ബ്രൗസിനിടയിലൂടെ സ്ത്രീസൗന്ദര്യം എത്തിനോക്കുന്നു. നീങ്ങുന്ന കസേരയിൽ ഒഴുകിവന്ന് ഒഴുകുന്ന സംഗീതസ്വരത്തിൽതന്നെ അവർ ചോദിച്ചു:

---

* നിങ്ങൾ പാഴ്സി ആണോ?

"ഹും ഡൂ യൂ വാണ്ട് റ്റു സീ?"

"മിസ്റ്റർ ദാഞ്ചിവാഡിയ."

ഇന്റർകോമിൽ വിരലമർത്തുന്നതിനുമുമ്പ് സുന്ദരി വീണ്ടും ഓക്സ്ഫോഡ് ഉച്ചാരണത്തിൽ തന്നെ ചോദിച്ചു:

"അപ്പോയ്മെന്റ് ഉണ്ടോ?"

"യെസ്. അറ്റ് റ്റു ഓ ക്ലോക്ക്."

'ജസ്റ്റ് എ സെക്' എന്നു മൊഴിഞ്ഞ് അവർ ഇന്റർകോമിന്റെ റിസീവർ കൈയിലെടുത്ത് പതിയെ എന്തോ സംസാരിച്ചു. എന്നിട്ട് തിരിഞ്ഞ് പറഞ്ഞു.

"യൂ ഹാവ് റ്റു വെയ്റ്റ് ഫോർ അറ്റ്ലിസ്റ്റ് ഹാഫ് ആൻ അവർ. ഹി ഈസ് ഇൻ ഏൻ അർജന്റ് മീറ്റിംങ്."

ശീതീകരിച്ച ആ ഹാളിൽ ആകെയൊന്ന് കണ്ണോടിച്ചു. സ്കേർട്ടും കോട്ടുമിട്ട ഒരു ഗോവക്കാരിയും കറുത്ത കോട്ടിട്ട രണ്ട് എക്സിക്യൂട്ടീവുകളും എന്തോ പറഞ്ഞ് പൊട്ടിച്ചിരിച്ചുകൊണ്ട് വാതിൽ തുറന്ന് പുറത്തേക്കു പോയി. അവരിൽനിന്നുയർന്ന സുഗന്ധതൈലങ്ങളുടെ മാസ്മരികഗന്ധം നാസാരന്ധ്രത്തിൽനിന്ന് മാറുന്നില്ല. ഹാളിന്റെ ചുമരിൽ എം.എഫ്. ഹുസൈന്റെ രണ്ട് പെയിന്റിങ്ങുകൾ.

വിലകൂടിയ സോഫയിൽ ഇരിക്കുന്നതിനുമുമ്പ് പൃഷ്ഠഭാഗം അതിൽ താഴ്ന്നുപോയി. ടീപ്പോയിൽ വെച്ചിരുന്ന ഇംഗ്ലീഷ് മാഗസിനുകൾ വെറുതെ മറിച്ചുനോക്കി. പിന്നെ മാദകത്തിടമ്പിനോട്, അല്പസമയം കഴിഞ്ഞ് വരാമെന്ന് മുദ്ര കാണിച്ച് തിരിഞ്ഞുനടന്നു.

മുംബൈയിലെ ഇടത്തരം ആഡ് ഏജൻസികളിലൊന്നിൽ ജോലി ചെയ്തിരുന്ന കാലം. അവിടെച്ചേർന്ന് ഒരു വർഷത്തിനുശേഷമാണ് ദാഞ്ചിവാഡിയയുടെ വരവ്. ആറടി ഉയരവും മെലിഞ്ഞ് വെളുത്ത ശരീരവും ചുരുണ്ട തലമുടിയും പീറ്റർ ഇംഗ്ലണ്ടിന്റെ ഫുൾസ്ലീവ് ഷേർട്ടും ധരിച്ചെത്തിയ ദാഞ്ചിയുടെ മുഖഭാവം ഒരു സാത്വികന്റേതായിരുന്നു. അങ്ങനെയാണ് ഒരു പാഴ്സിയെ ആദ്യമായി അടുത്തറിയുന്നത്.

പേർഷ്യയിലെ സൊരാഷ്ട്രർ പ്രവാചകന്റെ അനുയായികളാണ് പാഴ്സികൾ. ഉദ്ദേശം എട്ടാംനൂറ്റാണ്ടിന്റെ ആരംഭത്തിൽ അവർ പേർഷ്യയിലെ ക്രൂരമായ മതപീഡനത്തെ തുടർന്ന് ഇന്ത്യയിലും കറാച്ചിയിലും കുടിയേറിപ്പാർക്കാൻ ആരംഭിച്ചതായി ചരിത്രം രേഖപ്പെടുത്തുന്നു. നല്ലതും ചീത്തയുമായുള്ള വിപരീതശക്തികളിൽ ഇവ രണ്ടും തമ്മിലുള്ള വ്യത്യാസത്തെ തെരഞ്ഞെടുക്കുന്നതാണ് ഉത്തമമനുഷ്യന്റെ ധർമ്മമെന്ന് സൗരാഷ്ട്രർ ഉപദേശിക്കുന്നു.

'ക്വിസ-ഈസഞ്ചൻ' ഇറാനിൽനിന്ന് ഒളിച്ചോടി ഇന്ത്യയിലെത്തിയ പാഴ്സികളുടെ നരകയാതനകളുടെ കഥ പറയുന്നു. മതസ്വാതന്ത്ര്യം അനുഭവിച്ചറിഞ്ഞ ഇന്ത്യയിലെ പാഴ്സികൾ പ്രാദേശികഭാഷ സംസാരിക്കാനും

പ്രാദേശിക വിവാഹാചാരപ്രകാരം വിവാഹിതരാകാനും ആയുധങ്ങൾ കൈവശം വെക്കാതിരിക്കാനും നിഷ്കർഷിക്കുന്നു. ഇന്ത്യൻ ആചാരങ്ങളോടുള്ള പാഴ്സികളുടെ അളവറ്റ സഹിഷ്ണുത മാനിച്ച് അവർക്ക് ആരാധിക്കാൻ അഗ്നിദേവമന്ദിരം (ഫയർ ടെംപിൾ) നിർമിക്കാൻ അന്നത്തെ മുംബൈ രാജഭരണം അനുമതി നൽകി.

ഇന്ത്യയിൽ കുടിയേറിപ്പാർത്ത പാഴ്സികൽ, ഗുജറാത്ത്, ദിയു, ബാംഗ്ലൂർ എന്നീ പ്രദേശങ്ങൾ തങ്ങളുടെ താവളങ്ങളായി തെരഞ്ഞെടുത്തു. ഇവർ പൊതുവെ സമാധാനപ്രിയരും സംസ്കാരസമ്പന്നരുമാണ്. വീട്ടിൽ ഇംഗ്ലീഷ്, പേഴ്സ്യൻ ഭാഷകൾ സംസാരിക്കുമ്പോഴും തദ്ദേശവാസികളോട് അവരുടെ ഭാഷകളിൽ തന്നെ ആശയവിനിമയം നടത്തുന്നുണ്ട്.

ദാദറിനും കിങ് സർക്കിളിനുമിടയിൽ ഇടതുഭാഗത്ത് ദാദർ പാഴ്സി കോളനി സ്ഥിതി ചെയ്യുന്നു. പ്രമുഖ പാഴ്സി നേതാവ് മൻചേർജി ജോഷിയാണ് പാഴ്സികൾക്ക് ഒരു കോളനിയെന്ന ആശയം ബ്രിട്ടീഷ് സർക്കാരിനു മുമ്പിൽ സമർപ്പിച്ചത്. 1900-ൽ മൻചേർജിയുടെ സ്വപ്നം സാക്ഷാത്കരിക്കപ്പെട്ടു. അഞ്ഞൂറ് ഏക്കറോളം വിസ്തീർണമുള്ള ഈ സ്ഥലം ഫൈവ് ഗാർഡൻസ് എന്നറിയപ്പെടുന്നു. പൂന്തോട്ടങ്ങളും ചോലമരങ്ങളും വീതിയേറിയ തെരുവുകളുമുള്ള ഈ പാഴ്സി കോളനിയിൽ മൂന്ന് നില കെട്ടിടങ്ങൾ നിർമിക്കാനുള്ള അനുമതി സർക്കാർ നൽകി. വിസ്താരമുള്ള മൂന്ന് മുറികളും ഹാളും അടുക്കളയും ബാൽക്കണിയുമുള്ള ഓരോ ഫ്ളാറ്റും തികച്ചും പാഴ്സികൾക്ക് മാത്രമായുള്ളതത്രേ.

വൈകുന്നേരങ്ങളിൽ ഓറഞ്ചിന്റെ നിറമാർന്ന തുടുത്ത വൃദ്ധകൾ കൈയിൽ ഡാഷെന്റ് നായ്ക്കുട്ടികളേയും പിടിച്ച് കാറ്റുകൊള്ളാനിറങ്ങുന്നത് ഫൈവ് ഗാർഡനിലെ ഒരു നിത്യദൃശ്യമാണ്. പാഴ്സി സംസ്കാരത്തിന്റെ ഭാഗമായ വൃത്തിയും വെടിപ്പും അവരുടെ താമസസ്ഥലത്തും വസ്ത്രധാരണത്തിലും കാണാം. പാഴ്സി വൃദ്ധർ തലയിൽ കറുത്ത തൊപ്പിയും വെള്ള പൈജാമയും കഴുത്തിലൂടെ മാത്രം ധരിക്കാവുന്ന മുറിക്കയ്യൻ ഷർട്ടും ഉപയോഗിക്കുന്നു. പുരോഹിതർ വെളുത്ത തൊപ്പിയും ഏതാണ്ട് കരാട്ടേക്കാരുടേതുപോലുള്ള ഗൗണും ധരിക്കുന്നു. സ്ത്രീകളാകട്ടെ കഴുത്തിൽ പേൾ മാലയും പുള്ളികളുള്ള ഫ്രോക്കും ധരിക്കുന്നത് പതിവാണ്. ഉദ്ദേശം 85,000 പാഴ്സികൾ ദാദർ പാഴ്സി കോളനിയിൽ തന്നെ നിവസിക്കുന്നു. മഹാനഗരത്തിൽ ഇവർ മൊത്തം മൂന്ന് ലക്ഷത്തിൽ കവിയില്ലെന്ന് ഓർക്കുക.

പാഴ്സികൾക്ക് ആയുസ്സ് കൂടുതലാണെന്നാണ് പൊതുവെ കണക്കുകൾ സൂചിപ്പിക്കുന്നത്. 1200 പുരുഷന്മാർക്ക് 800 സ്ത്രീകൾ എന്ന അനുപാതത്തിലാണ് അവരുടെ ജനസംഖ്യ. ഏകദേശം ഇരുപത് ശതമാനം പേർ വിവാഹം കഴിക്കാൻ തത്പരരല്ലെന്ന് ഒരന്വേഷണത്തിൽ തെളിഞ്ഞു.

മുംബൈയിലെ പാഴ്സികളുടെ സാമൂഹികജീവിതം നിയന്ത്രിക്കുന്നത് ബി.പി.പി. (ബോംബെ പാഴ്സി പഞ്ചായത്ത്) ആണെന്ന് ഏറെക്കുറെ പറയാം. അവർ പാഴ്സികളുടെ സാമൂഹ്യ-സാംസ്കാരിക-മതപര കാര്യങ്ങളിൽ

എപ്പോഴും ഇടപെട്ടുകൊണ്ടിരിക്കുന്നു. പാഴ്സികൾ തങ്ങളുടെ സമുദായങ്ങളിൽ നിന്നല്ലാതെ ഇതരമതസ്ഥരെ വിവാഹം കഴിക്കുന്നത് ബി.പി.പി. നിരോധിച്ചിരിക്കുന്നു. അങ്ങനെ വിവാഹിതരായവരെ ആരാധനാസ്ഥലങ്ങളിൽ നിന്നും വിവാഹാഘോഷങ്ങളിൽനിന്നും ഒഴിച്ചു നിർത്തുവാനും, അവർക്കോ അവരുടെ കുഞ്ഞുങ്ങൾക്കോ പാഴ്സി ട്രസ്റ്റിന്റെ യാതൊരു ആനുകൂല്യങ്ങളും നൽകാതിരിക്കാനും പാഴ്സി കോളനികളിൽ താമസം നിരോധിക്കുന്നതിനും ബി.പി.പി. ഭാരവാഹികൾ ബദ്ധശ്രദ്ധരാണ്.

പട്ടാമ്പിയിലെ ഒരു പുരാതന ഹിന്ദു കുടുംബാംഗമായ നാരായണ പിഷാരോടി (യഥാർത്ഥ പേരല്ല) മഹാനഗരത്തിലുള്ള ഒരു ദേശസാത്കൃത ബാങ്കിലെ ഉന്നത ഉദ്യോഗസ്ഥനാണ്. അദ്ദേഹം സഹപ്രവർത്തകയായ ഡോളിയെന്ന പാഴ്സി യുവതിയിൽ അനുരക്തനാകുന്നു. നാട്ടുനടപ്പുപോലെ ഇരുഗൃഹസ്ഥരും അവരുടെ വിവാഹത്തിന് വിലങ്ങുതടിയായതോടെ ഇരുവരും രജിസ്റ്റർ മാര്യേജ് കഴിക്കുന്നു. കടുംപിടുത്തക്കാരനായ ഡോളിയുടെ പിതാവ് ഭീഷണിപ്പെടുത്തിയും കള്ളക്കേസുകൾ കെട്ടിച്ചമച്ചും അവരെ പിരിക്കാൻ ശ്രമിച്ചെങ്കിലും അത് വിലപ്പോയില്ല. ആദ്യത്തെ കുട്ടി പിറന്നപ്പോൾ മുംബൈ പാഴ്സി പഞ്ചായത്ത് ആ നവദമ്പതികളെ നവ്റോസ് (പാഴ്സി പുതുവത്സരം) ആഘോഷത്തിന്റെ ഭാഗമായി ദാദർ പാഴ്സി കോളനിയിൽ സംഘടിപ്പിക്കുന്ന ചടങ്ങിൽ പങ്കെടുക്കുന്നത് വിലക്കി.

"ദേർ വേർ ത്രെട്ടണിംങ് കോൾസ് ഫ്രം ബി.പി.പി." ഡോളി പറയുന്നു, "പക്ഷേ, ഞങ്ങൾ പൊലീസിൽ പരാതിപ്പെട്ടു, ബി.ബി.പി. അധികൃതർക്കെതിരെ. എന്തിനേറെ, അവർ മാപ്പുപറഞ്ഞ് ഞങ്ങളെ നവ്റോസിൽ പങ്കെടുപ്പിച്ചു. ബി.പി.പി. അധികൃതരുടെ ബന്ധുക്കളിൽ പലരും അന്യമതസ്ഥരെ വിവാഹം കഴിച്ച് സുഖജീവിതം നയിച്ചുവരുന്നു." ഡോളി തുറന്നടിച്ചു.

"അന്യമതസ്ഥരെ വിവാഹം കഴിക്കുന്നതിൽ പാപമുണ്ടെന്നോ ആ പുരുഷന്മാർ മെയ്ൽ ഷോവനിസ്റ്റുകളാണെന്നോ സ്ഥാപിക്കുന്ന ഒരു സൊരാഷ്ട്രീയൻ ലിഖിതവും ഇവിടെയില്ല. അത് ചില സ്ഥാപിതതാത്പര്യക്കാരുടെ കല്പിത കഥകളാണ്." ഒരു ചോദ്യത്തിനുത്തരമായി നാരായണ പിഷാരോടി മറുപടി നല്കി.

സ്റ്റെർലിംങ് തിയറ്ററിനു സമീപസ്ഥമായ പാഴ്സി വൃദ്ധർക്കായുള്ള ശരണാലയം അനാഥരും നിരാലംബരുമായ പാഴ്സികളെ സംരക്ഷിക്കുന്നു. പാഴ്സി വിദ്യാർത്ഥികൾക്ക് അവരുടേതായ വിദ്യാഭ്യാസ സ്ഥാപനങ്ങളിൽ സ്കോളർഷിപ്പുകൾ ഏർപ്പെടുത്തിയിട്ടുണ്ട്. മഹാനഗരത്തിലെ പാഴ്സി ഡയറി ഫാം ശുദ്ധമായ പാലും നെയ്യും വെണ്ണയും വിറ്റുവരുന്നു. അവരുടേതായ ആതുരാലയങ്ങളും ഹോമിയോ ക്ലീനിക്കുകളും നഗരത്തിലെമ്പാടും കാണാം. പാഴ്സികൾ പൊതുവെ ധനികരും വിദ്യാസമ്പന്നരുമാണ്. അവരിൽ സ്ത്രീകൾ 90 ശതമാനവും പുരുഷന്മാർ 50 ശതമാനത്തോളവും കോളേജ് വിദ്യാഭ്യാസം നേടിയിട്ടുള്ളവരാണ്.

ഗുജറാത്ത് സമാചാർ എന്ന ദിനപത്രത്തിൽ പ്രവർത്തിക്കവേ ഒരിക്കൽ മറൈൻ ഡ്രൈവിലുള്ള വിൽസൻ കോളേജ് ജിംഖാനയിൽ നടന്നുവന്നിരുന്ന പാഴ്സികളുടെ ഒരു മേളയിൽ (ഉത്സവം) പങ്കെടുക്കാൻ അവസരം ലഭിച്ചു. അന്ന് ആ ഫെസ്റ്റിവലിന്റെ സമാപനദിനമായിരുന്നതിനാൽ വലിയൊരു ദാവത്ത് (സദ്യ) ഒരുക്കിയിരുന്നു. ദാഞ്ചിവാഡിയയെപ്പോലുള്ള പാഴ്സി സുഹൃത്തുക്കളുടെ നിർബന്ധപ്രകാരം ഉച്ചഭക്ഷണത്തിനിരുന്നു. മേശമേൽ പ്ലേറ്റുകൾ നിരന്നു. ബെയറർ ഓരോരോ വിഭവങ്ങൾ കൊണ്ടുവന്ന് വിളമ്പി. ആട്ടിൻസൂപ്പ് മുതൽ ആടിന്റെ തുടകൾ കൊണ്ടുണ്ടാക്കിയ വിഭവം വരെ. രുചിച്ചുനോക്കിയശേഷം വയറിൽ ഒരിഞ്ച് സ്ഥലം പോലും ബാക്കിയില്ലാതായി. എണീക്കാൻ തുനിഞ്ഞപ്പോൾ മിസിസ് മിർസ എന്ന പാഴ്സി സുഹൃത്ത് ബസ്മതി ചോറും ആട്ടിറച്ചിയും പരിപ്പും ചേർത്ത ആഹാരം വിളമ്പി. നെയ്യിൽ കുളിപ്പിച്ചെടുത്ത ആ വസ്തു കഴിച്ച് നടക്കാൻ തന്നെ പ്രയാസമായി. വിശ്രമിക്കാനായി ഒരു കസേര വലിച്ചിട്ട് ഫാനിന്റെ കീഴിൽ ഇരുന്നപ്പോൾ അവിടെയുണ്ടായിരുന്ന ചില പാഴ്സികൾ ഉച്ചത്തിൽ സംസാരിച്ച് ഉറക്കെ പൊട്ടിച്ചിരിക്കുന്നുണ്ടായിരുന്നു.

പാഴ്സികൾ പൊതുവേ സരസസംഭാഷണം നടത്തുന്നവരും ഭോജനപ്രിയരുമാണ്. പ്രശസ്ത കോളമിസ്റ്റ് ബഹ്റം കോൺട്രാക്റ്ററുടെ 'ഓൾ ആന്റ് റൗണ്ട് എബൗട്ട് ഇറ്റ്' വായിച്ചാൽ ഇക്കാര്യം മനസ്സിലാകും. ഈ ഗ്രന്ഥത്തിലുള്ള സംസാരിക്കുന്ന വളർത്തുനായയുടെ സംഭാഷണം വരെ ആക്ഷേപഹാസ്യത്തിലും ദ്വയാർത്ഥത്തിലുമത്രേ. അദ്ദേഹത്തിന്റെതന്നെ വേറെ ചില ലേഖനങ്ങളിൽ പാഴ്സി ഭക്ഷണരീതിയെക്കുറിച്ചും മദ്യപാനത്തെക്കുറിച്ചും സരസമായി ആവിഷ്കരിച്ചിരിക്കുന്നു. സർവാഭരണവിഭൂഷിതകളായ പാഴ്സി സ്ത്രീകൾ ചടങ്ങുകളിൽ പങ്കെടുക്കുന്നതിനെക്കുറിച്ച് ബഹ്റം കോൺട്രാക്റ്റർ പറയുന്നതിങ്ങനെ: ത്രിഭുവൻദാസ് ഭീംജി ഝവേരിയുടെ ആഭരണക്കട പറിച്ചുനട്ട പ്രതീതിയെന്ന്.

ഇന്ത്യൻ സ്വാതന്ത്ര്യസമരത്തിൽ പാഴ്സികളായ ദാദാഭായ് നവ്റോയ്, ഫിറോസ് ഷാ മേത്ത, നരിമാൻ, ബിക്കാജി കാമാ എന്നിവരുടെ നാമധേയം മറക്കാവതല്ല. ശാസ്ത്രരംഗത്ത് ഹോമി ജെ ഭാഭയും ജെംഷഡ്ജി ടാറ്റ, ഗോദ്റെജ്, നുസ്ലീ വാഡിയ (മുംബൈ ഡൈയിങ്) തുടങ്ങിയവർ ഭാരതത്തിന്റെ പേരും പെരുമയും പുലർത്തി വ്യവസായരംഗത്ത് തങ്കമുദ്ര പതിപ്പിച്ച വ്യക്തികളാണ്.

പാഴ്സി കുടുംബത്തിൽ ഒരംഗം ജനിക്കുമ്പോൾ അവരതൊരു ആഘോഷമാക്കി കൊണ്ടാടുന്നു. കാരണം, പാഴ്സികൾ ഇന്ന് നാമാവശേഷമായിക്കൊണ്ടിരിക്കുന്ന ഒരു സമൂഹമാണ്. അവരിൽ വളരെപ്പേർ അന്യമതസ്ഥരുമായി വിവാഹബന്ധത്തിലേർപ്പെടുകയും പലരും ഇന്ത്യ വിടുകയും ചെയ്യുമ്പോൾ പാഴ്സി സമൂഹം ജീർണിച്ച് ഒരു ചെറിയ ഗോത്രമായിത്തീരുകയും ചെയ്തേക്കാം. അതിനാലാകണം ബി.പി.പി. പോലുള്ള സംഘടനകൾ തങ്ങളുടെ സംസ്കാരത്തെ നിലനിർത്താൻ ഏതറ്റം വരെയും പോകുന്നത്.

പാഴ്സികൾ മരണമടഞ്ഞാൽ മറ്റു സമുദായങ്ങളെപ്പോലെ ശരീരം മറവു ചെയ്യുന്നില്ല. വെള്ളത്തുണിയിൽ പൊതിഞ്ഞ ജഡം മതാനുഷ്ഠാനങ്ങൾക്കു ശേഷം നിശ്ശബ്ദതയുടെ ഗോപുരത്തിലേക്ക് (ടവർ ഓഫ് സൈലൻസ്) നീക്കുന്നു. അവിടെ കാത്തിരിക്കുന്ന കഴുകന്മാർ ജഡത്തെ കൊത്തിവലിച്ച് ഭക്ഷണമാക്കുമ്പോൾ അന്തരിച്ച പാഴ്സിയുടെ ആത്മാവ് മോക്ഷം പ്രാപിച്ച് അനന്തതയിലേക്ക് പറന്നുയരുമെന്ന് പാഴ്സികൾ വിശ്വസിക്കുന്നു. മഹാനഗരത്തിലെ പാഴ്സികളുടെ ശ്മശാനം മലബാർ ഹില്ലിൽ സ്ഥിതി ചെയ്യുന്നു. തദ്ദേശവാസികൾ പരാതി നൽകിയതിനെ തുടർന്ന് ഇവിടെ സോളാർ ഹീറ്ററുകൾ ഘടിപ്പിച്ചിട്ടുണ്ട്.

ലോകപ്രശസ്ത സംഗീതജ്ഞൻ സുബിൻ മേത്ത, നക്സലൈറ്റ് നേതാവ് കൊഡാഡ് ഗാന്ധി, എപ്പോഴും മുണ്ഡനം ചെയ്ത ശിരസ്സുമായി അഭിനയിക്കുന്ന ഹോളിവുഡ് നടി പെഴ്സിസ് കംബാട്ട, ബോളിവുഡ് നടൻ ജോൺ അബ്രഹാം തുടങ്ങിയവർ വിഖ്യാതരായ പാഴ്സികളാണ്. പാഴ്സിയായ ആർ.കെ. കരഞ്ചിയയുടെ പത്രാധിപത്യത്തിൻ കീഴിലുണ്ടായിരുന്ന ബ്ലിറ്റ്സ് ടാബ്ലോയ്ഡ് അമ്പതു മുതൽ എഴുപത് വരെയുള്ള കാലഘട്ടങ്ങളിൽ പത്രപ്രവർത്തനരംഗത്ത് ഇടിമിന്നൽ തന്നെയായിരുന്നു.

ശബാന ആസ്മിയും നസിറുദ്ദീൻ ഷായും അനുപം ഖേറും വേഷമിട്ട 'റസ്തംജി'യും ബാസു ചാറ്റർജിയുടെ 'കട്ടാമിഠ'യും (പേൾ പദംസിയും അശോക് കുമാറും) പാഴ്സികളുടെ കഥ പറയുന്ന ചിത്രങ്ങളാണ്. സൽമാൻ റുഷ്ദിയുടെ ഗ്രൗണ്ട് ബിനീത്ത് ഹേർ ഫീറ്റും, മിഡ്നൈറ്റ്സ് ചിൽഡ്രനും പാഴ്സി കഥാപാത്രങ്ങളെ അവതരിപ്പിക്കുന്നു. മുന്നാഭായ് എം.ബി.ബി.എസ് എന്ന ചിത്രത്തിൽ സൂനി താരാപ്പൂർവാല സഞ്ജയ് ദത്തിനുവേണ്ടി എം.ബി.ബി.എസ് പരീക്ഷയെഴുതുന്നത് കണ്ടാൽ നാം പൊട്ടിച്ചിരിച്ചുപോകും. നാടകകൃത്തും നടനുമായ അലിക് പദംസി, തിയറ്റർപേഴ്സൺ പേൾ പദംസി, ബഹ്റം കോൺട്രാക്റ്റർ തുടങ്ങിയവർ മുംബൈ പാഴ്സികളുടെ ഇടയിലെ ഒളിമങ്ങാത്ത നക്ഷത്രങ്ങളാണ്.

മേമ്പൊടി: തൃശൂർ സീതാറാം സ്പിന്നിങ് ആന്റ് വീവിങ് മിൽ തകൃതിയായി പ്രവർത്തിച്ചിരുന്ന അമ്പതുകൾ. ആ മില്ലിലെ രണ്ട് എഞ്ചിനീയർമാരായിരുന്നു മേത്തയും കവീനയും. രണ്ടുപേരും മുംബൈയിൽ നിന്നെത്തിയ പാഴ്സികൾ. ശ്രീ മേത്തയെക്കുറിച്ച് വലിയ ഓർമ്മകൾ പങ്കുവെക്കാനില്ല. കാരണം, മിൽ അഗ്നിക്കിരയായപ്പോൾ മേത്തയും കുടുംബവും അഹമ്മദാബാദിലേക്ക് തിരിച്ചുപോയെന്നാണ് അറിവ്. എന്നാൽ കവീനക്കാകട്ടെ, സ്വന്തം നാട്ടിലേക്കു തിരിച്ചുപോകാൻ താത്പര്യക്കുറവും. അതിനാലാകണം, പൂങ്കുന്നത്ത് മില്ലിന് സമീപം ഒരു വീട് വാങ്ങി താമസം അവിടേക്കു മാറ്റി. വലിയ കുടവയറുള്ള അദ്ദേഹം വെളുത്തു തടിച്ച് വീതിയുള്ള കൃതാവ് വെച്ച കുറിയ മനുഷ്യനായിരുന്നു. അദ്ദേഹത്തിന്റെ ഭാര്യയെ ഞങ്ങൾ ബായി എന്ന് വിളിച്ചു വന്നു. കറുത്ത മോറിസ് മൈനർ കാർ ഓടിച്ച് തന്റെ രണ്ടു പെൺകുട്ടികളെ

സെന്റ് മേരീസ് കോളേജിൽ കൊണ്ടുവിടുന്നത് പ്രൈമറി സ്കൂൾ കുട്ടിയായിരുന്നപ്പോൾ കാണാറുണ്ട്. കവീനയും കുടുംബവും മലയാളത്തിൽ സംസാരിക്കുന്നതിന് ആവുന്നത്ര ശ്രമിച്ചെങ്കിലും അതൊരു വികൃതഭാഷയായി കലാശിച്ചു. പെൺകുട്ടികൾ പിന്നീട് റിക്ഷാവണ്ടിയിലായി പോക്കുവരവ്. കാർ വിറ്റിരിക്കണം. കവീന മുതലാളി വീട്ടിൽ തന്നെ കമ്പനികളിൽ നൂൽ ചുറ്റുന്നതിനുപയോഗിക്കുന്ന ബോബിൻസ് നിർമിക്കുന്ന ചെറുകിട വ്യവസായമാരംഭിച്ചു. കവീനയുടെ ഭാര്യ-ബായി-നെല്ലുകുത്തുന്ന യന്ത്രം സ്ഥാപിച്ച് അതിന്റെ നടത്തിപ്പുമായി ആ വീട്ടിൽ തന്നെ ചുറ്റിപ്പറ്റി നടന്നു.

നെല്ലുകുത്തി അരിയാക്കുന്നതിന് മുമ്പ് അവർ ചോദിച്ചിരിക്കും:

“എത്തര പര?”

അന്ന് ഒരു പറയ്ക്ക് ഒരണയായിരുന്നു കൂലി. ഒരണ വാങ്ങി ചെറിയ കണ്ണുകൾകൊണ്ട് സൂക്ഷിച്ചുനോക്കി, ഒന്നുകൂടി നോക്കി തന്റെ ഗൗണിന്റെ പോക്കറ്റിലിടും. ഇടയ്ക്കിടെ ഇടതുകൈകൊണ്ട് പോക്കറ്റിലെ ചില്ലറ എണ്ണുന്നതും കാണാം. കാലം മാറി. ബോബിൻസ് നിർമാണം അധഃപതനത്തിലായി. ജഹാംഗീർ എന്ന മകൻ നാലഞ്ച് എരുമകളെ വാങ്ങി ഫാക്റ്ററിയുടെ സ്ഥാനത്ത് തൊഴുത്ത് നിർമിച്ച് പാൽ കറന്ന് വിറ്റു. ഒരു പാഴ്സി ഡയറി ഫാം അയാൾ വിഭാവനം ചെയ്തിരിക്കണം.

ആദ്യത്തെ പെൺകുട്ടി വിവാഹിതയായെന്ന് തോന്നുന്നു. രണ്ടാമത്തെ പെൺകുട്ടിയെ ചിലപ്പോൾ പബ്ലിക് ലൈബ്രറിയിൽ വെച്ച് കാണാറുണ്ടായിരുന്നു. കാലം കുറേ കഴിഞ്ഞു. തിരിച്ച് നാട്ടിലെത്തിയപ്പോൾ കവീനയുടെ വീടിന്റെ സ്ഥാനത്ത് ഒരു ബോർഡ് കണ്ടു. ‘കല്യാൺ ജ്വല്ലേഴ്സ് കോർപറേറ്റ് ഓഫീസ്!’

ഇന്ന് കവീനയോ ഭാര്യയോ രണ്ടു പെൺകുട്ടികളോ ഇവിടെയില്ല.

ഉണ്ടെങ്കിൽ ചോദിക്കാമായിരുന്നു.

“തമേ പാഴ്സി ചോ?” (നിങ്ങൾ പാഴ്സിയാണോ?)

■

കർജത് ഫാസ്റ്റ്

മുംബൈ ഛത്രപതി ശിവജി ടെർമിനസിൽനിന്ന് കർജത് ഫാസ്റ്റിൽ കയറി ക്കൂടാൻ ആ നട്ടുച്ച നേരത്ത് ഒരു മല്ലയുദ്ധംതന്നെ വേണ്ടിവന്നു. സബർബൻ ട്രെയിനുകൾ ജനാവലികളെ വഹിച്ചുകൊണ്ട് വന്നെത്തുകയും വീണ്ടും നിറഞ്ഞുകവിഞ്ഞ് പുറപ്പെട്ടുകൊണ്ടുമിരുന്നു.

ചരിത്രത്തിൽ ഭാരതത്തിന്റേതായിരുന്ന സിന്ധ് 1947-ലെ ഇന്ത്യാവിഭജ നത്തിനുശേഷം പാക്കിസ്ഥാന്റെ ഭാഗമായിത്തീർന്നു. ഹിന്ദു ഭൂരിപക്ഷമുള്ള ഈ പ്രദേശത്തുനിന്ന് അഭയാർത്ഥികളായി ഇന്ത്യയിലെത്തിയ സിന്ധികൾ രാജ്യത്തിന്റെ പല ഭാഗങ്ങളിലും ചേക്കേറി. ഇന്ത്യയിലെ ആ മേഖലയിലുള്ള മുസ്ലീംകൾ പാക്കിസ്ഥാനിലേക്കും കുടിയേറിപ്പാർത്തു. ഉദ്ദേശം പതിനാല് ലക്ഷത്തോളം സിന്ധികൾ ഇപ്പോൾ ഇന്ത്യയിൽ പാർക്കുന്നുണ്ടെന്ന് കണ ക്കാക്കപ്പെട്ടിരിക്കുന്നു. അവർ മുംബൈ, കച്ച്, ഗാന്ധിധാം, ബാംഗ്ലൂർ തുട ങ്ങിയ പ്രദേശങ്ങളിൽ വസിച്ചുവരുന്നു. എന്നാൽ വളരെയേറെ ഹിന്ദുക്കളായ സിന്ധികൾ ഗുരു നാനാക്കിന്റെ അനുയായികളായിത്തീർന്നിട്ടുണ്ട്.

സിന്ധികൾ പൊതുവേ സുന്ദരിമാരും സുന്ദരന്മാരുമാണ്. ശരീര ക്കൊഴുപ്പും അംഗലാവണ്യവും കൂടുതലാണ്.

ഉല്ലാസ് നഗറിലെ കൃപലാനി റോഡിൽ സ്ഥിരതാമസമാക്കിയ മലയാളി യായ ഒരു അധ്യാപകനെ ആകസ്മികമായാണ് ആ യാത്രാവേളയിൽ പരിചയപ്പെട്ടത്. അദ്ദേഹത്തിന്റെ പേര് ജോസഫ്. സ്ഥലത്തെ ഇംഗ്ലീഷ് മീഡിയം സ്കൂളിൽ കണക്കും ഫിസിക്സും പഠിപ്പിക്കുന്നു. പിതാവ് റെയിൽവേ ഉദ്യോഗസ്ഥൻ. ഇളയപുത്രൻ ജോസഫ് ഭാഗം വാങ്ങി കൃപ ലാനി റോഡിൽ വീടു വെച്ച് കുഞ്ഞുകുട്ടി പരാധീനതകളുമായാണ് താമസം. “തൃശൂർ ഭാഷയിൽ സിന്ധികൾ പൊതുവെ ഇരുട്ടുകൊണ്ട് ദ്വാരമടയ്ക്കുന്ന കൂട്ടരെന്നാണ് പറയുക.” ജോസഫ് ചിരിച്ചുകൊണ്ട് പറഞ്ഞു.

‘ഉല്ലാസ് നഗർ സിന്ധി അസോസിയേഷൻ’ എന്ന സംഘടനയെക്കുറിച്ച് ചോദിച്ചപ്പോൾ ജോസഫ് പൊട്ടിച്ചിരിച്ചു. അങ്ങനെയൊരു സംഘടന ഉണ്ടെന്നോ ഇല്ലെന്നോ അദ്ദേഹം പറഞ്ഞില്ല. ഇതിനിടയിൽ പത്തുരൂപയ്ക്ക്

അഞ്ചു പേനകൾ വിൽക്കാൻ തയ്യാറായി ഒരു അന്ധൻ ആ കംപാർട്ടുമെന്റിൽ ഏതോ ഒരു സ്റ്റേഷനിൽ നിന്ന് കയറിക്കൂടിയിരുന്നു.

"ജരാ ദേഖ് നേ ദോ." (നോക്കട്ടെ) എന്നു പറഞ്ഞ് അയാളിൽ നിന്ന് ഒരു പേന വാങ്ങി എന്നെ കാണിച്ചു. അതിൽ ആലേഖനം ചെയ്യപ്പെട്ടിരുന്നത് ഇങ്ങനെയാണ്. 'മെയ്ഡ് ഇൻ യു.എസ്.എ'. ഇതിന്റെ പൂർണരൂപം ഉല്ലാസ്നഗർ സിന്ധി അസോസിയേഷനിൽ നിർമിച്ചതെന്നത്രേ. "ഇതാണ് സിന്ധി". ജോസഫ് ഊറിച്ചിരിച്ചു.

സിന്ധികൾ എന്തിനും ഏതിനും ഡ്യൂപ്ലിക്കേറ്റുകൾ ഉണ്ടാക്കുന്നു. റെയിൽവേ സ്റ്റേഷനുകളിലും മുംബൈ മഹാനഗരത്തിന്റെ പര്യമ്പുറങ്ങളിലും ഇവരുടെ ഉത്പന്നങ്ങൾ ചൂടപ്പംപോലെ വിറ്റഴിയുന്നത് നിസ്സാരവിലയ്ക്കാണെന്നോർക്കുക. ഇരുപത്തഞ്ച് രൂപയ്ക്ക് പാർക്കർ പേന നിങ്ങൾക്ക് ഇവിടെ ലഭ്യമാണ്. കൂടാതെ ബിസ്കറ്റുകൾ, മിഠായികൾ, നെയ്ൽ കട്ടർ, ഷേവിങ് സെറ്റ്, മിക്സി, ഫാൻ, ഇസ്തിരിപ്പെട്ടി, റാഡോ വാച്ച് തുടങ്ങിയവ പ്രഖ്യാത കമ്പനികളുടെ ട്രേഡ് മാർക്കിൽനിന്ന് ഒരക്ഷരം എങ്ങനെയെങ്കിലും മാറ്റി മറിച്ച് അന്താരാഷ്ട്ര കമ്പനികളുടേതാണെന്ന് ഉപഭോക്താവിനെ തെറ്റിദ്ധരിപ്പിച്ചുകൊണ്ടാണ് സിന്ധികൾ ഉത്പന്നങ്ങൾ മാർക്കറ്റിലെത്തിക്കുന്നതെന്ന് ജോസഫ് ഒരു ചോദ്യത്തിനുത്തരമായി പറഞ്ഞു.

1947-ൽ ഇന്ത്യയിലെത്തിയ സിന്ധി അഭയാർത്ഥികൾക്കുവേണ്ടി വി.റ്റി-പൂനെ റൂട്ടിലുള്ള ഉല്ലാസ് നഗറിലെ ബാരക്കുകൾ ഉപയോഗിക്കാൻ ഭരണകൂടം അനുമതി നൽകി. യുദ്ധകാലത്ത് പട്ടാളക്കാർ തമ്പടിച്ചിരുന്ന ഈ പ്രദേശം സിന്ധികളെക്കൊണ്ട് നിറഞ്ഞുകവിഞ്ഞു. സിന്ധിലെ അവരുടെ ജന്മസ്ഥലത്തെ സ്ഥാവരജംഗമവസ്തുക്കൾ ഇട്ടെറിഞ്ഞ് ഭാരതമണ്ണിലെത്തിയ ഇവർക്ക് ബാരക്കുകൾ സ്വർഗമായി തോന്നി. തൽക്കാലം അവർക്ക് വേണ്ടത് തല ചായ്ക്കാൻ ഒരിടം മാത്രമായിരുന്നു. ക്രമേണ സിന്ധികളുടെ കേന്ദ്രമായി മാറിയ ഉല്ലാസ് നഗർ എന്ന പ്രദേശം വളർന്ന് ഇന്ന് വലിയൊരു പട്ടണമായി മാറിയിരിക്കുന്നു. സ്ഥലം വളച്ചുകെട്ടി കടമുറികളും കെട്ടിടങ്ങളും പണിത് അവർ വാടകയ്ക്ക് നൽകി. ഡ്യൂപ്ലിക്കേറ്റ് ഉത്പന്നങ്ങൾ നിർമിച്ചു. സിന്ധി സ്ത്രീകളും വെറുതെയിരുന്നില്ല. അധ്വാനശീലകളായ അവർ സിന്ധി പപ്പടവും അച്ചാറുകളുമുണ്ടാക്കി വിപണിയിലെത്തിച്ച് സ്വകാര്യസമ്പാദ്യമുണ്ടാക്കി. അഭ്യസ്തവിദ്യരായ സിന്ധികൾ മുംബൈയിൽ ഉടനീളം ട്യൂഷൻ ക്ലാസുകൾ നടത്തി വിദ്യാർത്ഥികളെ ഉന്നതവിജയം വരിക്കാൻ കെല്പുള്ളവരാക്കി. മുംബൈയിലെ പല ആശുപത്രികളിലേയും ഉന്നതശ്രേണിയിലുള്ള ഡോക്ടർമാരിൽ പലരും സിന്ധികളത്രേ. ഐ.ടി., എഞ്ചിനീയറിങ് മേഖലകളിൽ സിന്ധികൾക്ക് ഗണ്യമായ സ്ഥാനമുണ്ട്. കൊളാബയിലെ കൈലാസിൽ നിന്ന് സിന്ധി പപ്പടവും കുംഭം പോലുള്ള ഗ്ലാസുകളിൽ മുളകുചേർത്ത ലസ്സിയും നിങ്ങൾക്കാസ്വദിക്കാം.

മഹാനഗരത്തിലെ പ്രഖ്യാത ബിൽഡർമാരിൽ സിന്ധികൾ നല്ലൊരു ശതമാനമുണ്ട്, ഹിര നന്ദാനി, രഹേജ തുടങ്ങിയ കെട്ടിട നിർമ്മാതാക്കൾ

തങ്ങളുടെ ശില്പചാതുര്യംകൊണ്ട് ആവാസകേന്ദ്രങ്ങൾക്ക് നൂതന വശ്യ സൗന്ദര്യം വരുത്തി. ഹീരാനന്ദാനി ഗാർഡൻസ്, രഹേജ വില്ലേജ് തുടങ്ങിയവ ഇതിന് മകുടോദാഹരണങ്ങൾ.

കൽബാദേവിയിലെ ഫർണീച്ചർ ബിസിനസ് സിന്ധികളുടെ കുത്തകയത്രേ. എന്നാൽ പ്രമുഖ ഫർണിച്ചർ ബ്രാന്റുകളുടെ ലേബലിൽ പല വ്യാപാരികളും ഡ്യൂപ്ലിക്കേറ്റുകൾ വിറ്റഴിക്കുന്നുണ്ടെന്ന് കേൾക്കുന്നു. സിന്ധികളിൽ മാംസഭുക്കുകളും സസ്യഭോജനം മാത്രം നടത്തുന്നവരും ഉൾപ്പെടുന്നു. അവരുടെ ദൈവമായ 'ജുലേലാലിന്റെ' ജന്മദിനം ആഘോഷിക്കുമ്പോഴും ദീപാവലിയും ഗണേശോത്സവവുമൊക്കെ സിന്ധികൾ കൊണ്ടാടുന്നു.

നാസിക്കിലേക്കു പോകുന്ന വഴിയിലുള്ള ടിറ്റ്വാല ക്ഷേത്രം സിന്ധികളുടെ ഒരു പ്രധാന ആരാധനാലയമാണ്. അക്നാന്ദി, തീജ്രി എന്നീ ആഘോഷങ്ങളും സിന്ധികൾക്കിടയിലുണ്ട്. ഇവർ അന്യമതസ്ഥരെ വിവാഹം കഴിക്കുന്നതിൽ വിമുഖരല്ല.

അരവിന്ദ് നായർ എന്ന ജേണലിസ്റ്റ് തന്റെ മകളെ പ്രണയിച്ച ഒരു സിന്ധി യുവാവിന് അവളെ വിവാഹം ചെയ്തു കൊടുത്തിരിക്കുന്നു. സിന്ധികളുടെ വിവാഹം "ധൂം ധാമ്ശാദി" (അടിപൊളി കല്യാണം)യെന്നാണ് അദ്ദേഹം അഭിപ്രായപ്പെടുന്നത്. പക്ഷേ ഭട്ട് (പുരോഹിതൻ) ആ രണ്ടു ദിവസങ്ങളിലും നടക്കുന്ന പൂജാവേളകളിൽ ഓരോ മന്ത്രത്തിന് ശേഷവും ദക്ഷിണയ്ക്കായ് കൈനീട്ടുമെന്ന് അരവിന്ദ് ഹാസ്യരൂപേണ പറഞ്ഞു. തമിഴ് ബ്രാഹ്മണരുടെ വിവാഹദിനത്തിൽ വരൻ എല്ലാ സുഖസൗകര്യങ്ങളുമുപേക്ഷിച്ച് കാശിക്കു പോകുന്ന ചടങ്ങ് സിന്ധികൾ ഇവിടെ വേറൊരു തരത്തിലാണ് അവതരിപ്പിക്കുക. വിവാഹത്തലേന്നാൾ വരൻ കുളിക്കുന്നതിനു മുമ്പ് ബന്ധുക്കളും സുഹൃത്തുക്കളും അയാളുടെ വസ്ത്രങ്ങൾ വലിച്ചു കീറി ദൂരെ കളയുമത്രേ. പഴയ മനുഷ്യനിൽ നിന്ന് ഒരു നൂതന പുരുഷനായി രൂപാന്തരം പ്രാപിക്കുകയാണ് ഈ ചടങ്ങിന്റെ ഉദ്ദേശ്യമെന്ന് അരവിന്ദ് പറയുന്നു. വരനെ കുതിരപ്പുറത്തിരുത്തി ബാന്റ്മേളത്തോടെ ആനയിക്കുന്ന ചടങ്ങിന് ബാരാത് എന്നാണ് വടക്കേ ഇന്ത്യക്കാർ പറയുന്നത്. സദ്യവട്ടങ്ങളും പൂജകളും ഒപ്പം വാട്ടീസടിയും സിന്ധികളുടെ ധനശേഷിയനുസരിച്ച് അരങ്ങേറുന്നു. അരവിന്ദിന്റെ മകൾ സമാധാനപൂർണമായ കുടുംബജീവിതം നയിച്ചുവരുന്നു.

സിന്ധികൾ അധ്വാനശീലരും പരീക്ഷണകുതുകികളും ആണ്. ഉല്ലാസ് നഗറിൽ നിന്ന് കൂട്ടമായി ട്രെയിനിൽ സഞ്ചരിക്കുന്ന സിന്ധികൾ ടിക്കറ്റോ പാസോ എടുക്കാറില്ല. അവരിൽ ആരെങ്കിലും പിടികൂടിയാൽ ഉടനെ പിഴ നൽകും. അതിന്റെ രശീതി വാങ്ങുകയും ചെയ്യും. അത് ആ സംഘത്തലവനെ ഏല്പിച്ചാൽ ആ പണം അവർ തിരികെ നൽകുമത്രേ.

ഡോലക്കും തപ്പും മറ്റ് ചില്ലറ വാദ്യോപകരണങ്ങളുമായി ഉല്ലാസ് നഗറിൽനിന്നും അംബനാഥിൽനിന്നും കർജത് ഫാസ്റ്റിൽ കയറുന്ന സിന്ധികൾ കംപാർട്ട്മെന്റ് മുഴുവൻ കൈയടക്കിയിരിക്കും. അവർ ജമന്തിമാലകൾ വിന്റോവിൽ തൂക്കിയിട്ടിരിക്കും. അവരുടെ ദൈവമായ ജലേലിന്റെ ഭക്തിഗാനങ്ങൾ

ആർത്തട്ടഹസിച്ച് യാത്രാവേളകൾ ശബ്ദമുഖരിതമാക്കും. ഈ ബഹളം മറ്റുള്ള യാത്രക്കാർക്ക് ശല്യം ചെയ്യുമെന്ന് നമ്മുടെ സിദ്ധി സഹോദരർ ശ്രദ്ധിക്കാറില്ല.

"സിന്ധി മീഡിയം സ്കൂളുകളിൽ പലതും പഠിക്കാൻ വിദ്യാർത്ഥികളി ല്ലാത്തതിനാൽ അടച്ചുപൂട്ടിയിരിക്കുന്നു. ഭാരതത്തിലെ പതിനഞ്ചാമത് ഔദ്യോഗികഭാഷയായി സിന്ധി അംഗീകരിച്ചിട്ടുണ്ടെങ്കിലും അതിൽ ഗവേഷണമോ ഉപരിപഠനമോ നടത്തുന്നവർ വിരളം." അഞ്ജു മഖീജ എന്ന കവയിത്രി പറയുന്നു.

"സ്വന്തം ഭാഷയിൽ സിനിമയോ ആൽബമോ നിർമിച്ചാൽ അയാളുടെ പണം നഷ്ടമാകുന്നത് മാത്രം മിച്ചം." പേരു വെളിപ്പെടുത്താൻ ആഗ്രഹമി ല്ലാത്ത ഒരു സിന്ധി സിനിമാ നിർമാതാവ് പറഞ്ഞു.

ഉല്ലാസ് നഗർ, ചെമ്പൂർ സിന്ധി കോളനികളിൽ വസിക്കുന്നവർ ഹിന്ദു മതത്തിൽ നിന്ന് ക്രിസ്തീയ വിശ്വാസത്തിലേക്ക് തിരിയുന്നുവെന്ന് ഒരു പഠനം വെളിപ്പെടുത്തി. ഈ ട്രെന്റിൽ സിന്ധു സമാജ് ഭാരവാഹി സായ് ബലറാം ആശങ്കപ്പെടുന്നു. ക്രിസ്തീയ പാതിരികൾ പ്രലോഭനങ്ങൾ വഴി സാധുക്കളായ സിന്ധികളെ മതപരിവർത്തനത്തിന് വിധേയരാക്കുന്നുവെന്ന് സായ് ബലറാം ആരോപിച്ചു. "എന്നാൽ അവരിൽ പലരും തങ്ങളുടെ ഹിന്ദു പേരുകൾ മാറ്റാൻ തുനിയുന്നില്ല. ഇക്കൂട്ടരെ സിന്ധി സമാജത്തിൽ നിന്ന് പുറത്തുകളയേണ്ടി വന്നേക്കാം." അദ്ദേഹം പറഞ്ഞു.

■

മഹാനഗരത്തിലെ മല്ലൂസ്

മഹാനഗരത്തിന് പാൻ പരാഗിന്റെ ഗന്ധമുണ്ടെന്ന് സുഹൃത്ത് സി. അനൂപ് ഒരിടത്തെഴുതിയതോർക്കുന്നു. നഗരങ്ങളെ 'പിരിയാൻ വിടാത്ത കാമുകി' യെന്ന് പി. ഭാസ്കരനും എഴുതി.

രാജ്യത്തിന്റെ സർവ്വദിശകളിൽനിന്നും ജനം മുംബൈയിലേക്കൊഴുകിയത് 1995 വരെ ഒരു മലവെള്ളച്ചാട്ടം പോലെ ആയിരുന്നു. കേരളത്തിൽനിന്ന് ജോലിയെന്ന നീലക്കൊടുവേലി തേടി മഹാനഗരത്തിൽ 1956-ൽ വന്നെത്തി ഇപ്പോൾ ചെമ്പൂർ ഷെൽ കോളനിയിൽ സമ്പന്നജീവിതം നയിക്കുന്ന എറണാകുളത്തുകാരൻ സി.വി. ഫ്രാൻസിസ്.

മുംബൈ ജീവിതം താങ്കളെ എന്തു പഠിപ്പിച്ചു എന്ന ആദ്യചോദ്യത്തിന് ഉത്തരം പറഞ്ഞതിങ്ങനെ: "ഇവിടെ ജീവിതം ഒരുതരം ചെപ്പും പന്തും കളിയാണ്. ആ കളിയുടെ ഉൾപ്പൊരുളുകളറിഞ്ഞാൽ ആർക്കും ജീവിച്ചു പോകാം. തൃശൂർ ഭാഷയിൽ പറഞ്ഞാൽ ജടപെടാലിറ്റിയും ആത്മവിശ്വാസവും അല്പം ഭാഗ്യവുമാണീ കളിക്കു വേണ്ട അടിസ്ഥാന പാഠങ്ങൾ."

"മഹാരാജാസ് കോളേജിൽ പഠിക്കുമ്പോൾ ഒരു കവിയാകണമെന്നായിരുന്നു എന്റെ ആഗ്രഹം. അന്നത്തെ ചില മാഗസിനുകളിൽ ചിലവ പ്രസിദ്ധീകൃതമായെങ്കിലും വീട്ടിലെ സാമ്പത്തിക പ്രതിസന്ധി ഇന്ററോടെ പഠിപ്പവസാനിപ്പിക്കുവാൻ നിർബന്ധിതനാക്കി. റെയിൽവേ ഉദ്യോഗസ്ഥനായ ബന്ധുവിനോടൊത്തുള്ള ആദ്യകാലജീവിതം അല്പം കയ്പു നിറഞ്ഞതായിരുന്നു. എന്നാൽ ആത്മവിശ്വാസം സമ്മാനമായി നൽകിയ ഭാഗ്യംമൂലം വൈകാതെ ഫയർസ്റ്റോൺ ടയേഴ്സിൽ ഗുമസ്തനായി."

ഇന്ത്യൻ ഓക്സിജൻ, അല്ലന, എൽ & റ്റി തുടങ്ങിയ വിദേശകമ്പനികളിൽ നിന്ന് അവസരങ്ങൾ ആയിടയ്ക്ക് ഫ്രാൻസിസിനെ തേടിയെത്തിയെങ്കിലും ഒടുവിൽ ഫയർസ്റ്റോൺ തന്നെ തെരഞ്ഞെടുത്തു. ആ അമേരിക്കൻ കമ്പനി അന്നത്തെ ഭാരിച്ച ശമ്പളവും ജീവിതത്തിൽ ഉയർന്ന പടികൾ ചവിട്ടാനുള്ള അവസരവും ഉണ്ടാക്കിക്കൊടുത്തത് ഫ്രാൻസിസ് നന്ദിയോടെ ഓർക്കുന്നു. മൂന്നു മക്കളെ പഠിപ്പിച്ച് ഉന്നതനിലയിലെത്തിക്കാനും സ്വന്തം

ഫ്ളാറ്റ് കെട്ടിപ്പടുക്കാനും കഴിഞ്ഞത് ഒരുവേള എല്ലാറ്റിലുമുപരി തന്റെ ഭാഗ്യം തന്നെയാകാമെന്ന് ഫ്രാൻസിസ് കരുതുന്നു.

അന്നത്തെ മുംബൈ മലയാളിയും ഇന്നുള്ളവരുമായുള്ള വ്യത്യാസത്തെ ക്കുറിച്ച് ചോദിച്ചപ്പോൾ, "ചെമ്പൂർ കേരള സമാജത്തിന്റെ ആദ്യകാല ഭാര വാഹികളിൽ ഒരാളായിരുന്നു ഞാൻ. അതിന്റെ ഔദ്യോഗിക ഫോട്ടോഗ്രാ ഫറും. ഓണാഘോഷം നടത്തുന്നത് ഡിസംബറിലും ക്രിസ്തുമസ് ആഘോഷം മേയിലും ആകാമെന്നിരിക്കിലും അതിന് മലയാളി കൂട്ടായ്മ യുടെ ഉത്സാഹത്തിമർപ്പും ആവേശവും ഒത്തൊരുമയുമുണ്ടായിരുന്നു. ജാതി -മത പരിഗണനകളുണ്ടായിരുന്നില്ല. പക്ഷേ, ഇന്ന് മുംബൈ മലയാളി സമാജ ങ്ങളുടെ പ്രവർത്തനം ഏറെക്കുറെ പ്രഹസനമായിത്തീർന്നിരിക്കുന്നു."

"സമൂഹത്തിലിറങ്ങിച്ചെല്ലാൻ ഇവർക്ക് വിമുഖതയാണ്. മുംബൈ മലയാളപത്രങ്ങളിലെ പേജ് മൂന്ന് കോളങ്ങളിൽ തങ്ങളുടെ വാർത്തകൾ പ്രസിദ്ധീകരിക്കുന്നതിനും ആയുർവേദ മരുന്ന് വില്പനയ്ക്കുമാണ് സമാജ ങ്ങൾക്ക് തിടുക്കം. പലതും തമ്മിലടിച്ച് ഛിന്നഭിന്നമായി. മുംബൈ സാമൂഹിക-സാംസ്കാരിക മണ്ഡലങ്ങളിൽ ഇന്ന് മലയാളിയുടെ സംഭാവന വട്ടപ്പൂജ്യമെന്ന് വേണമെങ്കിൽ പറയാം." അദ്ദേഹം അഭിപ്രായപ്പെട്ടു.

"തിമർത്തുപെയ്യുന്ന മഴക്കാലത്തായിരുന്നു സമാജത്തിന്റെ വാർഷികം. ആളുകൾ കുട ചൂടിയും സ്വെറ്റർ ധരിച്ചുമാണ് വന്നെത്തിയിരുന്നത്. പേരോർമ്മ യില്ലാത്ത ആ നാടകം ആരംഭിക്കുന്നു എന്ന അനൗൺസ്മെന്റ് വന്നു. അപ്പോൾ നായകന്റെ പിതാവ് തോർത്തുമുണ്ട് വീശി സ്റ്റേജിൽ വന്നു പറ യുകയാണ്. ഹോ, എന്തൊരു ചൂട്! ജനം കൂക്കിവിളിച്ച് പഷ്ട്, പഷ്ട് എന്നു പറഞ്ഞ് കൈയടിച്ചത് ഇപ്പോഴുമോർക്കുന്നു..." ഫ്രാൻസിസ് ചിരിച്ചുകൊണ്ട് ഓർമ്മകൾ പങ്കുവെച്ചു.

"ഞങ്ങൾ പൊതുവെ കമ്യൂണിസ്റ്റ് അനുഭാവികളായിരുന്നു. മുഴുവൻ സമയ പാർട്ടി പ്രവർത്തകരാകാൻ കുഞ്ഞുകുട്ടി പരാധീനതകളും ജോലിയും അനുവദിച്ചില്ല. യോഗം കൂടി പ്രമേയം പാസ്സാക്കലിൽ അവ ഒതുങ്ങി. എസ്. എ. ഡാങ്കേ അഹല്യ രംഗനേക്കർ തുടങ്ങിയവരായിരുന്നു അന്നത്തെ കമ്യൂ ണിസ്റ്റ് നേതാക്കൾ. പിന്നീട് പാർട്ടി പിളർന്നതോടെ കുറേപ്പേർ വിട്ടുപോയി. യൂണിയൻ പ്രവർത്തനങ്ങളിലും അല്പം ഏർപ്പെടാതിരുന്നില്ല."

വ്യവസായികളായ മോഡി ഗ്രൂപ്പ് ഫയർസ്റ്റോൺ ഏറ്റെടുത്ത് അലകും പിടിയും മാറ്റി. തൊഴിലാളികളുടെ ശമ്പളം വെട്ടിക്കുറച്ചു. കുറേപ്പേരെ പിരിച്ചു വിട്ടു. പിരിഞ്ഞുപോകാൻ കൂട്ടാക്കാത്തവരെ ഉത്തരേന്ത്യയിലേക്ക് സ്ഥലം മാറ്റി. ഒടുവിൽ കേസും കൂട്ടവുമായി കമ്പനി പൂട്ടി. വളരെ കാലങ്ങൾക്കു ശേഷം കുടിശ്ശിക തിരിച്ചുകിട്ടി." ഫ്രാൻസിസ് പറഞ്ഞുനിർത്തി. അദ്ദേഹം കൂട്ടിച്ചേർത്തു. "നരേന്ദ്രമോഡിയുടെ വംശജനിൽ നിന്ന് അത്രയൊക്കെ ലഭി ച്ചതുതന്നെ മഹാഭാഗ്യം."

"ചന്ദ്രലേഖ ബിൽഡിങ്ങിൽ എത്തുന്നതിനുമുമ്പ് 1958-ൽ തിലക് നഗർ ഹൗസിംങ് കോളനിയിൽ ഒറ്റമുറിയിലായിരുന്നു താമസം. ഹൗസിംങ്

ബോർഡിൽനിന്ന് മുറി അനുവദിച്ചുകൊണ്ടുള്ള രേഖകൾ കൈയിൽ കിട്ടിയപ്പോൾ ജീവിതത്തിൽ വസന്തം വന്നണഞ്ഞ പ്രതീതി. സ്വന്തം വീടും അതിന്റെ കോലായിലിരുന്ന് പത്രം വായിക്കുന്നതും മറ്റും എക്കാലത്തും ഒരു മറുനാടൻ മലയാളിയുടെ സ്വപ്നമാണല്ലോ. ഇതിനിടെ ലീവെടുത്ത് നാട്ടിൽ പോയി കല്യാണവും കഴിച്ചു.

കാലം കുറേ കടന്നുപോയി. ജീവിതച്ചെലവ് കൂടി. കുട്ടികൾ മുതിർന്നു. അധികവരുമാനത്തിന് പാർട്ട് ടൈം ജോലികൾ ചെയ്തു. കൂട്ടത്തിൽ ഷെൽ കോളനിയിൽ ഇലക്ട്രിക് സാധനങ്ങളുടെ ഒരു കടയാരംഭിച്ചു. ആ പ്രദേശത്ത് തൊഴിലില്ലാത്ത കുറച്ചു മലയാളികളെ അവിടെ സൗജന്യമായി പാർക്കാനനുവദിച്ചു.

ഇതിനിടെ ഒന്നുരണ്ട് പേർ ഇലക്ട്രിക് സാധനങ്ങൾ മോഷ്ടിച്ച് കടന്നുകളഞ്ഞു. കമ്പനിയിൽ നിന്ന് സമ്മാനമായി ലഭിച്ച ഗോൾഡ് ബ്രെയ്സ്ലെറ്റ് അവിടെ താമസിച്ചിരുന്ന ഒരു ബന്ധു അടിച്ചുമാറ്റി സ്ഥലംവിട്ടു. മറ്റു ചിലർ മരണമടയുകയും ചെയ്തു. ചിലർ ഗൾഫിൽ പോയി പണമുണ്ടാക്കി മുംബൈയിലെത്തിയെങ്കിലും ആരും എന്നെ തിരക്കിയെത്തിയില്ല."

"ശിവസേന, ബാൽ താക്കറേയുടെ നേതൃത്വത്തിൽ രൂപീകൃതമായതോടെ മുംബൈ ഒരു സ്കിസോഫ്രേനിക് നഗരമായി. അവർ ദക്ഷിണേന്ത്യക്കാരെ തങ്ങളുടെ മണ്ണിൽ നിന്ന് പലായനം ചെയ്യിക്കാൻ ആവുന്നതും ശ്രമിച്ചു. ഭരണകൂടവും കൈയാളന്മാരായ പൊലീസും ഗുണ്ടകളും അതിന് കൂട്ടുനിന്നു. ദക്ഷിണേന്ത്യക്കാർ തിങ്ങിത്താമസിക്കുന്ന ചെമ്പൂർ, മാട്ടുംഗ, സയൺ, ധാരാവി, ഗോരഗോൺ തുടങ്ങിയ സ്ഥലങ്ങളിൽ തെരുവുയുദ്ധങ്ങൾ തന്നെ നടന്നു. ജനം മാർക്കറ്റിലും ഓഫീസിലും പോകാൻ ഭയപ്പെട്ടു. ചെമ്പൂർ ഷെൽ കോളനി യുദ്ധക്കളമായി മാറി. അവസാനം അന്നത്തെ പ്രതിരോധമന്ത്രി വി.കെ. കൃഷ്ണമേനോൻ ഇടപെട്ട് രംഗം ശാന്തമാക്കി.

സ്ഥിതിഗതികൾ മാറിയിരിക്കുന്നു. ബി.ജെ.പിയുടെ ആഗമനത്തോടെ ശിവസേന മുസ്ലിംകൾക്കു നേരെ തിരിഞ്ഞിരിക്കുന്നു. ഒരു വംശഹത്യക്ക് കളമൊരുക്കുകയാണവർ." ഫ്രാൻസിസ് ഒന്നു മൂരി നിവർന്ന് പറഞ്ഞവസാനിപ്പിച്ചു.

സംസാരിച്ച് സമയം പോയതറിഞ്ഞില്ല. അദ്ദേഹത്തോട് വിടപറഞ്ഞ് കോണിയിറങ്ങി. മുനിസിപ്പൽ സ്കൂളിലെ വിദ്യാർത്ഥികൾ ബഹളം വെച്ച് പുറത്തുവന്ന് റോഡിൽ ചിതറി. സമയം വൈകീട്ട് നാലു കഴിഞ്ഞിരുന്നു.

ഹൈവേ മെൻ!*

(ആൽഫ്രെഡ് നോയ്സ് ക്ഷമിക്കട്ടെ.)

വസായ് വില്ലേജിലെ മലഞ്ചെരുവിലുള്ള നിത്യാനന്ദസ്വാമിയുടെ മഠം സന്ദർശിക്കാൻ പോയപ്പോൾ ഹൈവേയിൽ വെച്ച് കാറിന്റെ ടയർ പഞ്ചറായി. ഒരു മോട്ടോർ സൈക്കിൾ യാത്രക്കാരനോട് ചോദിച്ചപ്പോൾ കുറച്ചുമാറി ടയർ റീസോൾ–പഞ്ചർ കടയുണ്ടെന്ന് പറഞ്ഞു.

കാറ്റു നിറച്ച വലിയൊരു ട്യൂബിൽ വെള്ള അക്ഷരത്തിൽ മലയാളത്തിൽ എഴുതിവെച്ചിരിക്കുന്നു - ടയർ-ട്യൂബ് വൾക്കനൈസിംങ്. പല വലുപ്പത്തിലുള്ള ടയറുകളും ട്യൂബുകളും അവിടെ അട്ടിയിട്ടിട്ടുണ്ട്. നീൽ ആംസ്ട്രോങ് ആദ്യമായി ചന്ദ്രനിൽ കാലു കുത്തിയപ്പോൾ അവിടെയൊരു മലയാളി ട്യൂബ് വൾക്കനൈസിംങ് കട തുറന്നിരിക്കുന്നുണ്ടായിരുന്നുവെന്ന് സർവ്വവ്യാപിയായ മലയാളിയെക്കുറിച്ച് പവനൻ എഴുതിയിരുന്നത് അപ്പോൾ ഓർമ്മ വന്നു.

കൊല്ലം സ്വദേശി ഷിബുവും ഏനാമാവുകാരൻ വിൽസനും കൂടെയാണ് കട നടത്തുന്നത്. വിൽസൻ നാല്പതിലെത്തി നിൽക്കുന്നു. ഷിബുവിന് വയസ്സ് ഇരുപത്തിമൂന്ന് കാണും. വിവരം പറഞ്ഞപ്പോൾ അവർ മോട്ടോർ സൈക്കിളിൽ പോയി കാറിന്റെ ടയർ ഊരിക്കൊണ്ടുവന്ന് പഞ്ചറൊട്ടിക്കാൻ തുടങ്ങി.

ഷിബു പ്രീഡിഗ്രി പാസ്സായിട്ടുണ്ട്. ചുരുണ്ട തലമുടിയും മെലിഞ്ഞുനീണ്ട് കള്ളിഷർട്ടും പാന്റും ധരിച്ച ഒരു യുവാവ് പൂനെയിലെ ഫാക്ടറികളിലൊന്നിൽ അപ്രന്റീസായിരിക്കെ കള്ളക്കേസിൽ ശിക്ഷിക്കപ്പെട്ട് ജയിലിലായതോടെ ഉള്ള പണി പോയി. വസായിൽ വന്ന് അഞ്ചു വർഷം കഴിഞ്ഞു. ഒരു ധനാഢ്യന്റെ മകളെ പ്രേമിച്ചതായിരുന്നു അയാൾ ചെയ്ത കുറ്റം. യുവതിയുടെ പിതാവ് കള്ളക്കേസുണ്ടാക്കി ഷിബുവിനെ അകത്താക്കുകയായിരുന്നു.

ടിൻഷീറ്റുകൊണ്ട് മറച്ച ആ കടയിൽത്തന്നെയാണ് ഇരുവരുടേയും താമസം. ടയർ പഞ്ചറായ ലോറികളും മറ്റു വാഹനങ്ങളും അവിടെ വന്നെത്തിക്കൊണ്ടിരുന്നു. ഒരരികിൽ മണ്ണെണ്ണ സ്റ്റൗവിൽ വെച്ച അലുമിനിയ പാത്രത്തിൽ അരി തിളച്ചുമറിയുന്നു. ജോലി പഠിക്കാനെത്തിയ ഒരു മലയാളിപ്പയ്യൻ കൂടംകൊണ്ട് ടയറിലടിച്ച് അതൂരിയെടുക്കുന്ന ശ്രമത്തിൽ.

അധ്വാനശീലരായ മലയാളികൾ ഹൈവേകളിലും മറ്റു തൊഴിൽസാധ്യതയുള്ള സ്ഥലങ്ങളിലും ഇത്തരം കടകളിടുന്നു.

മഹാരാഷ്ട്ര ടയർ അസോസിയേഷന്റെ കീഴിൽ ഉദ്ദേശം എണ്ണായിരം കടകൾ സംസ്ഥാനത്ത് പ്രവർത്തിക്കുന്നുണ്ടെന്ന് അതിന്റെ ഒരു വക്താവ് പറഞ്ഞു.

വിൽസൻ കറുത്ത നിറവും അല്പം തടിയുമുള്ള വ്യക്തിയാണ്. അഹമ്മദാബാദ് ഹൈവേ ഓരത്ത് രാത്രിയും പകലും ഹോട്ടൽ കച്ചവടം നടത്തിനോക്കി. പിന്നീട് നാസിക്കിൽ നിന്ന് മൊത്തമായി സവാളയെടുത്ത് മുംബൈയിൽ കൊണ്ടുവന്ന് വിറ്റു. ഇതിലെല്ലാം പരാജയങ്ങളുടെ ഘോഷയാത്ര അയാളെ പിന്തുടർന്നു. ഒടുവിൽ ട്യൂബ് പഞ്ചറൊട്ടിക്കുന്ന തൊഴിലിൽ ഏർപ്പെട്ടിരിക്കുന്നു. വീരാറിലെ അഗാശിയിൽ ഒറ്റമുറിയിൽ ഭാര്യയും രണ്ടു കുട്ടികളുമൊത്ത് താമസിച്ചുവരുന്നു. വീടുപുലർത്താൻ കഷ്ടിമുഷ്ടി വരുമാനം ഈ കടയിൽ നിന്ന് ലഭിക്കുന്നുണ്ടെന്ന് വിൽസൻ ഒരു ചോദ്യത്തിനുത്തരമായി പറഞ്ഞു. താൻ താമസിക്കുന്ന മുറിയുടെ വാതിൽ കിഴക്കുവശത്തല്ലാത്തതിനാൽ ഭാഗ്യം കയറിവരുന്നില്ലെന്ന് ഒരു ലോക്കൽ ജ്യോതിഷി പറഞ്ഞതനുസരിച്ച് അയാൾ ആ ദിശയിൽത്തന്നെ ചുമർ വെട്ടിപ്പൊളിച്ച് ജനലും

വാതിലും ഉറപ്പിച്ചെങ്കിലും ഭാഗ്യത്തിന്റെ വെള്ളിവെളിച്ചം ഇതുവരെ തന്റെ വീട്ടിൽ കടന്നെത്തിയിട്ടില്ലെന്ന് വിൽസൻ സങ്കടപ്പെട്ടു.

മലയാളി സംഘടനകൾ പണം പിരിക്കാൻ അവിടേയും എത്താറുണ്ടെന്ന് വിൽസൻ പറയുകയുണ്ടായി.

ഷിബു-വിൽസന്മാർ നല്ലപോലെ സ്ഫുടമായി മറാഠി സംസാരിക്കുന്നു. പ്രാദേശിക മറാഠി ഭാഷയിൽ ഇടയ്ക്കിടെ പറയുന്ന 'ആയ്ഗാ' തുടങ്ങിയ പദങ്ങൾ സംഭാഷണത്തിൽ വരുന്നതും കാണാം. വ്യക്തമായ കൈയക്ഷരത്തിൽ ഷിബു തർജ്ജമ ചെയ്ത മറാഠി കവിതകളുടെ ഒരു നോട്ടുബുക്ക് അയാളെന്നെ കാണിച്ചു. പ്രസിദ്ധ മറാഠി ശായരികളും കവിതകളും വൃത്തം തെറ്റാതെയും കവിത ചോർന്നുപോകാതെയും ഷിബു തർജമ ചെയ്തിരിക്കുന്നു. ദിലീപ് ചിത്രേയാണ് ഷിബുവിന്റെ ഇഷ്ടകവി.

യാത്ര പറയുമ്പോൾ പഞ്ചറിന്റെ കൂലി നൽകിയെങ്കിലും അവർ സ്വീകരിച്ചില്ല. അടുത്ത ഒരു ചെറിയ ചായക്കടയിൽനിന്ന് കഠക് മീഠാ തീൻ നമ്പർ ചായയും സമോസയും നൽകി സൽക്കരിച്ച് അവർ ഞങ്ങളെ യാത്രയാക്കി.

പുലിസവാരിക്കാരികൾ

പരേൽ കെ.ഇ.എം. ഹോസ്പിറ്റലിലെ പീഡിയാട്രിക് വാർഡിൽ ചികിത്സയിൽ കഴിഞ്ഞിരുന്ന ഒരു സുഹൃത്തിന്റെ മകളെ സന്ദർശിക്കാൻ പോയ വേളയിലാണ് പാലാക്കാരി സെലീനയെ പരിചയപ്പെടുന്നത്. സാമാന്യ സൗന്ദര്യമുള്ള ആ നഴ്സ് ഒരു മലയാള വാരികയിലെ നീണ്ടകഥയിൽ മുഴുകിയിരിക്കുകയായിരുന്നു അപ്പോൾ.

ഒരു മുരടനക്കി മലയാളത്തിൽ ചോദിച്ചു. "സിസ്റ്റർ, ദീപ്തി നായർ എന്ന കുട്ടി ഏതു മുറിയിലാണ് കിടക്കുന്നത്?" "ക്യാ" മലയാളം അറിയാത്തപോലെ അവൾ മൊഴിഞ്ഞു. വേല കളയ് കൊച്ചേ എന്നു മനസ്സിൽ പറഞ്ഞ് മലയാളത്തിൽതന്നെ ചോദ്യമാവർത്തിച്ചു. അവൾ പിന്നീട് പുഞ്ചിരിച്ചു പറഞ്ഞു. "റൂം നമ്പർ ഇരുപത്തിമൂന്ന്, വലത്തേയറ്റം." എന്നിട്ട് വീണ്ടും വായന തുടർന്നു.

കെ.ഇ.എം. ആശുപത്രിയിലേക്കുള്ള പോക്കുവരവ് ഇടയ്ക്കിടെ വേണ്ടിവന്നു. സിസ്റ്റർ സെലീനയുമായി പലകുറി കണ്ടുമുട്ടി പരിചയം പുതുക്കി. അവർ കാണുന്നത്ര ഗൗരവക്കാരിയല്ലെന്ന് മനസ്സിലായി.

ഡോക്ടർമാരുടെ റൗണ്ട് കഴിഞ്ഞശേഷം നഴ്സുമാർ വിശ്രമത്തിലായിരുന്നു. സിസ്റ്റർ സെലീന എതിരെ വരുന്നു. അവരുടെ കൈയിലൊരു പുസ്തകമുണ്ട്. നോക്കട്ടെയെന്ന് പറഞ്ഞപ്പോൾ അവർ പുസ്തകം നീട്ടി.

'പാടാത്ത പൈങ്കിളി' മുട്ടത്തു വർക്കിയെന്ന അക്ഷരങ്ങൾ കീറിപ്പോയിരിക്കുന്നു. "വായനാശീലമുണ്ടല്ലേ?" സെലീന വെറുതെ ചിരിച്ച് ചോദിച്ചു. "അച്ചായനോ?" "ങ്ഹാ..." വെറുതെ പറഞ്ഞു സെലീന വിവാഹിതയല്ല.

ആറംഗങ്ങളുള്ള കുടുംബത്തിന്റെ ഭാരം അവരുടെ ചുമലിലാണെന്ന് സെലീന പറഞ്ഞു. ഗൾഫിലോ മറ്റോ ജോലിസാധ്യത അന്വേഷിച്ചുകൊണ്ടിരിക്കുന്നു. പാലായിൽനിന്നും കോട്ടയത്തുനിന്നും തൃശൂരിൽനിന്നും മറ്റും ആതുര ശുശ്രൂഷാരംഗത്ത് സേവനമനുഷ്ഠിക്കുന്ന ആയിരക്കണക്കിന് ഫ്ളോറൻസ് നൈറ്റിങ്ഗേളുകൾ മുംബൈയിലുണ്ട്. അവർ മഹാനഗരത്തിലെ ആശുപത്രികളിൽ പണിയെടുക്കുന്നു. ഗവണ്മെന്റ് ആശുപത്രികളിൽ പത്തു മണിക്കൂർ ഡ്യൂട്ടിയാണെങ്കിൽ പ്രൈവറ്റ് ഹോസ്പിറ്റലുകളിൽ അത് പന്ത്രണ്ടും പതിനാലും മണിക്കൂറുകളാണെന്ന് ഒരന്വേഷണത്തിൽ തെളിഞ്ഞു.

ആന്റോപ് ഹില്ലിലും ഘാട്കോപ്പറിലെ പന്ദ് നഗറിലും വാഗ്ലേ എസ്റ്റേറ്റിലെ ചാളുകളിലും അവർ താമസിച്ചുവരുന്നു. ഉദ്ദേശം അഞ്ചു പതിറ്റാണ്ടുകൾക്കുമുമ്പ് മലയാളിയായ മുംബൈ മേയർ മാധവൻ നഴ്സുമാർക്ക് ഒരു സംഘടനയുണ്ടാക്കാൻ ശ്രമം നടത്തിയെങ്കിലും ആ ഉദ്യമം പാളിപ്പോയി. മഹാരാഷ്ട്ര നഴ്സസ് അസോസിയേഷൻ, മുംബൈ പാരാമെഡിക്കൽ വർക്കേഴ്സ് യൂണിയൻ എന്നിവ പേരിനുണ്ടെങ്കിലും മഹാനഗരത്തിലെ ഈ മാലാഖമാരുടെ പ്രശ്നങ്ങൾക്ക് ഭരണകൂടം കാര്യമായി ചെവികൊടുക്കുന്നില്ല.

മലയാളികളായ നഴ്സുമാർ ഈ രംഗം കൈയടിക്കിയിരുന്ന കാലം മാറുകയാണ്. മഹാരാഷ്ട്ര, ഗോവ, കർണാടക തുടങ്ങിയ സംസ്ഥാനങ്ങളിൽ നിന്നും ഗുജറാത്തിൽ നിന്നുപോലും ഈ 'പാടാത്ത പൈങ്കിളികൾ' ആതുര ശുശ്രൂഷാരംഗത്ത് എത്തിക്കൊണ്ടിരിക്കുന്നു.

"ലൈംഗികപീഡനങ്ങൾക്കും ചൂഷണങ്ങൾക്കും നഴ്സുമാർ ഇരയാകാറുണ്ട്. അതിനെ ചെറുക്കാൻ സംഘടനാപരമായ ഒരു നീക്കവും ഇവിടെയില്ല." ഷേർലി തോമസ് എന്ന തൊടുപുഴക്കാരി നഴ്സ് ആരോപിച്ചു.

മഹാനഗരത്തിലുള്ള ഒരു ഗവണ്മെന്റ് ആശുപത്രിയിലെ നഴ്സ് ആയിരുന്ന ആശാ ഷാൻബാഗ് ഒരു വാർഡ് ബോയാൽ ബലാത്സംഗം ചെയ്യപ്പെട്ട് അതേ ആശുപത്രിയിൽ ബോധരഹിതയും ജീവച്ഛവവുമായി കിടക്കാനാരംഭിച്ചിട്ട് വർഷങ്ങൾ കഴിഞ്ഞിരിക്കുന്നു. (ഈയിടെ അവർ അന്തരിച്ചു.) ആ യുവതിയെ ചങ്ങലകൊണ്ട് വരിഞ്ഞുമുറുക്കിയാണ് ഈ ഹീനകൃത്യം നടത്തിയതത്രേ. പത്രങ്ങൾ കൊട്ടിഘോഷിച്ച ഈ സംഭവം ഒന്നുരണ്ട് മാസങ്ങൾക്കകം കെട്ടടങ്ങിപ്പോയത് ഇത്തരം ഞെട്ടിപ്പിക്കുന്ന സംഗതികൾ എല്ലാ ആശുപത്രികളിലും അരങ്ങേറുന്നുണ്ട് എന്നതിനാലാകാം. തന്റെ ലൈംഗിക ഇംഗിതത്തിന് വിധേയയാകാത്ത ഒരു നഴ്സിനെ എച്ച്.ഐ.വി പോസിറ്റീവ് അണുക്കൾ കുത്തിവെച്ച് ഇഞ്ചിഞ്ചായി മരണവക്ത്രത്തിലേക്ക് തള്ളിവിട്ട ഡോക്ടറും ഇവിടെയില്ലാതില്ല.

1970 മുതൽ മലയാളികൾ മുംബൈയിലേക്ക് തള്ളിക്കയറി. അവരിൽ ഭൂരിഭാഗവും ഗൾഫ് സ്വപ്നങ്ങൾ കണ്ടുവന്നവരായിരുന്നു. എംബസികളുടെ പരിസരത്തും പാസ്പോർട്ട് ഓഫീസിലും തിങ്ങിക്കൂടി നിൽക്കുന്ന

മലയാളികൾ അന്ന് ഒരു നിത്യദൃശ്യമായിരുന്നു. ഉദ്ദേശം രണ്ടായിരാ മാണ്ടുവരെ ഈ ഒഴുക്ക് തുടർന്നു. റിക്രൂട്ടിങ്ങ് ഏജന്റുമാരും ഇടനിലക്കാരും പണം വാരിക്കൂട്ടി. കുറച്ചു വർഷങ്ങൾക്കുമുമ്പ് നടത്തിയ ഒരു റാന്റം സർവേയിൽ മഹാനഗരത്തിന്റെ ജനസംഖ്യയിൽ മലയാളികളാണ് മുപ്പത്തിമൂന്ന് ശതമാനം എന്നു തെളിഞ്ഞു. ചെമ്പൂരിലും ആന്റോപ് ഹില്ലിലും മസ്ജിദി ലുമുള്ള ലോഡ്ജുകളിലും താനേ, ഭാണ്ഡൂപ്, മുളുണ്ട് എന്നിവിടങ്ങളിലെ ചാളുകളിലും മറ്റുമായി മലയാളികൾ വിസ കാത്തിരുന്നു. ഇവരിൽ പതിമൂന്ന് ശതമാനത്തോളം പേർ ഗൾഫിലേക്ക് പോവുകയും ബാക്കിയുള്ള ഇരുപത് ശതമാനത്തിൽ ഉദ്ദേശം പത്തു ശതമാനം തങ്ങൾക്കു ലഭിക്കാവുന്ന ജോലികളുമായി മഹാനഗരത്തിൽ ഒതുങ്ങുകയും ചെയ്തു. ബാക്കി പത്തു ശതമാനം കേരളത്തിലേക്കോ മറ്റ് ദേശങ്ങളിലേക്കോ തിരിച്ചുപോയതായി കണക്കുകൾ വെളിപ്പെടുത്തുന്നു. കരിപ്പൂർ, നെടുമ്പാശ്ശേരി വിമാനത്താവളങ്ങൾ നിർമിക്കപ്പെട്ടതും ഗൾഫിലെ ജോലിസാധ്യതകൾ ഗണ്യമായി കുറഞ്ഞതും ഇതിന്റെ കാരണങ്ങളാണെന്ന് വിലയിരുത്തുന്നു.

മൂന്നു മലയാളപത്രങ്ങൾ മുംബൈയിൽനിന്ന് പ്രസിദ്ധീകരിക്കപ്പെടുന്നു. അവ നാമമാത്രമായേ മലയാളികൾക്കിടയിൽ പ്രചരിക്കുന്നുള്ളൂ. ഉദ്ദേശം രണ്ടു വർഷങ്ങൾക്കു മുമ്പ് മുംബൈയിൽനിന്ന് പ്രസിദ്ധീകരിച്ച ഒരു മലയാളപത്രം അല്പനാളുകൾക്കുശേഷം താഴിട്ടു പൂട്ടിയതോർക്കുക.

മമ്മി-ഡാഡി സംസ്കാരവും ഇംഗ്ലീഷ് മീഡിയം സ്കൂളുകളിലെ വിദ്യാഭ്യാസവും മഹാനഗരത്തിലെ മലയാളഭാഷയെ തളർത്തിയ മട്ടുണ്ട്. അയ്യപ്പൻ വിളക്കും ഓണാഘോഷവും പെരുന്നാളുകളും ആഘോഷിക്കുമ്പോൾ മാത്രം അവർ കേരളത്തെ ഓർക്കുന്നു.

> "ഭാരതമെന്ന പേർ കേട്ടാൽ
> അഭിമാനപൂരിതമാകണമന്തരംഗം
> കേരളമെന്ന് കേട്ടാലോ തിളക്കണം
> ചോര നമുക്കു ഞരമ്പുകളിൽ..."

കവിവാക്യം ഇവിടെ ഏറെക്കുറെ അർത്ഥശൂന്യമാവുകയാണോ? ∎

ഏകാ വസായ്കറാൻചി കഥ

ഛത്രപതി ശിവജി ടെർമിനസിൽ നിന്ന് വടക്കോട്ടു സഞ്ചരിച്ചാൽ അഞ്ചാറ് മിനിറ്റുകൾക്കുള്ളിൽ എസ്പ്ലനേഡ് കോർട്ടും തൊട്ടടുത്ത് കാമാ ഹോസ്പിറ്റലും കാണാം. അവിടെ വെച്ചാണ് ദേബ്രിട്ടോയെ പരിചയപ്പെടുന്നത്.

ഓഫീസ് സംബന്ധമായ കാര്യങ്ങൾ ചർച്ച ചെയ്തതിനുശേഷം അദ്ദേഹം എന്റെ മതം, ജാതി തുടങ്ങിയവ ചോദിച്ചറിഞ്ഞു. കേരളത്തിൽ മുരിങ്ങൂർ ആശ്രമത്തിൽ ധ്യാനം കൂടാൻ വരാറുണ്ടെന്നും അവിടം വീണ്ടും സന്ദർശിക്കണമെന്ന് ആഗ്രഹമുണ്ടെന്നും ദേബ്രിട്ടോ പറഞ്ഞു.

നാല്പത്തഞ്ചിനോടടുത്ത് പ്രായമുള്ള വെളുത്ത് കുറിയ ഒരാളാണ് ദേബ്രിട്ടോ. വെള്ള മുറിക്കയ്യൻ ഷർട്ടും ചാരനിറത്തിലുള്ള പാന്റും ധരിച്ചിരിക്കുന്നു. മറാഠി കലർന്ന ഇംഗ്ലീഷ് സംസാരിക്കുമ്പോൾ താഴേക്കൊലിച്ചിറങ്ങുന്ന ബൊളിവിയൻ വിപ്ലവകാരി ദേബ്രേയുടേതുപോലുള്ള അദ്ദേഹത്തിന്റെ മീശ ശ്രദ്ധിക്കുകയായിരുന്നു. ഹസ്തദാനം തന്ന് പിരിയുമ്പോൾ ഒരു കർഷകന്റെ തഴമ്പുള്ള കൈകളുടെ ശക്തി അനുഭവപ്പെട്ടു. ഊഷ്മളമായിരുന്നു ആ സന്ദർശനം. വീരാറിനടുത്തുള്ള നന്ദാഖാളിലാണ് താമസമെന്നും പള്ളിയിൽ വരുമ്പോൾ കാണാമെന്നും പറഞ്ഞ് അന്ന് പിരിഞ്ഞു.

പോർച്ചുഗീസ് വംശപാരമ്പര്യമുള്ള ഈസ്റ്റ് ഇന്ത്യൻ ക്രിസ്ത്യാനികളിൽ ഒരാളാണ് ദേബ്രിട്ടോ. വസായ് താലൂക്കിലും താനെ ജില്ലയിലെ മറ്റു ഭാഗങ്ങളിലും പരന്നുകിടക്കുന്ന അവരുടെ ബംഗ്ലാവുകളും വില്ലകളും പാശ്ചാത്യശില്പകലയുടെ ഉത്തമോദാഹരണങ്ങളാണ്. പോർച്ചുഗീസുകാർ മുംബൈ ഭരിച്ചിരുന്ന കാലത്ത് മഹാരാഷ്ട്ര ബ്രാഹ്മണരെ മതപരിവർത്തനം നടത്തി ക്രിസ്ത്യാനികളാക്കിയവരുടെ പരമ്പരയാണ് ഈ സങ്കരവർഗക്കാർ. തങ്ങളുടേതായിരുന്നു മുംബൈയെന്ന് ചരിത്രം ഉദ്ധരിച്ച് അവർ പറയാറുണ്ട്.

1661-ൽ പോർച്ചുഗീസിനെ ബ്രിട്ടൻ സാമ്രാജ്യം കീഴടക്കിയപ്പോൾ കമ്പനി ഗോവയിൽ നിന്നും മാംഗ്ലൂരിൽ നിന്നും ക്രിസ്ത്യാനികളെ കൊണ്ടുവന്ന് ഗവൺമെന്റ് ജോലികളിൽ വ്യാപൃതരാക്കി ക്രിസ്തുമതം വളർത്തി.

അടുത്ത ഞായറാഴ്ച നന്ദാഖാളിലെത്തി. അതിരാണിച്ചെടികളും കമ്യൂണിസ്റ്റ് പച്ചയും തെങ്ങും പപ്പായമരവും മാവും വാഴയും തിങ്ങി നിൽക്കുന്ന കേരളീയഗ്രാമ്യഭംഗിയുള്ള ഈ പ്രദേശം ഭൂരിഭാഗവും ഈ സങ്കരവർഗക്കാരുടേതാണ്. നന്ദാഖാളിലെ പള്ളിയിൽ പ്രഭാതപ്രാർത്ഥനയ്ക്കുള്ള മണി മുഴങ്ങുന്നു. കുർബാനയുടെ സമയമായി. കടുംനിറത്തിൽ ചെറിയ കള്ളികളുള്ള സാരി ക്രിസ്തീയശൈലിയിലുടുത്ത് (ലുഗ്ര എന്നാണതിനെ വിളിക്കുക.) ഓരോ കാതിലും ചുരുങ്ങിയത് ചെറിയ ആറോളം മേക്കാമോതിരങ്ങൾ അണിഞ്ഞ് (കേരളത്തിലെ ക്രിസ്തീയ സ്ത്രീകൾ ധരിച്ചിരുന്നവ) വൃദ്ധകളും, തലയിൽ ലില്ലിപ്പൂക്കളും ഗിൽറ്റ് നാരുകളും ഉപയോഗിച്ച് മെനഞ്ഞുണ്ടാക്കിയ വേണിയും ധരിച്ച് മധ്യവയസ്കകളും കുട്ടികളുമടങ്ങിയ നന്ദാഖാളുകാർ പരിശുദ്ധാത്മാചാ ചർച്ച് (പരിശുദ്ധാത്മാവിന്റെ പള്ളി) ലക്ഷ്യമാക്കി നടന്നു നീങ്ങുന്നു.

പള്ളിക്കുമുമ്പിൽ വഴിവാണിഭം നടത്തുന്നവരുടെ സമീപം സാമാന്യം തിരക്കുണ്ട്. പോർക്കിന്റെ തുടകൾ കമ്പികളിൽ കൊളുത്തിയിട്ടിരിക്കുന്ന ഇറച്ചിക്കടകൾ ഞായറാഴ്ചകളിൽ മാത്രം തുറക്കുന്നു. വാഴയിലകളിൽ പോർക്കിന്റെ തോലുരിക്കാത്ത തല അറുത്തു വെച്ചിട്ടുണ്ട്. ചുടുരക്തം അതിൽ നിന്ന് വാർന്നൊഴുകുന്നു. അടുത്തുള്ള ചായക്കടയിൽ വടാപാവും മാൽപോവയും കട്ടിങ് ചായയും കഴിക്കാൻ വരുന്നവർ അനേകം.

അങ്കണത്തിൽ ആ പള്ളിയിൽ നിര്യാതരായ വൈദികരുടെ മൃതദേഹങ്ങൾ അടക്കം ചെയ്ത സ്ഥലങ്ങളിൽ പതിച്ചിരുന്ന മാർബിൾ പലകകളിൽ ചവിട്ടിനിന്നുകൊണ്ട് ജനം കുർബാന കാണാനുള്ള തയ്യാറെടുപ്പിൽ. റവറന്റ് ഫാ. ആൽഫ്രെഡ് ഡയസ് 1893-1930 എന്ന്, അക്ഷരങ്ങൾ മാഞ്ഞുപോയ ഒരു മാർബിൾ കല്ലിൽ നിന്ന് വായിച്ചെടുക്കാൻ പ്രയാസപ്പെട്ടു. പള്ളിമണി വീണ്ടും മുഴങ്ങി. വൈദികൻ ജനത്തെ ആശീർവദിച്ചുകൊണ്ട് ബലിപീഠത്തിൽ കയറി.

മറാഠിയിലുള്ള പ്രാർത്ഥനയിൽ "ആപൺ പരമേശ്വരാൻ ചാകഡെ പ്രാർത്ഥനാ കർത്തോ" (ദൈവത്തോട് നമുക്ക് പ്രാർത്ഥിക്കാം) എന്ന വാചകം ഇടയ്ക്കിടെ വൈദികനാവർത്തിക്കുന്നുണ്ടായിരുന്നു. പോർച്ചുഗീസ് മാതൃകയിൽ പണിതിരിക്കുന്ന പരിശുദ്ധാത്മാചാ ചർച്ചിന് ഇരുനൂറ് വർഷങ്ങളുടെ പഴക്കമുണ്ട്. നന്ദാഖാളിലെ പോയ്മറഞ്ഞ പോർച്ചുഗീസുകാരുടെ അനേകം കഥകൾ ആ പള്ളിക്ക് പറയാനുണ്ടാകാം. ഭക്തിനിർഭരമായ കുർബാനയിൽ അധികം കുശുകുശുപ്പ് നടത്തുന്നവരെ കണ്ടില്ല. സായ്പിന്റെ പിന്തുടർച്ചാവകാശികളായ നന്ദാഖാൾ ജനം വിലകൂടിയ വസ്ത്രങ്ങൾ ധരിച്ചായിരുന്നു പള്ളിയിൽ വന്നിരുന്നത്. ഇന്റിമേറ്റിന്റെ സുഗന്ധം പരത്തി ശുഭ്രവസ്ത്രധാരിയായ ഒരു യുവാവ് സംഭാവനച്ചെപ്പ് എല്ലാവരുടേയും മുമ്പിൽ കൊണ്ടുവന്നു. ജനം കൈയയച്ച് സംഭാവന നൽകുന്നുണ്ടായിരുന്നു. മുക്കാൽ മണിക്കൂർ കഴിഞ്ഞപ്പോൾ കുർബാന സമാപിച്ചു. പള്ളിയങ്കണത്തിന്റെ സ്റ്റെപ്പുകളിൽ മാറിനിന്നപ്പോൾ ചിലരോട് സംസാരിച്ചുകൊണ്ടു വരുന്ന ദേബ്രിട്ടോയെ കണ്ടു.

അദ്ദേഹം ഹസ്തദാനം നടത്തി കുശലന്വേഷണത്തിനുശേഷം പറഞ്ഞു. "ഗരി ആ...." (നമുക്ക് ആ വീട്ടിലേക്ക് പോകാം)

ഞങ്ങൾ ദേബ്രിട്ടോയുടെ ബുള്ളറ്റിൽ കയറി അദ്ദേഹത്തിന്റെ വീട്ടിലേക്ക് തിരിച്ചു, നന്ദാഖാൾ പള്ളിയുടെ ഓരത്തുള്ള കുളത്തിന് സമീപത്തുകൂടെ ഞങ്ങൾ സഞ്ചരിച്ചു. നന്ദാഖാളിന്റെ ഉൾപ്രദേശത്തായിരുന്നു ദേബ്രിട്ടോയുടെ വീട്. കേരളത്തിലെ ഏതൊരു ജില്ലയിലേയും ഗ്രാമങ്ങളുടെ ദൃശ്യഭംഗി അവിടെ കണ്ടു. മുല്ലപ്പൂവാടികൾ, പച്ചക്കറികൃഷി, തെങ്ങ് തുടങ്ങിയവ എവിടെയും നിറഞ്ഞുനിൽക്കുന്നു.

അടുത്ത തൊടിയിൽനിന്ന് അപ്പോൾ ഒരു ചെത്തുകാരൻ നടന്നുവരുന്നുണ്ടായിരുന്നു. "യേ മൽയാലി ഹേ." അയാളെ ചൂണ്ടിക്കാണിച്ച് ദേബ്രിട്ടോ പറഞ്ഞു. ചെത്തും തെങ്ങുകയറ്റവും തൊഴിലാക്കി ഇവിടേയും ധാരാളം മലയാളികൾ സകുടുംബം താമസിക്കുന്നുണ്ടെന്ന് മനസ്സിലായി. ദേബ്രിട്ടോയുടെ വില്ലയിലെത്തി. തെങ്ങുകൾക്കും മറ്റു മരങ്ങൾക്കുമിടയിൽ ഒരു രമ്യഹർമ്യം. മുറ്റത്ത് രജനീഗന്ധിയും കോഴിവാലനും പൂത്തുനിൽക്കുന്നു.

ഞങ്ങൾ വരാന്തയിലേക്ക് കയറി. സോഫ ചൂണ്ടിക്കാണിച്ച് ദേബ്രിട്ടോ മറാഠിയിൽ പറഞ്ഞു.

"തുമീ ഇക്കടെ ബസാ. മി, അത്ത ആലോ." (താങ്കൾ ഇവിടെയിരിക്കുക, ഞാൻ ഇപ്പോ വരാം.)

അദ്ദേഹം വാതിലിലെ കർട്ടൻ മാറ്റി ഉള്ളിലേക്ക് പ്രവേശിച്ചു. വരാന്തയുടെ ചുമരിൽ മാതാവും യേശുവും ചേർന്നുള്ള ഛായാചിത്രം തൂക്കിയിട്ടിരിക്കുന്നു. ടീപ്പോയിൽ കിടന്നിരുന്ന മറാഠി പത്രം - ലോക് സത്ത- വെറുതെ മറിച്ചുനോക്കിക്കൊണ്ടിരിക്കുന്നതിനിടയിൽ ശ്രീമതി മാർഗരറ്റ് ദേബ്രിട്ടോ ചില്ലുഗ്ലാസിൽ വെള്ളവുമേന്തി വന്നു. അവർ പുഞ്ചിരിച്ചുകൊണ്ട് മറാഠിയും ഹിന്ദിയും ചേർന്നുള്ള സങ്കരഭാഷയിൽ ചോദിച്ചു. "തുമീ കേരൾവാലാ ഹേ?"

അവർ സർവാഭരണവിഭൂഷിതയായിരുന്നു. കവിളിൽ റൂഷ് പുരട്ടിയിട്ടുണ്ട്. പെഡിക്യൂറും മെഡിക്യൂറും ചെയ്ത് കൈകാലുകളിലെ നഖങ്ങൾ മോടി പിടിപ്പിച്ചിരിക്കുന്നു. നെറ്റിയിൽ ടിക്ലിയും മുടിയിൽ വേണിയും ചൂടിയ ആ സ്ത്രീയുടെ സ്വർണാഭരണങ്ങൾക്കിടയിൽ ഒരു സ്വർണക്കുരിശ് ധർമ്മസങ്കടത്തിലെന്നോണം സ്ഥലം പിടിച്ചിട്ടുണ്ട്. രാഖാഡി, ചന്ദ്രകോറ, കെഗാഡ തുടങ്ങിയവയാണ് ഈസ്റ്റിന്ത്യാക്കാർക്കിടയിൽ പ്രചാരത്തിലുള്ള ആഭരണങ്ങൾ. ശ്രീമതി ദേബ്രിട്ടോ പരമ്പരാഗത വസ്ത്രമാണ് അണിഞ്ഞിരുന്നത്. പുരുഷന്മാർ കാക്കി ട്രൗസറും വെള്ള ബനിയനും ധരിച്ചാണ് വീട്ടിൽ കാണുക. ദേബ്രിട്ടോ കുടുംബം വസായിൽ അപ്പോഴൊരു വിവാഹത്തിന് പോവുകയാണത്രേ. ബൊമ്മക്കുട്ടിയെപ്പോലൊരു ശിശുവിനെ ഒക്കത്തേന്തി ദേബ്രിട്ടോയുടെ മകൾ വന്നു. അവളും അണിഞ്ഞൊരുങ്ങിയിട്ടുണ്ട്. മംഗൾസൂത്രയും നെക്‌ലേസുകളും ആ യുവതി ധരിച്ചിരിക്കുന്നു. നീല ജോർജറ്റ് സാരിയിലും മെറൂൺ ചോളിയിലും അവൾ വെട്ടിത്തിളങ്ങി.

മറൈൻ ലൈൻസ്, വസായ്, നല്ലസൊപാര, വീരാർ പ്രദേശങ്ങളിലുള്ള ആഭരണക്കടകളിൽ മഹാരാഷ്ട്രിയൻ ക്രിസ്ത്യാനികൾക്കുള്ള പ്രത്യേക കൗണ്ടറുകൾ തന്നെയുണ്ട്. ഉദ്ദേശം ആറേഴുലക്ഷം വരുന്ന ഈ സങ്കരവർഗക്കാർ പൊതുവേ ധനാഢ്യരാണ്. കൃഷിയും കന്നുകാലിവളർത്തലും നടത്തി ഉപജീവനമാർഗം കണ്ടെത്തുന്നവരുടെ പ്രധാന വരുമാനം മുല്ലപ്പൂ കൃഷിയാണ്. നൂതന സാങ്കേതികവിദ്യയായ തോട്ടം നനയ്ക്കുന്നതിനുപയോഗിക്കുന്ന സ്പ്രിങ്ക്ൾ തുടങ്ങിയ ഉപകരണങ്ങൾ അവിടെ കണ്ടു. ദേബ്രിട്ടോക്ക് നാല് സ്ഥിരം ജോലിക്കാരുണ്ട്. അവർ അതിരാവിലെ തോട്ടം നനയ്ക്കുകയും വളമിടുകയും മറ്റും ചെയ്യുന്നു. മൂന്ന് ഏക്കറോളം വരുന്ന ദേബ്രിട്ടോയുടെ തൊടിയിൽ പകുതിഭാഗം മുല്ലപ്പൂ ചെടികൾ നട്ടുപിടിപ്പിച്ചിരിക്കുന്നു. അദ്ദേഹത്തിന്റെ ഭാര്യയും മകളും ജോലിക്കാരും ചേർന്ന് വൈകീട്ട് മുല്ലമൊട്ടുകൾ ശേഖരിച്ച് വെള്ളം നനച്ച് നീലനിറത്തിലുള്ള വലിയ തുണിച്ചാക്കുകളിൽ കെട്ടിവെക്കുന്നു. ദേബ്രിട്ടോ അത് രാവിലെത്തന്നെ തന്റെ ബുള്ളറ്റിൽ വീരാർ സ്റ്റേഷനിലെത്തിക്കുന്നു. അവിടെ കാത്തുനിൽക്കുന്ന അദ്ദേഹത്തിന്റെ കങ്കാണിമാർ അവ ദാദർ ഫൂൽ മാർക്കറ്റിലെത്തിച്ച് പണം വാങ്ങി വൈകീട്ട് ദേബ്രിട്ടോയെ ഏല്പിക്കുന്നു. ഉദ്ദേശം മുപ്പതിനായിരം രൂപ പ്രതിമാസം അവർക്ക് മുല്ലപ്പൂകൃഷിയിൽനിന്ന് ലഭിക്കുന്നു. ദീപാളി, ഗണേശോത്സവം, ദസറ തുടങ്ങിയ നാളുകളിൽ മുല്ലപ്പൂവിന് വിലയേറുന്നു. മഹാരാഷ്ട്രിയൻ സ്ത്രീകളിൽ ഭൂരിഭാഗവും മുല്ലപ്പൂ വേണിയിൽ ചൂടുന്നവരത്രേ.

ദേബ്രിട്ടോ വീട്ടിനുള്ളിൽ നിന്ന് പുറത്തുവന്ന് എതിർവശത്തുള്ള സോഫയിലിരുന്നു. ചർച്ചിനെക്കുറിച്ച് ചോദിച്ചപ്പോൾ ദേബ്രിട്ടോ പറഞ്ഞതിങ്ങനെ:

"പള്ളിയും ഈസ്റ്റിന്ത്യൻ ക്രിസ്ത്യാനിയും ഒരു നാണയത്തിന്റെ രണ്ടു വശങ്ങളാണ്. ഞങ്ങളുടെ മതപരവും സാമൂഹികവുമായ കാര്യങ്ങളിൽ ചർച്ച് സുപ്രധാന പങ്കുവഹിക്കുന്നു. കുടുംബവഴക്കുകൾ ഒത്തുതീർപ്പിലെത്തിക്കാനും സമൂഹത്തിന്റെ നന്മയ്ക്ക് പ്രഥമസ്ഥാനം നൽകാനും ഈസ്റ്റിന്ത്യൻ പാതിരിമാർ ജീവിതം ഉഴിഞ്ഞുവെച്ചിരിക്കുന്നു. ചുരുക്കത്തിൽ അൽമായരുമായി ഇവർ ഒരു സുദൃഢബന്ധം കാത്തുസൂക്ഷിക്കുന്നു. കേരള കത്തോലിക്കാസഭയിലെപ്പോലെ പണം പിരിക്കലും പുതിയ പള്ളികൾ നിർമിക്കുന്നതിലും മാത്രം ശ്രദ്ധിക്കുന്ന പാതിരിമാർ ഇവിടെയില്ലെന്ന് ദേബ്രിട്ടോ വെളിപ്പെടുത്തി.

1998-ൽ നടന്ന ഒരു സംഭവം ഓർമ്മ വരുന്നു. കാഞ്ഞിരപ്പിള്ളിക്കാരനായ ഒരു ക്രിസ്ത്യൻ സുഹൃത്തിന്റെ മകൾ പ്രസവിച്ചു. കുഞ്ഞിനെ മാമ്മോദീസ മുക്കാൻ തങ്ങളുടെ ഇടവകയായ സീറോ-മലബാർ പള്ളിയിൽ കൊണ്ടുചെന്നു. ഉടനെത്തന്നെ വികാരിയച്ചനും കപ്യാരും പുസ്തകം തുറന്ന് പരിശോധന തുടങ്ങി. ഒടുവിൽ മുപ്പതിനായിരം രൂപ പള്ളിയിൽ കുടിശ്ശികയുണ്ടെന്നും അത് ഒടുക്കിയാൽ മാത്രമേ കുഞ്ഞിന്റെ മാമ്മോദീസ നടക്കൂ എന്നും വികാരി അറുത്തുമുറിച്ച് പറഞ്ഞുവത്രേ. അരിശം മൂത്ത ഗൃഹനാഥൻ അടുത്തുള്ള ഈസ്റ്റിന്ത്യൻ പള്ളിയിൽ പോയി വിവരം ബോധിപ്പിച്ചു.

അവിടെയുള്ള പാതിരി ചോദിച്ചതിങ്ങനെയാണ്. "വെൻ ഇറ്റ് വിൽ ബി കൺവീനിയന്റ് ഫോർ യു?" (താങ്കൾക്ക് എപ്പോഴാണ് സൗകര്യപ്പെടുക?)

കൂട്ടത്തിൽ എൻ.എസ്. മാധവന്റെ 'ഹിഗ്വിറ്റ' എന്ന കഥയുടെ പ്രസക്ത ഭാഗം പറയാം. ഒരു ഫുട്ബോളറാകാൻ ആഗ്രഹിച്ച പാതിരി ബസ്തർ കാടുകളിൽ മിഷനറി പ്രവർത്തനത്തിനായെത്തവേ അവിടെ ഒരു ആദിവാസി പെൺകുട്ടിയുമായി പരിചയപ്പെടുന്നു. ആ ബാലികയെ നിരന്തരം പീഡിപ്പിക്കാൻ ശ്രമിക്കുന്ന ഒരു യുവാവിനെ അച്ചൻ പലകുറി ഉപദേശിച്ചെങ്കിലും അവൻ വഴങ്ങിയില്ല. ഒടുവിൽ അദ്ദേഹം തന്റെ പാതിരിപ്പട്ടം തൽക്കാലം മാറ്റിവെച്ച് യുവാവിനെ രണ്ടു പൊട്ടിക്കുന്നിടത്ത് ഹിഗ്വിറ്റ അവസാനിക്കുന്നു. ഇവിടെ ഒരു പാതിരിയും മാനവികതയും എത്രമാത്രം ഇഴുകിച്ചേർന്നിരിക്കുന്നുവെന്ന് കാണുക. "ഈസ്റ്റിന്ത്യൻ പള്ളികൾ സാധാരണയായി ബിഷപ്പിന്റെ ഇടയലേഖനങ്ങൾ പ്രസിദ്ധീകരിച്ച് കണ്ടിട്ടില്ല. രാഷ്ട്രീയകാര്യങ്ങളിൽ അവർ അധികം ഇടപെടാറുമില്ല." ദേബ്രിട്ടോ കൂട്ടിച്ചേർത്തു.

ഇതിനിടെ ശ്രീമതി മാർഗരറ്റ് ദേബ്രിട്ടോ 'പൊവ'യും ചായയും കാരി ബിസ്കറ്റുകളും കൊണ്ടുവന്നു. തിടുക്കത്തിൽ പോകാനുള്ളതുകൊണ്ടാണ് പെട്ടെന്നുണ്ടാക്കുന്ന പൊവ (വേവിച്ച അവലും കൊത്തമല്ലിയിലയും കടുകും മറ്റും ചേർത്ത ഒരു മഹാരാഷ്ട്രിയൻ വിഭവം) തരുന്നതെന്ന് ക്ഷമാപൂർവം അവർ പറഞ്ഞു. ഇനിയൊരു ഞായറാഴ്ച ഉച്ചയൂണിന് വരണമെന്ന് ക്ഷണിച്ചുകൊണ്ട് ആ കുടുംബം വസായിലേക്ക് തിരിച്ചു.

താനെ ജില്ലയിലെ മനോർ എന്ന പട്ടണത്തിൽ ഒരൊഴിഞ്ഞ പഴയ ബംഗ്ലാവിൽ ഈയടുത്ത കാലത്ത് ഈസ്റ്റിന്ത്യൻ വംശജർ പരമ്പരാഗതമായി ഉപയോഗിക്കുന്ന വസ്തുക്കളുടെ ഒരു കാഴ്ചബംഗ്ലാവ് ആരംഭിച്ചിരിക്കുന്നു. പോർച്ചുഗീസ് ചരിത്രം പറയുന്ന പഴയ പുസ്തകങ്ങളും ആഭരണങ്ങളും പിഞ്ഞാണികളും ഫർണിച്ചറും സംഗീതോപകരണങ്ങളും വൈൻഗ്ലാസുകളും മറ്റും ഇവിടെ ശേഖരിച്ചിട്ടുണ്ട്.

ഈസ്റ്റിന്ത്യക്കാർ വീഞ്ഞുണ്ടാക്കുന്നതിൽ പ്രത്യേക സിദ്ധിയുള്ളവരാണ്. വീട്ടിൽത്തന്നെ അവർ വീഞ്ഞ് വാറ്റുന്നു. കശുമാങ്ങ, ബീറ്റ്റൂട്ട്, കാരറ്റ്, ഗോതമ്പ്, നെല്ല് തുടങ്ങിയവയിൽ നിന്ന് അസാമാന്യവീര്യമുള്ള ചാരായം അവർ വാറ്റിയെടുക്കുന്നു. മഹാനഗരത്തിൽ ഡായ്സ, ഗജാല എന്നിവയാണ് കടൽത്തീരഭോജനങ്ങളുടെ സങ്കേതങ്ങൾ. വിശേഷാവസരങ്ങളിൽ വെച്ചുവിളമ്പുന്ന പ്രത്യേക വിഭവമാണ് ബോംബെ ഡക്ക് അഥാ ബോംബിലി (ഒരു മത്സ്യം.) ഫിഷ് മോളി, മട്ടൻ സ്റ്റ്യൂ, മത്തങ്ങയും ആട്ടിറച്ചിയും ചേർത്തുണ്ടാക്കിയ ലോൺവാസ്. പോത്തിന്റെ നാവുകൊണ്ടുള്ള മോളി എന്നിവ വിവാഹസദ്യകളിൽ വിളമ്പുന്നു. മറ്റ് മഹാരാഷ്ട്രീയരെപ്പോലെ വിവാഹാഘോഷങ്ങളിലും എന്നാൽ ചരമദിനത്തിലും ബാന്റ്മേളം ഈസ്റ്റിന്ത്യക്കാർക്ക് അത്യന്താപേക്ഷിതമാണ്. വീഞ്ഞും മറ്റു ലഹരിപാനീയങ്ങളും ഈ സങ്കരവർഗക്കാർ ധാരാളമായി ഉപയോഗിച്ചുവരുന്നു.

അഞ്ചും ആറും ഏക്കറോളം ഭൂമിയുള്ള ഈസ്റ്റിന്ത്യക്കാർ ഇന്ന് ഭൂമാഫിയ യുടെ ഭീഷണിയിലാണ്. പത്ത് മുപ്പത് വർഷങ്ങൾക്കുമുമ്പ് തികച്ചും ഒരു ഉൾനാടൻ പ്രദേശമായിരുന്ന വസായ് താലൂക്കിനെ ഇപ്പോൾ കെട്ടിടങ്ങൾ വിഴുങ്ങിക്കൊണ്ടിരിക്കുന്നു. പാപ്ടി, ദോംതലാവ്, അഗാശി തുടങ്ങിയ പ്രദേശ ങ്ങളിൽപോലും ബിൽഡർമാർ പണം മുടക്കിയിരിക്കുന്നു. ഗോക്കിവാരാ കുന്നുകൾ ഇടിച്ചുനിരത്തി അവിടെ കെട്ടിടങ്ങൾ പണിതുകൊണ്ടിരി ക്കുന്നു.

വസായ്ഗാവ് പള്ളിയിലെ ഫാദർ ബ്രിട്ടോ, ഫാദർ പാട്രിക് ഡിസൂസ തുടങ്ങിയവർ വസായ് സംരക്ഷണസമിതി രൂപീകരിച്ചിട്ടുണ്ട്. നഗരവത്ക രണം വസായ് ഗ്രാമീണജനതയേയും വെറുതെ വിടുന്നില്ല. മഹാനഗരത്തിലെ ഗണ്യമായ ജനസംഖ്യാവർധനവും ജീവിതച്ചെലവും സാധാരണക്കാരായ മുംബൈകറെ വസായ്, വീരാർ പോലുള്ള സ്ഥലങ്ങളിൽ താമസം മാറ്റാൻ നിർബന്ധിതരാക്കുന്നു. കിഴക്കൻ വസായിലെ ഫാക്ടറികളിൽ നിന്നുള്ള പുകയും മലിനജലവും ആ പ്രദേശത്തെ ഒരു പരിധിവരെയെങ്കിലും മലീ മസമാക്കുന്നുണ്ട്.

തെരുവുകളിൽ വാഹനങ്ങളുടെ അനുസ്യൂതമായ ഒഴുക്കും ഹോണ ടിയും. ഇപ്പോൾ തിക്കും തിരക്കും നിറഞ്ഞ മുംബൈയുടെ ഈ പര്യമ്പുറം കുറച്ചു വർഷങ്ങൾക്കുശേഷം എങ്ങനെയുള്ളതാവുമെന്ന് ഇപ്പഴേ നമുക്ക് ഊഹിക്കാം. ∎

അംചി മഹാനഗർ

വിലെപാർലെ
(ലോസ്റ്റ് & ഫൗണ്ട്)

അന്ധേരി സ്റ്റേഷനിൽ ട്രെയിനിറങ്ങിയപ്പോൾ മനസ്സൊന്നു പതറി. ആദ്യമായി ജോലിയിൽ പ്രവേശിക്കുന്ന ദിനമായിരുന്നു അത്.

സ്റ്റേഷന്റെ കോണിയിറങ്ങി കിഴക്കൻ അന്ധേരിയിലെത്തി. പഴക്കച്ചവടക്കാരും മറ്റു വഴിവാണിഭക്കാരും നിറഞ്ഞ ഇടുങ്ങിയ ഗലി പിന്നിട്ട് ബാമൻവാഡയിലേക്കുള്ള ബസ്സ്റ്റോപ്പിൽ ചെന്ന് ചുറ്റുപാടും കണ്ണോടിച്ചു. ഒന്ന് 'ഉള്ളുഷ്ണിക്കാൻ' അടുത്തുള്ള ടിപ്ടോപ് മലയാളി ഹോട്ടലിൽ കയറി. സമയം രാവിലെ ഒമ്പതു മണി.

ചായയും ബിസ്കറ്റുകളും കഴിച്ച് ഹോട്ടലിന്റെ പടിയിറങ്ങി. തൊട്ടടുത്തുള്ള ബസ്സ്റ്റോപ്പിലെത്തി. അവിടെ ക്യൂവിൽ അവസാനത്തെ കണ്ണിയായി സ്ഥലം പിടിച്ചു. അല്പസമയത്തിനുള്ളിൽ മുന്നൂറ്റിമുപ്പത്തി മൂന്നാംനമ്പർ ബസ് വന്നു. സാമാന്യം തിരക്കുള്ള അതിൽ കയറിപ്പറ്റി. ബസ് വിജയ്നഗർ സൊസൈറ്റിയും മേൽപ്പാലവും കഴിഞ്ഞ് മെല്ലെ മെല്ലെ നീങ്ങി. തൊട്ടടുത്തുള്ള അന്ധേരി സ്റ്റേഷനിൽ ജുക് ജുക് എന്ന് ശബ്ദിച്ചുകൊണ്ട് ഒരു ദൂരയാത്രാട്രെയിൻ കടന്നുപോയി. തലയിൽ തൊപ്പിവെച്ചൊരു പാഴ്സിവൃദ്ധനും ചുവന്നുതുടുത്ത ഒരു യുവതിയും അടുത്ത സ്റ്റോപ്പിൽനിന്നു കയറി. യുവതിയുടെ സ്ലീവ്ലെസ് ബ്ലൗസിൽ നിന്ന് ബ്രേസിയറിന്റെ സ്ട്രാപ് കുതറി മാറിയിരിക്കുന്നു. നഗ്നമായ തോൾഭാഗം. ഒരു നല്ല കാര്യത്തിനു പോകുമ്പോൾ ഇവ ശ്രദ്ധിക്കാതിരിക്കൂ എന്ന് മനസ്സ് പറയുന്നുണ്ടായിരുന്നെങ്കിലും കണ്ണുകൾ അവിടെത്തന്നെ ഉടക്കി.

വിനു വഡ്കാവ്കർ എന്ന സുഹൃത്തും ഭാവിയിലെ ബോസും പറഞ്ഞതനുസരിച്ച് ബാമൻവാഡയിലിറങ്ങി. സി-39, സർവോദയ സൊസൈറ്റി മുന്നിൽ കണ്ടു. വലിയ കോണിഫെറസ് മരങ്ങൾ കാവൽക്കാരെപ്പോലെ നിരനിരയായി നിൽക്കുന്നു. ചെറിയ കുട്ടികളേയുംകൊണ്ട് ആയമാർ സ്കൂൾ

ബസ് പ്രതീക്ഷിച്ച് കലപില പറഞ്ഞ് സംസാരിക്കുന്നുണ്ട്. പച്ചക്കറിക്കാരൻ ഭയ്യ തന്റെ ഉന്തുവണ്ടിയുമായി ഗേറ്റിൽ കാത്തുനിൽക്കുന്നു. സുന്ദരികളായ വീട്ടമ്മമാർ അയാളെ അല്പനേരത്തിനുള്ളിൽ പൊതിഞ്ഞു.

അന്ധേരിക്കും വിലെ പാർലെക്കും ഇടയിലുള്ള പ്രദേശമാണ് ബാമൻ വാഡ. അടുത്തുള്ള ചക്കാല സിഗററ്റ് ഫാക്റ്ററിയിലെ പുകക്കുഴലിൽനിന്ന് പുക പൊന്തി ആകാശത്ത് ലയിച്ചു. പുകയില മൊരിയുന്നതിന്റെ ഗന്ധം മൂക്കിൽ അനുഭവപ്പെട്ടു. അങ്ങനെ ഒരു മുംബൈക്കറുടെ ജന്മത്തിന് തുടക്കം കുറിച്ചിരിക്കുന്നു.

പുരാതന മഹാരാഷ്ട്രക്കാരുടെ വില്ലകളും ബംഗ്ലോകളും വീതിയേറിയ റോഡുകളും ബോഗൻവില്ലയും ഐവിയും ഫലവൃക്ഷങ്ങളും തിങ്ങിനിറഞ്ഞിരുന്ന പഴയ വിലെപാർലെ പോയ്മറഞ്ഞു. പഴയ കെട്ടിടങ്ങൾ, നൂതനവാസ്തുശില്പകലയുടെ മകുടോദാഹരണങ്ങൾക്ക് ഏറെക്കുറെ വഴിമാറി. നെഹ്റു റോഡിൽ വാഹനങ്ങളുടെ തിക്കും തിരക്കും.

ഒരുകാലത്ത് മധ്യവർഗ്ഗക്കാരായ മറാഠികളുടേയും ഗുജറാത്തികളുടേയും സങ്കേതമായിരുന്ന വിലെ പാർലെക്ക് ഇന്നും അല്പം ചില പഴയ ഓർമ്മകൾ പങ്കുവെക്കാനുണ്ട്. മറാഠി നാടകങ്ങൾ കണ്ടാസ്വദിക്കാൻ മഹാനഗരത്തിന്റെ എല്ലാ ഭാഗങ്ങളിൽനിന്നും ജനം ദിൻനാഥ് നാട്യഗൃഹ, ബായ്ദാസ് ഹാൾ, പൃഥ്വി തിയറ്റർ തുടങ്ങിയ സ്ഥിരം നാടകശാലകളിൽ എത്തുന്നു. സ്കൂളുകൾ, കോളേജുകൾ, പ്രൈവറ്റ് ട്യൂട്ടോറിയലുകൾ എന്നിവ ഏറ്റവും കൂടുതലുള്ളത് പാർലെയിലാണെന്ന് വേണമെങ്കിൽ പറയാം. ബോളിവുഡിലെ പ്രോജ്ജ്വലതാരമായിരുന്ന മാധുരി ദീക്ഷിതിന്റെ വീട് വിലെ പാർലെയിലാണ്. ഇന്ന് റിയൽ എസ്റ്റേറ്റ് രംഗം വാണംപോലെ കുതിച്ചുയരുമ്പോൾ പാർലെ അതിന്റെ അത്യുച്ചസ്ഥാനത്ത് എത്തിനിൽക്കുന്നു. റെയിൽവേ ഗേറ്റിനടുത്ത് പാർലെ ബിസ്കറ്റ് കമ്പനി ഇപ്പോഴും തലയുയർത്തിത്തന്നെ. പ്രാദേശിക വിമാനത്താവളം, സെന്റോർ പഞ്ചനക്ഷത്ര ഹോട്ടൽ, ഓർകിഡ് റെസ്റ്റോറന്റ് തുടങ്ങിയവ പാർലെയുടെ പ്രൗഢി ഒന്നുകൂടി വർധിപ്പിക്കുന്നു. മുംബൈ കലാപത്തിൽ മഹാനഗരം കത്തിജ്ജ്വലിച്ചപ്പോൾ പാർലെയിൽ മാത്രം ഒന്നും സംഭവിക്കാഞ്ഞത് അവിടെ സമാധാനപ്രിയരും വിദ്യാസമ്പന്നരുമായ ജനം വസിക്കുന്നതുകൊണ്ടു മാത്രമാണ്.

ഇതിനിടെ ഒരു സംഭവം ഓർമ്മ വരുന്നു. ബാമൻവാഡയിലെ വർഷ അഡ്വർട്ടൈസിങ്ങിൽ ജോലിക്കുചേർന്ന് മാസങ്ങൾ അഞ്ചാറ് കഴിഞ്ഞു. ഒരു ദിവസം വിനു വഡ്ഗാവ്കറും സുഹൃത്തും സഹപ്രവർത്തകനുമായിരുന്ന സതീഷ് ദേശ്പാണ്ഡേയുമൊന്നിച്ച് അന്ധേരി എം.ഐ.ഡി.സിയിൽ ഒരു ക്ലയന്റ് മീറ്റിങ്ങിനുപോയി തിരിച്ചുവരുമ്പോൾ ചക്കാലയിൽ ഒരു പുതിയ ഹോട്ടൽ ആരംഭിച്ചിരിക്കുന്നത് ശ്രദ്ധയിൽപെട്ടു. ഹൈവേയിലെ 'ഷേർ-ഇ-പഞ്ചാബ്' ഹോട്ടൽ. ഇവിടെ ഇതുവരെ കയറിയിട്ടില്ല. തന്തൂരി ചിക്കനടിക്കാം എന്നു കരുതി ടാക്സി ഹോട്ടലിനു മുന്നിൽ നിർത്താൻ ഡ്രൈവറോട് മുദ്ര

കാണിച്ചു. പഞ്ചാബ് സിംഹത്തെപ്പോലൊരു സർദാർജി ഡോർ തുറന്നുപിടിച്ച് സലാം ചെയ്തു. അകത്ത് ഡിം ലൈറ്റുകൾ മാത്രം. കിഷോർ കുമാറും ലതാ മങ്കേഷ്കറും ഡി.വി.ഡി പ്ലേയറിലൂടെ പാടുന്നു. ഒഴിഞ്ഞ സീറ്റ് കണ്ടെത്താൻ ബുദ്ധിമുട്ടി. അവസാനം തപ്പിത്തടഞ്ഞ് ഒരിടത്തിരുന്നു. തലപ്പാവ് വെച്ച ഒരു വിദ്വാൻ ഗ്ലാസിൽ തണുത്ത വെള്ളം കൊണ്ടുവന്നത് ഒറ്റവലിക്ക് കുടിച്ചുതീർത്തപ്പോൾ അല്പം ആശ്വാസം തോന്നി. മെനു കാർഡിനു പകരം ഒരു ഗ്രന്ഥം തന്നെ അയാൾ സമർപ്പിച്ച് സ്ഥലംവിട്ടു. അരണ്ട പ്രകാശത്തിൽ പുസ്തകം ഒന്നോടിച്ചുനോക്കിയപ്പോൾ നോൺ വെജ് ആയി ഒന്നുമില്ല. പകരം ഇഡ്ഡലി സാമ്പാർ, പൊട്ടറ്റോ വട, മിസൽ, വടാ സാമ്പാർ, ഊസൽ, മസാലദോശ തുടങ്ങിയവയുടെ വിലവിവരംകൊണ്ട് പുസ്തകം നിറച്ചിരിക്കുന്നു. തന്തൂരി ചിക്കനും റോട്ടിയും എന്നുള്ള സംഗതി തന്നെ മറന്നേക്കൂ എന്ന് മനസ്സ് മന്ത്രിച്ചു. എങ്കിലും സംശയ നിവൃത്തി വരുത്താനായി ദേശ് പാണ്ഡെ ബെയററോട് ചോദിച്ചു, നോൺ വെജ് ഒന്നുമില്ലേ എന്ന്.

അപ്പോൾ അയാൾ പറഞ്ഞു: "യെ സൗത്ത് ഇന്ത്യൻ പഞ്ചാബ് ഹോട്ടൽ ഹെ സാബ്."

കാലം കുറേ കടന്നുപോയെങ്കിലും നീല അക്ഷരങ്ങളിൽ പ്രദർശിപ്പിച്ച ഷേർ-ഇ-പഞ്ചാബിന്റെ ബോർഡും പഞ്ചാബ് സിംഹത്തെപ്പോലുള്ള ആ സർദാർജിയേയും ഇപ്പോഴും ഓർക്കുന്നു.

ഈയിടെ മുംബൈയിലെത്തിയപ്പോൾ മുന്നൂറ്റിപ്പതിമൂന്നാം നമ്പർ ബസ്സ്റ്റോപ്പ് കുറച്ചുകൂടെ മുമ്പോട്ടു നീക്കിയതായി കണ്ടു. റോഡിലെ തിക്കും തിരക്കും വർധിച്ചിരിക്കുന്നു. സർവ്വോദയ സൊസൈറ്റിയിലെ കെട്ടിടങ്ങളുടെ എണ്ണം കൂടിയിട്ടുണ്ട്. സതീഷ് ദേശ്പാണ്ഡെയുടെ ദേഹവിയോഗത്തിനുശേഷം വർഷ അഡ്വെർട്ടൈസിങ് അടച്ചുപൂട്ടി. അവിടെ ഇപ്പോൾ വേറൊരു ഓഫീസ് പ്രവർത്തിക്കുന്നു. മടങ്ങുന്ന വഴി സൊസൈറ്റിയിലെ ഒരു പഴയ അന്തേവാസിയെ കണ്ടുമുട്ടി. വർഷങ്ങൾക്കുശേഷമാണെങ്കിലും അയാൾക്ക് എന്നെ ഏകദേശം പിടികിട്ടിയ മട്ട്. അപ്പോൾ അയാൾ ചോദിച്ചു:

"കൈസേ ഹേ ജീ?"

"പാർലേ ജി."

അറിയാതെ പറഞ്ഞുപോയി!

സലാം കോത്താച്ചിവാഡി

ചാർണി റോഡ് സ്റ്റേഷന്റെ കോണിയിറങ്ങി ഇടതുഭാഗത്തുകൂടെ സഞ്ചരിച്ചാൽ ഗീർഗാവിലെത്താം. ഒരു ദീവാളിക്കാലത്താണ് അവിടെ ആദ്യമായി ചെല്ലുന്നത്. 1+1 നിലകളുള്ള ചാളുകളുടെ വരാന്തകളിൽ നക്ഷത്രവിളക്കുകൾ കെട്ടിത്തൂക്കിയിരിക്കുന്നു. ദിയകൾ (ചെരാതുകൾ) പ്രകാശിക്കുന്നു. ആ സായംസന്ധ്യയിൽ വളഞ്ഞും പുളഞ്ഞുമുള്ള ഗീർഗാവ് ഗലികളിൽ ദീവാളിത്തിരക്ക്. മുതിർന്നവരും കുട്ടികളും പടക്കം പൊട്ടിച്ചും കമ്പിത്തിരി

കത്തിച്ചും 'ദീവാളി കുളിക്കുന്നു'. മഹാനഗരത്തിലെ മഹാരാഷ്ട്രിയൻ ബ്രാഹ്മണരുടെ തട്ടകമാണ് കോത്താച്ചിവാഡിയും പരിസരങ്ങളും. മരം കൊണ്ടുള്ള അഴികളിട്ട വരാന്തകളിൽനിന്നുകൊണ്ട്, പുതിയ വസ്ത്രങ്ങളും ആഭരണങ്ങളുമണിഞ്ഞ സ്ത്രീകളും വൃദ്ധരും ചെറുപ്പക്കാരുടെ ഉത്സാഹ ത്തിമിർപ്പ് ആസ്വദിക്കുന്നു.

അംബരചുംബികൾക്കിടയിലെ ഓടുമേഞ്ഞ ചാളുകൾ വിരോധാഭാസ മായി തോന്നാമെങ്കിലും പഴയ ഇടത്തരക്കാരായ ബ്രാഹ്മണരുടെ പാരമ്പ ര്യവും സംസ്കാരവും മഹാനഗരത്തിൽ ഗീർഗാവിലൊഴികെ മറ്റൊരു പ്രദേ ശത്തും കാണാവതല്ല.

ചില ചാളുകൾ പൊളിച്ചുനീക്കി ആകാശം മൂടുന്ന കെട്ടിടങ്ങൾ നിർമി ച്ചിട്ടുണ്ടെങ്കിലും ഗീർഗാവിന് ഗണ്യമായ പരിണാമം സംഭവിച്ചതായി തോന്നിയില്ല. തദ്ദേശവാസികൾക്ക് അവിടം വിട്ടുപോവാനുള്ള വിമുഖത യാവാം ഇതിൽ ഒരു കാരണം. സ്ക്രീൻ പ്രിന്റിങ് ഉപകരണങ്ങളും കല്യാണ ക്കുറികളും വിസിറ്റിങ് കാർഡുകളും മുംബൈയിൽ ഏറ്റവുമധികം വില്പന നടക്കുന്നത് ഗീർഗാവിലെ കാന്താവാഡിയിലാണ്. ബിസിനസ് ആവശ്യ ങ്ങൾക്ക് കുത്തിക്കുറിക്കാനുപയോഗിക്കുന്ന സ്ക്രിബ്ലിങ് പാഡുകളും തൂക്ക ത്തിന് ഇവിടെ നിന്ന് ലഭിക്കും.

ശുദ്ധ മഹാരാഷ്ട്രിയൻ വിഭവങ്ങൾ ലഭിക്കുന്ന ഹോട്ടലുകളും ഇവിടെ യുണ്ടായിരുന്നു. ഗീർഗാവിലെ മീസലിന് രുചിയേറെ. പരമ്പരാഗതമായ മഹാ രാഷ്ട്രിയൻ വിഭവങ്ങൾ വിളമ്പിയിരുന്ന 'കോണ' 'ആനന്ദാശ്രമം' റെസ്റ്റോ റന്റുകൾ അടച്ചുപൂട്ടി. അതുപോലെ രാജാറാം മോഹൻ റോയ് സ്കൂൾ, ആര്യൻ ഹൈസ്കൂൾ തുടങ്ങിയവയിൽ മറാഠി മീഡിയം ക്ലാസുകൾ പരി മിതമാക്കി.

1975-77 കാലം. മഹാനഗരത്തിലെത്തി വർഷങ്ങൾ ഒന്നുരണ്ടു കഴിഞ്ഞു. ബീറ്റിൽസ് യുഗം അവസാനിക്കുന്നിടത്ത് അമിതാഭ് ബച്ചന്റെ കാലം കയറി വന്നു. ബച്ചന്റെ ജഞ്ജീറും ദീവാറും യുവാക്കളുടെ തലയ്ക്കു പിടിച്ചപ്പോൾ മുൻഭാഗം പരന്ന ഹൈഹീലുള്ള ഷൂവും ബെൽബോട്ടം പാന്റും വീതി കൂടിയ കോളറുള്ള ഷർട്ടും ധരിക്കാൻ ആശയുദിച്ചത് സ്വാഭാവികം. അവിടെയുള്ള ടെയ്ലർമാർ സിനിമാതാരങ്ങൾക്ക് വസ്ത്രങ്ങൾ തുന്നുന്നവരാണെന്നാണ് പരക്കെ ശ്രുതി.

കോത്താച്ചിവാഡിയിലെ ഒരു പഴയ കെട്ടിടത്തിൽ 'ഹോണസ്റ്റ് ടൈലേഴ്സ്' പ്രവർത്തിക്കുന്നു. അല്പം കിളിരം കൂടിയ വിജയ് ദാണ്ഡേ ക്കർ -ദി മാസ്റ്റർ ഓഫ് ടൈലേഴ്സ്-ആണ് ഉടമ. അദ്ദേഹത്തിന്റെ മൂക്കിൽ ഘടിപ്പിച്ചിരിക്കുന്നു എന്നു തോന്നുംവിധത്തിൽ കറുത്ത ഫ്രെയ്മുള്ള കണ്ണട. സഫാരി സ്യൂട്ടിലാണ് ആൾ. സഹടൈലർമാർ മറാഠിയിൽ തമാശ പറഞ്ഞു ചിരിക്കുന്നു. ചില്ലലമാരയിൽ തൂങ്ങുന്ന ബഹുവർണങ്ങളിലും ആകൃതി യിലുമുള്ള ഉടയാടകൾ. പൊതുവെ തയ്യൽക്കട സജീവം.

കൈനീട്ടി തുണികൾ വാങ്ങി പരിശോധിച്ച് വിരലുകൊണ്ട് തിരുമ്മിയ ശേഷം വിജയ് ദാണ്ഡേക്കർ പറഞ്ഞു:

"കപ്ടാ മെഹംഗാ ഹേ!" (തുണി വിലക്കൂടുതലുള്ളതാണ്)

"റയ്മണ്ട് കാ ഹെ ക്യാ?" (റയ്മണ്ടിന്റേതാണോ?)

പിന്നീട് കഴുത്തിൽ നിന്ന് ടേപ്പ് വലിച്ചെടുത്ത് അളവെടുത്തു തുടങ്ങി കോളറിന്റെ ആകൃതി, പോക്കറ്റിന്റെ കട്ടിങ്ങ്, പട്ട, പാന്റിന്റെ ലൂസ്, ഇറക്കം, സിബ്ബ് എന്നിവയെപ്പറ്റി പരശ്ശതം ചോദ്യങ്ങൾക്ക് ഉത്തരം പറയേണ്ടിവന്നു. ഒടുവിൽ ഒരു ഫുൾപേജ് വലുപ്പമുള്ള ഓർഡർ ഫോമിൽ വികൃതാക്ഷരത്തിൽ അളവുകൾ കുത്തിക്കുറിച്ച് പെർഫോറേറ്റു ചെയ്ത രശീതി കൈയിൽത്തന്നു. ഒരാഴ്ച കഴിഞ്ഞ് പുതിയ പാന്റും ഷർട്ടും വാങ്ങാൻ അവിടെയെത്തി. രണ്ടും തയ്യാർ. എന്തു കൃത്യനിഷ്ഠ!

'ട്രയൽ റൂം' എന്ന അവിടെക്കണ്ട കുടുസ്സായ മുറിയിൽ കയറി പുതുവസ്ത്രം ധരിച്ചു. അക്ഷരാർത്ഥത്തിൽ ഞെട്ടിപ്പോയി. സപ്തനാഡികളും തളർന്ന് വീണ്ടും കണ്ണാടിയിൽ നോക്കി.

പാന്റ് അരയിൽ ഉറയ്ക്കുന്നില്ല. കാൽവിരലുകൾക്ക് താഴെ അത് ഇഴയുന്നു. വേണമെങ്കിൽ ഒരാളെക്കൂടി അതിൽ കയറ്റാം. ഷർട്ടുകളും തഥൈവ.

പുറത്തു വന്നപ്പോൾ തോന്നി, വിജയ് ദാണ്ഡേക്കർ സത്യത്തിൽ 'സത്യസന്ധൻ' തന്നെ. കൊടുത്ത തുണിയിൽ നിന്ന് ഒരിഞ്ചുപോലും എങ്ങും പോയിട്ടില്ല. അതേപടി തയ്ച്ചിരിക്കുന്നു! സഞ്ചിയെടുത്ത് തിരികെ നടക്കുമ്പോൾ പിന്നിൽനിന്ന് ദാണ്ഡേക്കർ അപ്പോൾ ചോദിക്കുന്നു.

"പസന്ത് ആയാ?" (സന്തോഷമായോ എന്ന് സാരം)

വെറുതെ തലയാട്ടി.

സലാം വിജയ് ദാണ്ഡേക്കർ!

പിന്നെ സലാം കോത്താച്ചിവാഡി!

ഉന്നെപ്പോലൊരുവൻ

സെൻട്രൽ റെയിൽവേയിൽ കല്യാണിനും താനേക്കുമിടയ്ക്ക് സ്ഥിതി ചെയ്യുന്ന ഡോംബിവിലി. മെറൂൺ സാരിയും അതിനുചേർന്ന ചോളിയും ധരിച്ച് ഇടതുകൈയിലൊരു ബാഗ് തൂക്കിയിട്ട് വലതുകൈയിലൊരു പ്ലാസ്റ്റിക് സഞ്ചി പിടിച്ച് രാവിലെ 08-48നുള്ള ഡോംബിവിലി ഫാസ്റ്റിൽ ചാടിക്കയറാൻ സാരി വലിച്ചുകുത്തി തയ്യാറായി നിൽക്കുന്ന രാധയെ നോക്കൂ. അവളൊരു സാധാരണ സ്വകാര്യ ഓഫീസ് ജീവനക്കാരി. മുപ്പതിനോടടുത്ത് പ്രായം. അങ്ങനെ ആയിരക്കണക്കിന് രാധമാർ ഡോംബിവിലി പ്ലാറ്റ്ഫോമുകളിൽ ദിനവും വന്നെത്തുന്നു. ഒരു ടിപ്പിക്കൽ മലയാളി സ്ത്രീയാണ് രാധ. ബസ്സോ റിക്ഷയോ പിടിച്ചുവേണം അവൾക്ക് ഡോംബിവിലി വെസ്റ്റിലുള്ള മാൻപാഡയിലെ സ്വഗൃഹത്തിൽ നിന്ന് സ്റ്റേഷനിലെത്താൻ. രാവിലെ അഞ്ചു

മണിക്ക് എഴുന്നേൽക്കുന്ന രാധയുടെ വീട്ടിൽ പൈപ്പിൽ നിന്ന് നൂലു പോലാണ് വെള്ളം വരിക. പ്രഭാതഭക്ഷണം, കുളി, ഭർത്താവിനും മകനും തനിക്കും കൊണ്ടുപോകേണ്ട ഡബ്ബ തുടങ്ങിയവ തയ്യാറാക്കി വേണം ഇളയ കുഞ്ഞിനെ പാലൻ ഘറിൽ (ശിശുഗൃഹത്തിൽ) എത്തിക്കാൻ. പിന്നീട് സ്റ്റേഷനിലേക്ക് ചാട്ടുളിപോലെ അവൾ പായുന്നു. 08:48ന്റെ ഡോംബിവിലി ഫാസ്റ്റിൽ കയറിക്കൂടാനൊത്തില്ലെങ്കിൽ സമയത്തിന് ഓഫീസിലെത്താൻ കഴിയുകയില്ല. അന്ന് ബോസിന്റെ ശകാരം തീർച്ച. അയാളുടെ അർത്ഥം വെച്ചുള്ള സംസാരവും കൃത്രിമമുടി തലോടിക്കൊണ്ടുള്ള ചിരിയും രാധയിൽ അറപ്പുളവാക്കുന്നു. വൈകീട്ട് ആറു മണിക്ക് ഓഫീസ് കഴിയുമെങ്കിലും ഏഴു മണിക്ക് മാത്രമേ അവിടെനിന്ന് പുറത്തു ചാടാനൊക്കൂ. ഫൗണ്ടനിൽനിന്ന് സി.എസ്റ്റിയിലേക്ക് വീണ്ടും പായുകയായി. സൂചി കുത്താൻപോലും സ്ഥലമില്ലാത്ത ഡോംബിവിലി ഫാസ്റ്റിൽ നിലം തൊടാതെയുള്ള യാത്ര. അതോടെ അവൾ തളരുന്നു. എണ്ണിച്ചുട്ട അപ്പംപോലെ കിട്ടുന്ന ശമ്പളം. അതിൽനിന്ന് ഹൗസിങ് ലോൺ, ടാങ്കർ വെള്ളത്തിന്റെ ചാർജ്, കറന്റ് ബിൽ, പാൽ, പാത്രം എന്നിവയ്ക്ക് നല്ലൊരു തുക ചെലവാകുന്നു. ഭർത്താവ് ഡോംബിവിലിയിലെത്തന്നെ ഒരു ഫാക്ടറിയിൽ ഫിറ്ററാണ്. അയാൾക്ക് ജോലി ഇടയ്ക്കിടെ മാറുന്നത് ഒരു ഹരം തന്നെ. അതിനാൽ പകുതി ദിവസങ്ങളിൽ ജോലിയുണ്ടാവുകയില്ല.

മഴ പെയ്താൽ ചെളിനിറയുന്ന തെരുവ്. മണിക്കൂറിൽ അഞ്ചെട്ടു പ്രാവശ്യമെങ്കിലും സംഭവിക്കുന്ന പവർകട്ട്. സാംക്രമികരോഗങ്ങൾ സമ്മാനിക്കുന്ന ടാങ്കർ വെള്ളം. ആരവത്തോടെ വരുന്ന കൊതുകുകളുടെ താണ്ഡവം. ഇവയിൽപെട്ട് രാധ വലയുന്നു. അവൾ മെലിഞ്ഞുണങ്ങി ഒരസ്ഥികൂടം പോലെയായിരിക്കുന്നു. നിതംബം തൊടുന്ന മുടി കൊഴിഞ്ഞ് ഇപ്പോൾ ഒരു കുറ്റിച്ചൂൽ പോലെ.

ഡോംബിവിലിയുടെ യഥാതഥ ചിത്രം ഇതാണെങ്കിലും ദക്ഷിണേന്ത്യക്കാരും ഗുജറാത്തികളും മഹാരാഷ്ട്രീയരുമായുള്ള ഡോംബിവിലി ജനം എങ്ങനെയൊക്കെയോ ജീവിച്ചുപോകുന്നു. എന്നിരുന്നാലും പൂനെയെപ്പോലെ മഹാനഗരത്തിന്റെ സാംസ്കാരിക തലസ്ഥാനമെന്നാണ് ഡോംബിവിലി പൊതുവെ അറിയപ്പെടുക. മറാഠി സിനിമകളും നാടകങ്ങളും ഇവിടെ പ്രദർശനവിജയം കൈവരിക്കുന്നുണ്ട്. മറാഠി ഗ്രന്ഥശാലകൾ, നാട്യഗൃഹങ്ങൾ തുടങ്ങിയവ ജനത്തിന്റെ സാംസ്കാരിക സാമൂഹിക സാഹിത്യ വാസനകളെ പരിപോഷിപ്പിക്കുന്നു.

ഡോംബിവിലിയിലെ താഴ്ന്ന വരുമാനക്കാരായ സ്ത്രീകളുടെ പ്രധാന വരുമാനം അവർ നടത്തുന്ന പോളി ബാജി സെന്ററുകളും ജുൻകാ ബാക്കർ കേന്ദ്രങ്ങളുമാണ്. മൂന്നു ചപ്പാത്തിയും അച്ചാറും ഒരു കറിയുമടങ്ങുന്ന പോളി ബാജി സാധാരണക്കാരന്റെ വിശപ്പടക്കുന്നു.

ജലദൗർലഭ്യം ഡോംബിവിലിയുടെ ഒരു ശാപമാണ്. ആളുകൾ ശൗച്യം ചെയ്യുന്നതും തുണിയലക്കുന്നതുമായ ജലാശയങ്ങളിൽ നിന്നുപോലും വാട്ടർ

ടാങ്ക് ലോബികൾ കൂടി വെള്ളം വീടുകളിൽ നൽകി വരുന്നു. നിഷികാന്ത് കാമത്ത് സംവിധാനം ചെയ്ത സന്ദീപ് കുൽക്കർണി നായകനായി വേഷമിട്ട നിരവധി അവാർഡുകൾ കരസ്ഥമാക്കിയ 'ഡോംബിവിലി ഫാസ്റ്റ്' എന്ന മറാഠി ചിത്രം സാധാരണക്കാരായ മുംബൈകർ ഈ സാമൂഹിക അനീതിയോട് എങ്ങനെ പ്രതികരിക്കുന്നുവെന്ന് ചിത്രീകരിച്ചിരിക്കുന്നു. ഡോംബിവിലിയിലെ ടാങ്കർ ലോബിക്കെതിരെ ശബ്ദമുയർത്തുന്നതാണ് ഡോംബിവിലി ഫാസ്റ്റിന്റെ ആരംഭം.

തനിയാവർത്തനം

1975-ലെ ഒരു മധ്യാഹ്നത്തിലാണ് തൃശൂരിൽനിന്ന് ഒതു തുകൽപ്പെട്ടിയുമായി ഞാൻ ദാദറിലെത്തിയത്. കൊച്ചിൻ-ദാദർ എക്സ്പ്രസ് ആറാംനമ്പർ പ്ലാറ്റ്ഫോമിൽ വന്നുനിന്ന് കിതച്ചു. ജനം ചിതറി. സിനിമകളിൽ കണ്ട ദാദർ സ്റ്റേഷൻ അങ്ങനെ കൺമുന്നിൽ. പോർട്ടർമാരുടെ പൂഹോയ് വിളികളും തിക്കും തിരക്കും നിറഞ്ഞ അവിടെനിന്ന് ഒരുവിധം പുറത്തുകടന്നു.

സെന്റർ-വെസ്റ്റേൺ റെയിൽവേകളുടെ സംഗമസ്ഥാനമാണ് ദാദർ. കോണിയെന്നർത്ഥമുള്ള മറാഠി പദത്തിൽ നിന്ന് ഉത്ഭവിച്ചതാണ് ദാദറെന്ന് അഭിജ്ഞമതം. പടിഞ്ഞാറ് ശിവജി പാർക്ക് മുതൽ കിഴക്ക് മാട്ടുംഗ കിങ് സർക്കിൾ വരെ പരന്നുകിടക്കുന്ന ദാദറിന് മഹാനഗരത്തിന്റെ ചൂടും ചൂരും നിറഞ്ഞ ചരിത്രപരമായ കഥകൾ പറയാൻ ഏറെ.

കമ്യൂണിസ്റ്റ് നേതാവായ എസ്.എ. ഡാങ്കേ, പ്രബോധൻ ഠാക്കറേ തുടങ്ങിയവർ ദാദർ നിവാസികളായിരുന്നു. സ്വാതന്ത്ര്യസമര പങ്കാളികളായ ഇവർ അന്ന് ബ്രിട്ടീഷുകാരെ ഭയന്ന് സ്വവസതികളിൽ തന്നെയായിരുന്നു യോഗങ്ങൾ വിളിച്ചുകൂട്ടിയിരുന്നത്. ഒരു കോട്ടയുടെ ആകൃതിയിലുള്ള ശിവസേനാ ആസ്ഥാനമന്ദിരം സ്ഥിതി ചെയ്യുന്നത് ദാദറിലാണ്.

വഡാലയിലെ നയ്ഗാവ് ക്രോസ് റോഡ് മുറിച്ചുകടക്കുമ്പോൾ പഴയ ദാദറിന് വലിയ മാറ്റമില്ലെന്ന് തോന്നി. ഫ്ളൈ ഓവറും നിരനിരയായി കിടക്കുന്ന എം.എസ്.ആർ.ടി.സി. ലക്ഷ്വറി ബസുകളും പുതുതായി വന്നുചേർന്നിട്ടുണ്ട്. ദാദറിലെ കോഹിനൂർ മില്ലും എതിർഭാഗത്തുള്ള വിജയ് തിയറ്ററും അടച്ചുപൂട്ടിയിരിക്കുന്നു. സ്റ്റേഷൻ റോഡിലെ പഴയ ഓടിട്ട കെട്ടിടങ്ങൾക്ക് ഒരു മാറ്റവും വന്നുചേർന്നിട്ടില്ല. ആ വളവിലുള്ള കോഹിനൂർ ഇലക്ട്രോണിക്സ് സ്റ്റോഴ്സ് കലാപകാലത്ത് ശിവസേനക്കാർ ചുട്ടെരിച്ച് സാധനസാമഗ്രികൾ കൊണ്ടുപോയതാണെങ്കിലും അത് വീണ്ടും ഉയിർത്തെഴുന്നേറ്റിരിക്കുന്നു. തൊട്ടടുത്തുള്ള കപൂർ വൈൻ ഷോപ്പും അതിനടുത്തുള്ള ബിഡി -തമ്പാക്ക് കടയും അതേപടി തന്നെയുണ്ട്.

ദാദാ സാഹേബ് ഫാൽകേ റോഡിലെ രണ്ടു മലയാളി ഹോട്ടലുകളിൽ ഒന്ന് അടച്ചുപൂട്ടി. പൊന്നാനി ആൽത്തറക്കാരനായ ഒരു മുസ്ലിം യുവാവിന്റേതായിരുന്നു ആ ഹോട്ടൽ. ഹോട്ടലിന്റെ എതിർവശത്തുള്ള മുസ്ലിം

മൊഹല്ലയ്ക്ക് വലിയ പരിണാമങ്ങളൊന്നും സംഭവിക്കാതെ അവിടെത്തന്നെ കണ്ടു.

തെരുവുകച്ചവടം ഇപ്പോൾ ദാദറിൽ വിരളമാണ്. പ്രാവുകൾക്ക് ഭക്ഷണം നൽകുന്ന കബൂത്തർഖാനയും മൈത്രീൻ, ലാസ്രേ തുടങ്ങിയ വസ്ത്ര ക്കടകളും സജീവം. പ്ലാസാ തിയറ്റർ, ദാദർ ബാജി മാർക്കറ്റ്, ഫൂൽ മാർക്കറ്റ് തുടങ്ങിയ സ്ഥലങ്ങൾക്ക് മാറ്റമൊന്നും സംഭവിച്ചിട്ടില്ല. ദാദർ വെസ്റ്റിൽ കൂറ്റ നായ ഒരു ഫ്ളൈ ഓവർ കൂടി പുതുതായി നിർമിച്ചിട്ടുണ്ട്.

സമയം വൈകീട്ട് ആറു മണിയോടടുക്കുന്നു. ഫ്ളൂറസന്റ് ലൈറ്റുകൾ പ്രകാശിച്ചു. വാഹനങ്ങളുടെ ഹോൺ മുഴക്കങ്ങളും അനുസ്യൂതമായ പ്രവാഹങ്ങളും എങ്ങും. കുഴിഞ്ഞ കണ്ണുകളും ക്ഷീണിച്ച ശരീരവുമായി തോളിലൊരു ബാഗും തൂക്കിയിട്ട് ഒരാൾ ബാന്ദ്രാ ലോക്കലിൽ നിന്ന് ഒന്നാം നമ്പർ പ്ലാറ്റ്ഫോമിലിറങ്ങി. അയാളിൽ ഞാൻ എന്നെ കണ്ടു. കൊടുനീരൊ ഴുക്കുകളും കിനാവള്ളികളുമുള്ള ജീവിതം പേറുന്ന ഒരു സാധാരണ മുംബൈക്കർ. അങ്ങനെ ലക്ഷക്കണക്കിനു പേർ. ജീവിതത്തിന്റെ തല്ലും തലോടലും ഏറ്റുവാങ്ങിയവർ. പ്രസിദ്ധ മിറാഠി കവി ദിലീപ് ചിത്രേയുടെ ഒരു കവിതാശകലം ഇപ്പോൾ ഓർമ്മ വരുന്നു.

...His eyes dimmed by age fade homeward through the humid monsoon night.

Now I can see him getting off the train.

Like a word dropped from a long sentence...

■

കോകിലയുടെ കഥ

അന്ന് നല്ല മഴയുണ്ടായിരുന്നു. ധാരാവിയിലെ റോഡുകളിൽ വെള്ളം കുത്തിയൊലിച്ചു. ചപ്പുചവറുകളടിഞ്ഞുകൂടി അറുപതടി റോഡിലെ ഗലികളിലൂടെ നടക്കാൻ പ്രയാസമായി. സ്ട്രീറ്റ് ലൈറ്റുകൾ പലതും പ്രകാശിക്കുന്നില്ല.

എ.ആർ.പി. പെരുമാൾ എന്ന പഴയ സുഹൃത്തിനെ കാണാൻ ഇറങ്ങിത്തിരിച്ചതാണ്. ഒരു സ്‌കൂട്ടർ കമ്പനിയിലെ സ്റ്റെനോഗ്രാഫറായിരുന്നു. ഭാണ്ഡുപിലുണ്ടായിരുന്ന ആ കമ്പനി പൂട്ടിയതോടെ അല്ലറ ചില്ലറ റിയൽ എസ്റ്റേറ്റ് ബിസിനസ്സും സാമൂഹ്യസേവനവുമായി ഇപ്പോൾ കഴിയുകയാണ്.

ഒരു പൂപ്പരത്തി മരത്തിന്റെ അടുത്തുള്ള വീട്ടിൽ എൺപത് ചതുരശ്ര അടിയുടെ മുറിയിൽ അദ്ദേഹം അപ്പോൾ കട്ടിലിൽ വിശ്രമിക്കുകയായിരുന്നു. ഭാര്യ സേതുലക്ഷ്മി മുറിയുടെ ഭാഗത്തുള്ള അടുക്കളയിൽ ഭക്ഷണം തയ്യാറാക്കുന്ന തിരക്കിൽ. പെരുമാൾ എന്നെക്കണ്ടയുടൻ ചാടിയെഴുന്നേറ്റ് ഹസ്തദാനം ചെയ്ത് അടുത്തുള്ള കസേര നീക്കി പറഞ്ഞു:

"ഉക്കാരുങ്കോ സർ."

എഴുപത് + ആയ അദ്ദേഹം കൃശഗാത്രനും ചുരുണ്ട മുടിയുള്ളവനുമാണ്. ശോകം താളം കെട്ടിയ നേത്രങ്ങൾ. അദ്ദേഹം അനുഭവിച്ചുകൊണ്ടിരിക്കുന്ന ദുരിതപൂർണമായ ജീവിതം ആ കണ്ണുകളിൽ നിഴലിച്ചിരുന്നു. പെരുമാൾ സഹധർമ്മിണിയോട് പറഞ്ഞു.

"യാർ വന്തിരിക്കാ പാര്? ചായ പോട്, സേതു.."

ആ മുറിയിലാകെ ഒന്നു കണ്ണോടിച്ചു. സരസ്വതി, ഹനുമാൻ, തിരുപ്പതി വെങ്കിടാചലപതി കൂടാതെ ഗണേശ് ഭഗവാന്റേയും ഛായാചിത്രങ്ങൾ. ചന്ദനത്തിരിയുടെ സുഗന്ധം മുറിയാകെ.

സേതുലക്ഷ്മി അമ്പതിനോടടുത്ത് പ്രായമായ സ്ത്രീ. തലയിൽ വാടിത്തുടങ്ങിയ പിച്ചകപ്പൂ. കള്ളികളുള്ള ചേല. കൈകളിൽ കുപ്പിവളകൾ. കറുപ്പുനിറമുള്ള അവർ നെറ്റിയിൽ തൊട്ടിരുന്ന കുങ്കുമപ്പൊട്ട് ശരീരത്തിന്റെ നിറത്തിൽ അലിഞ്ഞുചേർന്നിരിക്കുന്നു. നിലം വിട്രിഫൈഡ് ടൈൽസാൽ

അലംകൃതം. സ്റ്റീൽ പാത്രങ്ങൾ. അലൂമിനിയം കൊണ്ടുള്ള സ്റ്റാന്റിൽ അടുക്കടുക്കായ് സ്ഥലം പിടിച്ചിട്ടുണ്ട്.

ഏലക്കാ ചേർത്ത ചായയെത്തി. ഒരു നല്ല വീട്ടമ്മയുടെ കൈപ്പുണ്യം അപ്പോൾ അനുഭവപ്പെട്ടു. പെരുമാൾ ചെമ്പൂരിൽ നിന്ന് താമസം മാറ്റിയതിനുശേഷം ഈയടുത്ത് നടന്ന കാര്യങ്ങളൊന്നും കാര്യമായി അറിയാറില്ല.

അദ്ദേഹത്തിന്റെ കഥയിലെ ഫ്ളാഷ് ബാക്ക്.

ചെമ്പൂർ സുഭാഷ് നഗർ ഹൗസിങ് കോളനിയിലെ കെട്ടിടങ്ങളിലൊന്നിൽ താമസിച്ചിരുന്ന മധ്യവർഗക്കാരനായ ഒരു തമിഴ് വംശജൻ ധാരാവിയിലെ ചാളുകളൊന്നിൽ എത്തിപ്പെട്ടത് ജീവിതവിധിവൈപരീത്യം തന്നെ. തിരുനെൽവേലിക്കാരനായ പെരുമാൾ ഷോർട്ട് ഹാന്റും ടൈപ്പിങ്ങും പഠിച്ച് 1970-ൽ മുംബൈയിലെത്തിയത് വെറുതെ ഒരു സന്ദർശനത്തിനായിരുന്നില്ല. വീറ്റിയിൽ പോസ്റ്റോഫീസിനു പിറകിലുള്ള ടൈപ്പിങ് സെന്ററുകളിലൊന്നിൽ പ്രതിമാസം ഇരുന്നൂറ് രൂപ ശമ്പളത്തിൽ ജോലിയിൽ പ്രവേശിച്ചു. തന്റെ ജോലിയിൽ അസാമാന്യപാടവമുള്ള പെരുമാൾക്ക് ലാംബ്രട്ടാ സ്കൂട്ടർ കമ്പനിയിൽ ജോലി ലഭിച്ചതോടെ ജീവിതം ശുഭപര്യവസായിയാകുമെന്ന് അദ്ദേഹം വിശ്വസിച്ചു. വൈകാതെ ആർക്കോണം ജില്ലയിലെ സേതുലക്ഷ്മിയുമായുള്ള വിവാഹവും നടന്നു. ഹൗസിങ് കോളനിയിൽ മുറി ലഭിക്കുക എന്നത് അന്നും ഇന്നും നൂലാമാലകൾ നിറഞ്ഞതാണെങ്കിലും പെരുമാൾക്ക് ഭാഗ്യക്കുറിപോലെ അത് ലഭിച്ചു. എ. രാമകൃഷ്ണ പെരുമാൾ എ.ആർ.പി എന്ന അപരനാമധേയത്തിൽ അറിയപ്പെടാൻ തുടങ്ങി. സുഭാഷ് നഗറിലെ മുറി ലഭിച്ചത് കോകില എന്ന അദ്ദേഹത്തിന്റെ ആദ്യസന്തതിയുടെ ജന്മദിനത്തിൽ. അവളൊരു പൊൻതാരകമായി. കോകിലക്ക് ശേഷം ഒരു പെൺകുട്ടി കൂടി അദ്ദേഹത്തിന് ജനിച്ചു.

കോകില പ്ലസ് ടുവിന് പഠിക്കുമ്പോഴാണ് പെരുമാളിന്റെ ദുർദ്ദശ ആരംഭിക്കുന്നത്. സ്കൂട്ടർ കമ്പനിയിൽ സമരമാരംഭിച്ചു. ലേ ഓഫും സത്യഗ്രഹവും സമരവും കുറേക്കാലം നടന്നെങ്കിലും ഒടുവിൽ മാനേജ്മെന്റ് ജോലിക്കാർക്ക് അല്പം തുക നൽകി കമ്പനി നഷ്ടത്തിലെന്ന് പറഞ്ഞ് അടച്ചുപൂട്ടി.

പെരുമാൾക്ക് ജോലിയില്ലാതായി. അദ്ദേഹം വീണ്ടും സെന്റ് ജോർജ് ഹോസ്പിറ്റലിന്റെ സമീപത്ത് ഒരു പെട്ടിക്കട വാടകയ്ക്കെടുത്ത് ടൈപ്പിങ് ജോലികൾ ചെയ്ത് കുടുംബം പുലർത്തി. അധ്വാനശീലനും സൗമ്യനുമായിരുന്ന പെരുമാൾ ജീവിതത്തിന്റെ പരുക്കൻ യാഥാർത്ഥ്യങ്ങളുമായി അങ്ങനെ പട പൊരുതാൻ തുടങ്ങി.

കോകിലയ്ക്ക് പതിനെട്ട് കഴിഞ്ഞു. അവൾ സയണിലെ എസ്.ഐ.ഇ.എസ്. കോളേജിൽ ബീക്കോമിന് പഠിക്കുന്നു. പെരുമാൾ ടൈപ്പിങ് സെന്ററിൽ ഒരാളെക്കൂടി ജോലിക്കെടുത്തു. ജീവിതത്തിൽ ഉണ്ടായ കനത്ത സാമ്പത്തിക പ്രതിസന്ധി അദ്ദേഹത്തെ തളർത്തി. ആറു മണിക്കുശേഷം അദ്ദേഹം

ഒരു ഹൈക്കോർട്ട് അഡ്വക്കെറ്റിന്റെ ഓഫീസിൽ പണിയെടുക്കാൻ ആരംഭിച്ചു. അനുദിനം ഉണ്ടായ സാധനങ്ങളുടെ വിലക്കയറ്റവും ആയിടെ സേതുലക്ഷ്മിക്കുണ്ടായ ഹൃദയാഘാതവും മൂലം പെരുമാൾ വലഞ്ഞു. ആ സ്ത്രീയെ ഇടയ്ക്കിടെ ഹൃദ്രോഗവിദഗ്ധനെ കാണിക്കണമായിരുന്നു. ടൈപ്പിങ്ങിൽ നിന്നു ലഭിക്കുന്ന തുച്ഛവരുമാനംകൊണ്ട് വീടു പുലർത്താനായില്ല.

തങ്ങൾക്ക് എന്തോ പിശാചുബാധയേറ്റിട്ടുണ്ടെന്ന് അധികം വിദ്യാഭ്യാസമില്ലാത്ത സേതുലക്ഷ്മി തീക്ഷ്ണമായി വിശ്വസിച്ചു. അവർ സുഭാഷ് നഗറിലെ വൺ റൂം കിച്ചൺ വിറ്റ് വേറെ എവിടെയെങ്കിലും മാറിത്താമസിക്കണമെന്ന് ശാഠ്യം പിടിച്ചു. ഒടുവിൽ പൂജാരിയെത്തി. അയ്യായിരത്തി ഒന്ന് രൂപയും നല്ലൊരു ശാപ്പാടും ദക്ഷിണയായി നൽകിയപ്പോൾ പൂജാരി ഗണിച്ചു നോക്കി പറഞ്ഞു. കിഴക്കു ദശയിലേക്ക് താമസം മാറ്റണമെന്ന്. ചെമ്പൂർ വിട്ടുപോകണമെന്നും അയാൾ കൂട്ടിച്ചേർത്തു. പോകുന്ന പോക്കിൽ അയാൾ അയൽപക്കക്കാരോട് പെരുമാളിന്റെ മുറിക്ക് പ്രേതബാധ കൂടിയിട്ടുണ്ടെന്ന് പൊയ്വാർത്ത പരത്താനും മറന്നില്ല.

പെരുമാൾ പ്രതിസന്ധിയിലായി. എന്തുചെയ്യണമെന്ന് അദ്ദേഹത്തിനൊരു രൂപവും ലഭിച്ചില്ല. വളർന്നുവരുന്ന രണ്ടു പെൺകുട്ടികൾ. കോകിലയ്ക്ക് വിവാഹപ്രായവുമായി. സേതുലക്ഷ്മിയുടെ ആഭരണങ്ങൾ ഓരോന്നോരോന്നായി പണയം വെച്ചു. തിരിച്ചെടുക്കാൻ കഴിയാത്തതിനാൽ അവ മാർവാഡികളുടെ സേഫുകളിൽ ലയിച്ചു.

1990 കാലഘട്ടമായിരുന്നു. ഹർഷദ് മേത്തയുടെ ഓഹരിത്തട്ടിപ്പു നടന്ന സമയം. ഓഹരികൾക്ക് വിലയിടിഞ്ഞു. മുംബൈ റിയൽ എസ്റ്റേറ്റ് രംഗം തളർന്നു. തന്റെ മുറി വിൽക്കാൻ പെരുമാൾ പത്രങ്ങളിൽ പരസ്യം നൽകി, ദല്ലാൾമാരോട് പറഞ്ഞ് കാത്തിരുന്നു. അന്വേഷിച്ചു വരുന്നവരെ അയൽപക്കക്കാർ പ്രേതബാധയുള്ള വീടെന്ന് പറഞ്ഞ് പിന്തിരിപ്പിച്ചു. ഗതികെട്ട ആ പാവം മനുഷ്യൻ കിട്ടിയ വിലക്ക് തൊട്ടടുത്ത ഗുജറാത്തിക്ക് മുറി കൈമാറി. ചുളുവിലയ്ക്ക് കിട്ടിയ മുറിയുടെ ഭിത്തി പൊളിച്ച് ഗുജറാത്തി മറ്റൊരു മുറി കൂടിയുണ്ടാക്കി.

ചെമ്പൂരും പരിസരങ്ങളിലും പെരുമാളുടെ കൈയിലുണ്ടായിരുന്ന തുകയ്ക്ക് ഒരു ചെറിയ മുറിപോലും ലഭിച്ചില്ല. അയാൾ നിരാശനും ദുഃഖിതനുമായി. വാടകവീട്ടിൽ വർഷങ്ങൾ പലത് കഴിച്ചുകൂട്ടി. അതോടെ കൈയിൽ വന്ന പണം ക്ഷയിച്ച് കാര്യമായൊന്നും അവശേഷിച്ചില്ല. 'മാഡ' (മഹാരാഷ്ട്ര ഹൗസിങ് ഡെവലപ്മെന്റ് അതോറിറ്റി) യെ സമീപിച്ച് നോക്കിയെങ്കിലും ഫലമുണ്ടായില്ല. ഒടുവിൽ ഒരു പരിചയക്കാരന്റെ സഹായത്തോടെ ധാരാവിയിൽ വന്നെത്തി.

1994-ൽ ടൈപ്പിങ് യുഗം അവസാനിച്ചു. കമ്പ്യൂട്ടർ സർവസാധാരണമായി. പഴഞ്ചൻ ഹൽഡ ടൈപ്റൈറ്റർ പെരുമാൾ വിൽക്കാതെ വീട്ടിൽ കൊണ്ടു

വന്നു, ഒരു സുഖമുള്ള ഓർമയുണർത്തുവാനായി. അതിപ്പോൾ അദ്ദേഹത്തിന്റെ മറിയുടെ മൂലയിൽ സ്ഥാനം പിടിച്ചിട്ടുണ്ട്. തികഞ്ഞ സ്നിഗ്ധതയോടെ പെരുമാൾ അത് പൊടി തട്ടി എണ്ണയിടും. കൈവിരലുകൾ കീ ബോർഡിൽ വെറുതെ ചലിപ്പിക്കുകയും ചെയ്യും. അപ്പോൾ അദ്ദേഹത്തിന്റെ കണ്ണു നിറയും.

കോകില ബീകോം പാസ്സായി. ജീവിതത്തിന്റെ പരുക്കൻ യാഥാർത്ഥ്യങ്ങൾ അവളെ വെട്ടൊന്ന് മുറി രണ്ട് എന്ന സ്വഭാവക്കാരിയാക്കി.

അവൾക്ക് തുടർന്ന് പഠിക്കണമെന്ന് ആഗ്രഹമുണ്ടായിരുന്നെങ്കിലും വീട്ടിലെ സാമ്പത്തിക പ്രതിസന്ധിമൂലം ആദ്യം ലഭിച്ച ജോലി അവൾ സ്വീകരിച്ചു. മസ്ജിദിലെ ഒരു ഓഫീസിൽ കണക്കുകൾ കൂട്ടിയും കുറച്ചും ജീവിതം തള്ളിനീക്കി. പെരുമാളുടെ രണ്ടാമത്തെ മകൾ അഖില ഡിഗ്രിക്കു ചേർന്നു. ആനന്ദവികടനും കൽക്കിയും വായിച്ചിരുന്ന കോകില മിൽസ് & ബൂൺസിലും ഇർവിങ് വാലസിലും നിറഞ്ഞിരുന്ന പ്രേമകഥകൾ വായിക്കാനാരംഭിച്ച് ഹരം കൊണ്ടു. കിഷോർകുമാറും ലതാ മങ്കേഷ്കറും പാടിയ പ്രേമഗാനങ്ങൾ അവൾ മൂളാൻ തുടങ്ങി. ഫെയർ & ലവ്ലി പുരട്ടി തന്റെ ഇരുണ്ട നിറം വെളുപ്പിക്കാനും അവൾ ശ്രമിച്ചുകൊണ്ടിരുന്നു. പിച്ചകപ്പൂ ചൂടി പൗഡറിട്ട് കൺമഷിയെഴുതി ചുരിദാറുകൾ മാറ്റി മാറ്റി കോകില എപ്പോഴും സൗന്ദര്യവതിയാവാൻ കിണഞ്ഞ് പരിശ്രമിച്ചുകൊണ്ടിരുന്നു. സേതുലക്ഷ്മി അവളിൽ വരുന്ന മാറ്റം ശ്രദ്ധിക്കാതിരുന്നില്ല. ഈ പ്രായത്തിൽ പെൺകുട്ടികൾ അണിഞ്ഞൊരുങ്ങുന്നത് സ്വാഭാവികമാണല്ലൊ.

സയൺ സ്റ്റേഷനിൽ 09:15ന് വന്നെത്തുന്ന താനെ ലോക്കൽ പിടിക്കുവാൻ അവൾ ദിനവും ബദ്ധപ്പെട്ടു. ഓഫീസിൽ നിന്ന് കൃത്യസമയത്ത് ഇറങ്ങിയിരുന്ന കോകില എന്നും വൈകി വീട്ടിലെത്താൻ തുടങ്ങി. അതിനവൾ ഓരോ കാരണങ്ങൾ പറഞ്ഞുകൊണ്ടിരുന്നു.

ഒടുവിൽ ഒരു ശനിയാഴ്ച വീറ്റിയിലെ സ്റ്റെർലിങ് തിയറ്ററിനു മുന്നിൽ കോകില ഒരു മറാഠി പയ്യനുമായി സംസാരിച്ചുകൊണ്ടിരുന്നത് അവിചാരിതമായി അതുവഴി വന്ന പെരുമാൾ കണ്ടു.

അയാളുടെ സപ്തനാഡികളും തളർന്നുപോയി. അയാൾ സ്തബ്ധനായി അവിടെ നിന്നു. കുറച്ചിട കഴിഞ്ഞ് ആ പയ്യനും കോകിലയും തിയറ്ററിലേക്ക് കയറിപ്പോകുന്നതും പെരുമാൾക്ക് കാണേണ്ടി വന്നു.

അദ്ദേഹം വീട്ടിലെത്തി. വിവരം വളരെ സാവകാശം സേതുലക്ഷ്മിയോട് പറഞ്ഞു. അവർക്ക് സഹിക്കാനായില്ല. കോകിലയെത്തിയപ്പോൾ രാത്രി ഒമ്പതു കഴിഞ്ഞിരിക്കുന്നു. വന്നപാടെ അവളുടെ അമ്മ കോകിലയുടെ കവിളിൽ ആഞ്ഞടിച്ചു. കോകില ആദ്യം ശബ്ദിച്ചില്ല. പിന്നീട് അവൾ സധൈര്യം താൻ ആ പയ്യനുമായി പ്രേമത്തിലാണെന്നും വിവാഹം ചെയ്യാൻ പോകയാണെന്നും അറിയിച്ചു. ആ കുടുംബത്തിന് സഹിക്കാനായില്ല. സേതുലക്ഷ്മി പാത്രങ്ങൾ വലിച്ചെറിയുകയും ഒരു ഹിസ്റ്റീരിയബാധിതയെപ്പോലെ പെരുമാറാനും തുടങ്ങി.

കോകിലയെ അനുനയിപ്പിച്ച് ആ ബന്ധത്തിൽ നിന്ന് പിന്മാറാൻ പലകുറി പെരുമാൾ ശ്രമിച്ചെങ്കിലും പിടിവാശിക്കാരിയായ പെൺകുട്ടി തന്റെ തീരുമാനത്തിൽ നിന്ന് ഒരു അണുപോലും മാറിയില്ല. ഇതിനിടെ അഖിലയെത്തി. അവൾക്കൊന്നും മനസ്സിലായില്ല.

"അമ്മ പശിക്കറ്ത്. ഏതാവത് കൊടുങ്കോ." അവൾ സേതുലക്ഷ്മിയോട് പറഞ്ഞു.

പെരുമാൾ ചുവരിലെ ക്ലോക്കിൽ നോക്കി അഖിലയോടു ചോദിച്ചു.

"കോളജ് കഴിഞ്ച് ഇവ്വളവ് നേരമാച്ച്, എങ്കെ പോയിരുന്താൾ?"

"ട്യൂഷനിര്ക്കറത് തെരിയാതഅപ്പാ?"

അപ്പോൾ സമയം ഏഴുമണിയോടടുത്തിരുന്നു. തകര ടിന്നുകളിൽ മഴത്തുള്ളികൾ വീഴുന്ന ശബ്ദം.

പെരുമാൾ എഴുന്നേറ്റ് വാതിലടച്ചു.

"കോകില എപ്പടി?"

ആ ചോദ്യം അറിയാതെ വീണുപോയി. എല്ലാവരും അപ്പോൾ മൂകരായി. സേതുലക്ഷ്മി തേങ്ങിക്കരയാനാരംഭിച്ചു. പെരുമാൾ ഒന്നും മിണ്ടിയില്ല. എന്തോ അശുഭകരമായ കാര്യം സംഭവിച്ചിട്ടുണ്ടെന്ന് മനസ്സിലായി. പെരുമാളുടെ കണ്ണുകളിൽ നിന്ന് കണ്ണീർകണങ്ങൾ മുഖമാകെ പരന്നു.

കോകിലയുടെ കാര്യം ചോദിക്കേണ്ടിയിരുന്നില്ലെന്ന് അപ്പോൾ തോന്നി. അഖില എന്നെ മിഴിച്ചുനോക്കി. ഒടുവിൽ പെരുമാൾ വിക്കിവിക്കിപ്പറഞ്ഞു.

"കോകില തർക്കൊലൈ പണ്ണിനാൾ."

"കോകില മറാഠിപ്പയ്യൻ അഭിലാഷുമായുള്ള പ്രണയബന്ധത്തിൽ നിന്ന് പിന്മാറിയില്ല. ഞങ്ങൾ അവളെ ഗുണദോഷിച്ചും ഭീഷണിപ്പെടുത്തിയും നോക്കിയെങ്കിലും വഴങ്ങിയില്ല. വീണ്ടും പഴയ പൂജാരിയെത്തി. അയാൾ ഉറുക്ക് ജപിച്ച് കോകിലയുടെ കൈയിൽ കെട്ടിക്കൊടുത്ത് മന്ത്രോച്ചാരണം നടത്തി. അവളെ കുറച്ചുനാളുകൾക്ക് പെരുമാളുടെ സഹോദരന്റെ വീട്ടിൽ കൊണ്ടുചെന്നാക്കി. പെട്ടെന്നൊരു ദിവസം റബ്ബർ പന്തടിച്ചപോലെ കോകില വീട്ടിലെത്തി അഭിലാഷിനെ വിവാഹം ചെയ്തു തന്നില്ലെങ്കിൽ താൻ ആത്മഹത്യ ചെയ്യുമെന്ന് ഉറക്കെ പ്രഖ്യാപിച്ചു. എന്തിനേറെ, ഒടുവിൽ, അഭിലാഷുമായുള്ള വിവാഹം നടന്നു. അവർ നെരൂളിലേക്ക് താമസം മാറ്റി. ശനി, ഞായർ ദിവസങ്ങളിൽ ധാരാവിയിലെ വീട്ടിലെത്തി. സേതുലക്ഷ്മി അവർക്ക് കൂട്ടും പൊരിയലും കോഴിക്കുളമ്പും വെച്ചു വിളമ്പി. നവദമ്പതികൾ ആഹ്ലാദചിത്തരായി തിരിച്ചുപോയി."

"മാസങ്ങൾ അഞ്ചാറു കഴിഞ്ഞു. പിന്നീടൊരുനാൾ കോകില ഒറ്റയ്ക്ക് വീട്ടിലെത്തി. അവൾ മൂന്നു മാസം ഗർഭിണിയായിരുന്നു. ആഴ്ചകൾ പലതു കഴിഞ്ഞു. അഭിലാഷ് അവളെ അന്വേഷിക്കാൻ വന്നില്ല."

“ഒരു നാൾ അഭിലാഷ് മദ്യപിച്ചെത്തി. രണ്ടു ലക്ഷം രൂപ വേണമെന്നാവശ്യപ്പെട്ടു. അല്ലെങ്കിൽ കോകില വീട്ടിൽ നിൽക്കുമെന്നയാൾ ഭീഷണിപ്പെടുത്തി. അവരുടെ കൈയിൽ വിൽക്കാനോ പണയം വെക്കാനോ യാതൊന്നുമില്ലായിരുന്നെങ്കിലും എവിടെനിന്നോ അമ്പതിനായിരം രൂപ സംഘടിപ്പിച്ച് അഭിലാഷിന് നൽകി. അയാൾ അന്നുതന്നെ കോകിലയേയുംകൊണ്ട് സ്ഥലം വിട്ടു, വീണ്ടും വരുമെന്നും ബാക്കി തുക അപ്പോൾ നൽകണമെന്നും ഉള്ള വ്യവസ്ഥയിൽ.”

“കോകില ജോലി ഉപേക്ഷിച്ചു. കോകിലയെ ധാരാവിയിലേക്ക് തിരിച്ചുകൊണ്ടുവന്നു. രണ്ടുമൂന്ന് മാസത്തിനുശേഷം അവൾ ഒരു പെൺകുഞ്ഞിന് ജന്മം നൽകി. വിവരം അഭിലാഷിനെ അറിയിച്ചെങ്കിലും അയാൾ കുഞ്ഞിനെ കാണാനെത്തിയില്ല. പെരുമാൾ അയാളെ അന്വേഷിച്ച് ഓഫീസിൽ ചെന്നെങ്കിലും ജോലി രാജിവെച്ച് എവിടെയോ പോയി എന്നാണ് അറിയാൻ കഴിഞ്ഞത്. കോകില മൂകയായി. അവൾ ഭക്ഷണം കഴിച്ചില്ല. കുളിച്ചില്ല. എപ്പോഴും ഉറങ്ങിക്കൊണ്ടിരുന്നു. കുഞ്ഞിനേയും അവൾ ശ്രദ്ധിച്ചില്ല. ദീവാളിയെത്തി. കോകില കുഞ്ഞിനേയുംകൊണ്ട് എവിടേക്കോ പോകയാണെന്ന് പറഞ്ഞ് വീട്ടിൽ നിന്നിറങ്ങി. ഗലികളിൽ ജനം പടക്കം പൊട്ടിക്കുന്നു. പുതുവസ്ത്രങ്ങളണിഞ്ഞ് അവർ ദീവാളി ആഘോഷിച്ചു. ഉത്സവത്തിന്റെ ഭാഗമായി. അയൽവീടുകളിൽ മധുര പലഹാരങ്ങൾ നൽകുന്ന പതിവനുസരിച്ച് സേതുലക്ഷ്മിയും അഖിലയും പുറത്തുപോയിരിക്കുന്നു.”

“അവൾ എപ്പോഴോ മടങ്ങിയെത്തിയിരിക്കണം. ഞാൻ ഏതോ ആവശ്യത്തിന് മാട്ടുംഗയിലായിരുന്നു. അയൽപക്കത്തുള്ള സ്ത്രീ മധുരപലഹാരങ്ങളുമേന്തി കോകിലയെ കതകിൽ മുട്ടിവിളിച്ചു. അകത്തുനിന്ന് ആരും ശബ്ദിച്ചില്ല. അവർ ഉറക്കെയുറക്കെ വിളിച്ചെങ്കിലും പടക്കം പൊട്ടുന്ന ശബ്ദമുഖരിതയിൽ അകത്തുള്ള ശബ്ദം ഒന്നും കേൾക്കുമാറായിരുന്നില്ല. കുറച്ചിട കഴിഞ്ഞ് അവർ പിൻവാങ്ങി. മധുരപലഹാരവിതരണത്തിനിറങ്ങിയ സേതുലക്ഷ്മിയും മകളും തിരിച്ചുവന്നു. വാതിൽക്കലെത്തിയപ്പോൾ തുണി കത്തുന്ന മണം. അകത്തുനിന്ന് പൂട്ടിയ വാതിൽ എങ്ങനെയോ തുറന്ന് ഉള്ളിൽ പ്രവേശിച്ചപ്പോൾ കോകില വീടിന്റെ കഴുക്കോലിൽ കെട്ടിത്തൂങ്ങി നിൽക്കുന്നു. കുഞ്ഞിനെ തുണിയിൽ പൊതിഞ്ഞ് മണ്ണെണ്ണയിൽ മുക്കി തീ കൊളുത്തിയിട്ടുമുണ്ട്. രക്തത്തിൽ കുതിർന്ന കോകിലയുടെ സാരി ഒരു വശത്ത് കിടക്കുന്നുണ്ടായിരുന്നു.”

“അയൽപക്കക്കാർ ഓടിയെത്തി. കോകിലയും കുഞ്ഞും ജീവൻ വെടിഞ്ഞിരുന്നു. അവളുടെ കണ്ണുകളും നാവും പുറത്തേക്കുന്തി കാണപ്പെട്ടു. കുറച്ചിട കഴിഞ്ഞ് ഞാൻ അവിടെയെത്തി. സേതുലക്ഷ്മി ബോധരഹിതയായി നിലംപതിച്ചു. അഖില കരഞ്ഞുകൊണ്ടിരിക്കുന്നു. പൊലീസ് എത്തി രണ്ടു ജഡങ്ങളും പോസ്റ്റുമോർട്ടത്തിന് അയച്ചു. കോകില അഭിലാഷിനെ വകവരുത്തിയശേഷമാണ് തിരിച്ചുവന്നിരിക്കുന്നതെന്ന് അവർക്ക് മനസ്സിലായി.”

അതോടെ ഒരു പൊൻതാരകമായി ഉയർന്ന കോകില ഒരു ഉൽക്കയായി ഇവിടെ അവസാനിച്ചു. പെരുമാൾ കണ്ണുതുടച്ചു. സേതുലക്ഷ്മി ഒരു വിഡ്ഢിച്ചിരി ചിരിച്ചു. മെല്ലെ കസേരയിൽ നിന്നെഴുന്നേറ്റു. ഗലികളിൽ ഒഴുകുന്ന വെള്ളംപോലെ കോകിലയുടെ ജീവിതം എങ്ങോ പോയി അവസാനിച്ചു. മഴ തിമർത്ത് പെയ്യാൻ തുടങ്ങി.

മഹാനഗരത്തിലെ ഒന്നരക്കോടി വരുന്ന ജനസംഖ്യയിൽ 22% തമിഴ് വംശജരാണ്. അവരിൽ നല്ലൊരു ഭാഗം ധാരാവിയിൽ വസിക്കുന്നു. മാട്ടുംഗ, സയൺ, ചെമ്പൂർ, ഡോംബിവിലി എന്നിവിടങ്ങളിലും താനേയിലും മറ്റുമായി താഴേക്കിടയിലുള്ളവരും മധ്യവർഗത്തിൽപെട്ടവരും സമ്പന്നരും ഇടകലർന്ന് ജീവിക്കുന്നു.

കോർപറേറ്റ് ഹൗസുകളിലും ബാങ്കുകളിലും ഉന്നത ഉദ്യോഗം വഹിക്കുന്ന ധാരാളം തമിഴരുണ്ട്. പൊങ്കലും ആടിമാസവും ദീപാവലിയും ഇക്കൂട്ടർ സമുചിതമായി ആഘോഷിക്കുന്നു.

ചെമ്പൂരിൽ താമസിക്കുന്ന കാലത്ത് 08:20ന്റെ വീറ്റി ലോക്കലിൽ പതിവായി സഞ്ചരിക്കുമ്പോൾ ചില തമിഴ് ബ്രാഹ്മണ സുഹൃത്തുക്കൾ ഉണ്ടായിരുന്നു. അവർ എപ്പോഴും ഭക്ഷണത്തിന്റേയും ശമ്പളത്തിന്റേയും ഡി.എയുടേയും ടി.എയുടേയും ക്രിക്കറ്റിന്റേയും കാര്യങ്ങൾ മാത്രം സംസാരിച്ചു. ലോകത്തിന്റെ ഏതു കോണിൽ ചെന്നാലും തമിഴർ ഇത്തരം കാര്യങ്ങൾ മാത്രമാണ് സംസാരിക്കുകയത്രേ.

ഇന്ത്യാ-ചൈന യുദ്ധകാലത്ത് ചൈനീസ് ഭാഷ പഠിക്കാൻ ശ്രമിച്ചിരുന്ന ചില തമിഴ്‌വംശജരെ കാർട്ടൂണിസ്റ്റും സംവിധായകനുമായ അരവിന്ദൻ തന്റെ 'ചെറിയ ലോകവും വലിയ മനുഷ്യരും' എന്ന കാർട്ടൂൺ പരമ്പരയിൽ അവതരിപ്പിച്ചിട്ടുണ്ട്. അതിലെ റാംസ്വാമി എന്ന ഒരു കഥാപാത്രം തന്റെ വിവാഹക്കുറി നൽകുമ്പോൾ രാമുവിനോട് പറയുന്നത് ശ്രദ്ധിക്കുക.

'രാമു, ഗിഫ്റ്റായി ഫാൻസി കീൻസി ഒണ്ണുമേ വേണ്ട.

എതാവത് ഉട്ടൻസിൽസ് മട്ടും പോതും.

■

മഹാനഗരത്തിലെ തമിഴകം

സയൺ സ്റ്റേഷനിൽ വന്നിറങ്ങിയപ്പോൾ സമയം രാവിലെ പത്തുമണി. പ്ലാറ്റ്ഫോമിൽ ബഹുവർണപ്പാവാടയണിഞ്ഞ പെൺകുട്ടികളും ചെത്തു പിള്ളേരും കൂട്ടം കൂട്ടമായി നീങ്ങിക്കൊണ്ടിരിക്കുന്നു. ഡബ്ബാവാലകളുടെ തിക്കും തിരക്കും ശ്രദ്ധിച്ചുനിൽക്കുന്നതിനിടയിൽ സുഹൃത്ത് വിനു വഡ്ഗാവ്കർ തോളിൽ കൈവെച്ചു.

അടുത്ത ട്രെയിനിൽ ആളുകൾ വന്നിറങ്ങി. ചിതറി. "ഒരു നീണ്ട വാചകത്തിൽനിന്ന് അക്ഷരങ്ങൾ വഴുതി വീഴുന്നപോലെ." എന്ന ദിലീപ് ചിത്രേയുടെ പ്രസിദ്ധവരികൾ ഓർമ്മിച്ചു. ആൾക്കൂട്ടത്തിൽ ലയിച്ച് ഞങ്ങൾ സ്റ്റേഷന്റെ പുറത്തുകടന്നു. ധാരാവി –ഏഷ്യയിലെ ഏറ്റവും വലിയ ചേരിപ്രദേശത്തേക്ക്.

ചിമ്മിണിക്കട്ടകളും ആസ്ബസ്റ്റോസും മേഞ്ഞ ചെറിയ കെട്ടിടങ്ങളുടെ നീണ്ട നിരയും വളഞ്ഞും പുളഞ്ഞുമുള്ള ഗലികളും ഗട്ടറുകളും പിന്നിട്ട് ധാരാവിയിലെ നയാചാളിലൂടെ മുന്നോട്ടുനീങ്ങവേ വഴിയിൽ സൽവാർ കമ്മീസും ദുപ്പട്ടയും ധരിച്ച വൃദ്ധയായ ഒരു സ്ത്രീ. വീടിന്റെ മുൻവശത്തുള്ള മരത്തിന് താഴെ ഇട്ടിരിക്കുന്ന കയറുകട്ടിലിലിരുന്ന് അരിയിലെ കല്ലു പെറുക്കുകയാണ്. മുടി ഹെന്ന ചെയ്ത് ചുവപ്പിച്ചിരിക്കുന്നു. കാതിൽ ലോലാക്കുകളും മൂക്കിൽ മൂക്കുത്തിയുമുണ്ടെങ്കിലും അവരൊരു മലയാളിയെന്ന് നെറ്റിയിൽ എഴുതിവെച്ചപോലെ. തലയുയർത്തി ഞങ്ങളുടെ നേരെ നോക്കി പുഞ്ചിരിച്ച് ചോദിച്ചു. 'ക്യാ ചാഹിയേ?'

ധാരാവി ഒന്നു കാണണമെന്നു കരുതി വന്നതാണ്. ഞങ്ങളുടെ ഉത്തരം അവരെ അദ്ഭുതപ്പെടുത്തിയിരിക്കണം. കൈയിലെ ക്യാമറയും മറ്റും കണ്ടിട്ടാകണം ഞങ്ങളോട് കട്ടിലിലിരിക്കാൻ പറഞ്ഞു. ഇവരുടെ പേര് മൈമൂന. ബേപ്പൂർ സ്വദേശിനി. പതിനഞ്ചാം വയസ്സിൽ വിവാഹിതയായി ബോംബെയിലേക്ക് വന്ന് ഇപ്പോൾ അമ്പത്തഞ്ചു വർഷമായി.

അന്ന് ചതുപ്പുനിലങ്ങളും ആൾപൊക്കമുള്ള പുല്ലുകളും നിറഞ്ഞ ഈ പ്രദേശത്ത് അധികം താമസക്കാരുമുണ്ടായിരുന്നില്ല.

"മലബാർ സംഘത്തിലെ ഒരു 'ജാത്‌വാല' (സ്വജാതിക്കാരൻ) താൽക്കാലിക അഭയം ധാരാവിയിൽ നൽകി. ദാദമാരുടെ കാലമായിരുന്നു അത്. അവർ

സ്ഥലങ്ങൾ വെട്ടിപ്പിടിക്കുകയും മുളയും ടാർപ്പായയും തകിടും ഉപയോഗിച്ച് കുടിലുകൾ കെട്ടി വിറ്റ് ആദായമുണ്ടാക്കുകയും ചെയ്തു. മഴ വരുമ്പോൾ വെള്ളത്തിൽ മുങ്ങിയിരുന്ന ഞങ്ങൾ കുടിവെള്ളത്തിനുവേണ്ടി അടിപിടി കൂടി. ഹിന്ദുക്കളും മുസ്‌ലിങ്ങളും മറ്റു ജാതിക്കാരും തിങ്ങിപ്പാർക്കുന്ന ഈ സ്ഥലത്ത് 'ഹറാമി'കളുമുണ്ടായിരുന്നു."

അവർ പറഞ്ഞു. "വെളിക്കിരിക്കാൻ കക്കൂസുകളുണ്ടായിരുന്നില്ല. അതിനായി പുല്ലുകൾ നിറഞ്ഞ പ്രദേശങ്ങളിലേക്ക് ചെറിയ തകര ടിന്നുകളിൽ വെള്ളവുമായി പോയി. ഞങ്ങളുടെ ഭർത്താക്കന്മാരിൽ ചിലർ മദ്യപിച്ചു വന്ന് ബഹളമുണ്ടാക്കി സ്ത്രീകളെ മർദ്ദിക്കുകയും ചെയ്തു. കുപ്രസിദ്ധ കുറ്റവാളികളായ രംഗയും ബില്ലയും അക്രമവാസനയുള്ള മനോരോഗി രാമൻ രാഘവനും ഇവിടം താവളമാക്കി. അയാൾ ഞങ്ങളുടെ മൂന്നു സ്ത്രീകളെ മൃഗീയമായി വധിച്ചു."

"പോക്കറ്റടിക്കാരും മറ്റു ക്രിമിനലുകളും ഇവിടെ ധാരാളമായി ഒളിത്താവളങ്ങൾ തേടിയെത്തി."

കൊടുംയാതനകളിൽ നിന്നാരംഭിച്ച ഈ ജീവിതം ഇന്ന് ഏറെക്കുറെ ശരിയായ ട്രാക്കിൽ നീങ്ങുന്നുണ്ടെന്നു വേണം മൈമുനയുടെ മുഖഭാവത്തിൽനിന്ന് മനസ്സിലാക്കാൻ. ഡ്രൈവറായിരുന്ന ഭർത്താവ് മരിച്ച് പതിനഞ്ചു വർഷങ്ങളായി. മക്കൾ രണ്ടുപേരും 'ബ്ലൂ കോളർ' ജോലിക്കാരാണ്. (കോർപ്പറേറ്റ് ഓഫീസുകളിലെ ക്ലാസ് ഫോർ ജീവനക്കാരെയാണ് മുംബൈക്കർ ബ്ലൂ കോളർ എന്നു വിളിക്കുക.) അല്പസ്വല്പം ഇംഗ്ലീഷ് വാക്കുകളും മറാഠിയും തമിഴും ഹിന്ദിയും ഉറുദുവും കലർന്ന മൈമുനയുടെ സംഭാഷണം തികച്ചും 'ബംബയ്യ' തന്നെ. വിവാഹിതയായി നാളിതുവരെ നാടുകണ്ടിട്ടില്ലെങ്കിലും അവർ- "വരിക്കച്ചക്ക തേനിൽ മുക്കിത്തിന്നത് പോലൊരു രസമുണ്ട്. വെറും വയറ്റിൽ നെയ്ച്ചോറുണ്ട് തളർന്നതുപോലൊരു രസമുണ്ട്." എന്ന പ്രസിദ്ധമായ ആ കെസ്സുപാട്ടിന്റെ ഈരടികൾ തെറ്റുകൂടാതെ മൂളിപ്പാടി. ഒരുപക്ഷേ ഗൃഹാതുരത്വം അവരെ വേദനിപ്പിക്കുന്നുണ്ടാകാം. യാത്ര പറയുമ്പോൾ അവർ പറഞ്ഞു. "മുംബൈ നമ്മുടെ ദേശംപോലെയല്ല. അമ്പതു ഗ്രാമങ്ങളിലെ ജനങ്ങൾ ഇവിടെ പാർക്കുന്നു."

"യേ അള്ളാ കാ ഗാവ് ഹെ." അവർ ആകാശത്തേക്ക് വിരൽ ചൂണ്ടി പറഞ്ഞു.

അവസ്ഥാന്തരം

ഇന്ത്യയുടെ നാനാഭാഗത്തുനിന്നും ജനം ജോലി തേടി മുംബൈയിലെത്തുന്നു. നല്ലൊരു ഭാഗം ധാരാവിയിലും. ആലങ്കാരികമായി പറയുകയാണെങ്കിൽ അവർ ഹിന്ദി സിനിമാഭാഷയിൽ സംസാരിക്കുന്നു. ജീവിക്കുന്നു. തുണിമില്ലുകൾ സജീവമായിരുന്ന കാലത്ത് തൊഴിൽക്ഷാമം ഇല്ലായിരുന്നു. അവ യടച്ചപ്പോൾ അനേകർ തൊഴിൽരഹിതരായി. ഗ്രാമങ്ങളിലേക്കു തിരിച്ചു പോകാതെ അവരിൽ ഭൂരിഭാഗവും ധാരാവിയിൽ തങ്ങി. ചിലർ ചെറിയ

ജോലികൾ ചെയ്തു ജീവിച്ച് പട്ടിണിയും പരിവട്ടവുമായി ലോകം വെടിഞ്ഞു. നഗരവൽക്കരണത്തിന്റെ ഭാഗമായി മഹാനഗരം സൗത്ത് മുംബൈയിൽ നിന്നോടിച്ച, സ്വന്തം മേൽവിലാസമില്ലാത്ത പലരും താർദേവ്, റേ റോഡ്, ഖേത്വാടി. സോനാപ്പൂർ എന്നിവിടം വിട്ട് ധാരാവിയുടെ ചതുപ്പിൽ ചേക്കേറി. അറവുമാലിന്യങ്ങളും മറ്റുള്ളവയും കെട്ടിടനിർമ്മാണ അവശിഷ്ടങ്ങളും വഹിച്ച് ലോറികൾ ധാരാവിയിലൂടെ പാഞ്ഞു.

ധാരാവിയുടെ പടിഞ്ഞാറ് മാഹിമും ബാന്ദ്രയും. വടക്ക് മിത്തി നദി മാഹിം ക്രീക്കിലൂടെ അറബിക്കടലിൽ പതിക്കുന്നു. കിഴക്കും തെക്കും സയണും മാട്ടുംഗയും സ്ഥിതി ചെയ്യുന്നു.

ഉദ്ദേശം ഇരുന്നൂറ് ഹെക്ടറിൽ വിസ്തൃതമായ ധാരാവിയിൽ ഒരേക്കറിൽ ഇരുപതിനായിരം പേർ പാർക്കുന്നു എന്നാണ് 2005-ൽ കണക്കാക്കപ്പെട്ടിരിക്കുന്നത്. അപ്പോൾത്തന്നെ ഇവിടെയുള്ള ഇന്നത്തെ ജനസംഖ്യ എത്രയെന്ന് ഊഹിക്കാം. അംഗീകൃത ചാളുകളിൽ താമസിക്കുന്നതിന് മഹാരാഷ്ട്ര സർക്കാർ ഫോട്ടോ പാസ് (ഐ.ഡി. കാർഡ്) നൽകിയിട്ടുണ്ട്.

വിവിധ ഭാഷക്കാരും മതവിശ്വാസികളുമായ തൂപ്പുകാർ, ചെറുകിട ജോലിക്കാർ, തെരുവുവില്പനക്കാർ തുടങ്ങിയവരാണ് ഇവിടെയുള്ള നിവാസികളിൽ അധികവും. വെള്ളം, വൈദ്യുതി, ടോയ്‌ലെറ്റുകൾ എന്നിവ ഉപയോഗിക്കാൻ സർക്കാർ അവ നിർമ്മിച്ചുനൽകിയിരിക്കുന്നു.

പക്ഷേ ഈ ചാളുകൾ എപ്പോഴും പൊളിച്ചുനീക്കലിന്റെ കരിനിഴലിലത്രേ.

കവിഞ്ഞൊഴുകുന്ന ജീവിതം

മാഹിം-സയൺ മെയ്ൻ റോഡിന് പുറകുവശത്തായി സ്ഥിതിചെയ്യുന്ന കെട്ടിടങ്ങളും ചാളുകളും നിറഞ്ഞതാണ് കാമരാജ് നഗർ. തിരുനെൽവേലി ജില്ല മുംബൈയിൽ പറിച്ചുനട്ട പ്രതീതി. ധാരാവിയിലെ ജനസംഖ്യയിൽ മൂന്നിലൊന്ന് തമിഴ് വംശജർ. ലുങ്കിയും ബനിയനും ധരിച്ച പുരുഷന്മാരും മുറുക്കിച്ചുവപ്പിച്ച ചുണ്ടുകളും എണ്ണ തേച്ച് കോതിക്കെട്ടിയ മുടിയും കടും നിറത്തിലുള്ള ചേലയും ധരിച്ച സ്ത്രീകളും എവിടെയുമുണ്ട്. തമിഴ് മാത്രമാണ് നിങ്ങൾക്കിവിടെ കേൾക്കാൻ കഴിയുക. മാർവാടികളുടെ കടകളിൽ പോലും തമിഴ് സൈൻ ബോർഡുകൾ മാത്രം. വീട്ടുവാതിലിൽ മാവില തോരണങ്ങളും ചാർത്തിയിട്ടുണ്ട്. സിറ്റൗട്ടുകളിൽ അരിപ്പൊടി കോലങ്ങളും. പുറത്ത് കുട്ടികൾ ഗോട്ടി കളിയിലും ക്രിക്കറ്റിലും മുഴുകിയിരിക്കുകയാണ്.

മേരി ബ്രിട്ടോയെ ആദ്യമായി കാണുന്നത് ഫോർട്ടിലെ ഒരു അഡ്വർടൈയ്സിങ് ഏജൻസിയിൽ വെച്ചാണ് -25 വർഷങ്ങൾക്കു മുമ്പ്.

അന്നവർക്ക് 20-22 പ്രായം. കാമരാജ് നഗറിലെ അഡ്രസ്സിൽ അവരെ കണ്ടുപിടിക്കാൻ അധികം ബുദ്ധിമുട്ടുണ്ടായില്ല. ഇപ്പോഴവർ കുട്ടികൾക്ക് ട്യൂഷൻ നല്കുന്ന ടീച്ചറമ്മയായിരിക്കുന്നു. അവർ ഞങ്ങളെ സഹർഷം സ്വാഗതം ചെയ്തു. നീണ്ട മൂക്കുള്ള മേരി ബ്രിട്ടോവിന് ഇരുനിറമാണ്. രണ്ടു

കുട്ടികളുടെ അമ്മയുമായി. ഭർത്താവ് ഗൾഫിൽ ഡ്രൈവറാണത്രേ. പ്രീയൂണിവേഴ്സിറ്റിയും ടൈപ്പിങ്ങും പഠിച്ച് അവർ തിരുനെൽവേലിയിൽ നിന്നെത്തിയത് 1976-ൽ. ആദ്യം ദാദറിലെ ഒരു ബുക്ഷോപ്പിലും പിന്നീട് ഫോർട്ടിലെ ഇടത്തരം അഡ്വർടൈസിങ് സ്ഥാപനത്തിലും ചേർന്നു. അഞ്ചു കൊല്ലത്തിനു ശേഷം നിർഭാഗ്യവശാൽ ആ സ്ഥാപനം കടം കയറി പൂട്ടിപ്പോയി. പിന്നീട് മേരി തെരഞ്ഞെടുത്ത ജീവിതമാർഗമാണ് ട്യൂഷൻ. 12,000 രൂപയോളം പ്രതിമാസ വരുമാനമുള്ള മേരി വീടു മാറാത്തതെന്തേ എന്ന ചോദ്യത്തിന് "ധാരാവി - പ്രത്യേകിച്ച് കാമരാജ് നഗർ വിട്ടുപോകാൻ ഇഷ്ടമില്ല" എന്നായിരുന്നു ഉത്തരം. 180 ചതുരശ്ര അടി വിസ്തീർണമുള്ള മുറിയുടെ തറ ടൈൽസ് ഇട്ട് മോടി പിടിപ്പിച്ചിരിക്കുന്നു. മുറിയിൽ ഫ്രിഡ്ജ്, വിദേശനിർമ്മിത ടി.വി, ഡിവീഡി പ്ലെയർ എന്നിവയും മറ്റ് അലങ്കാരവസ്തുക്കളും കണ്ടു. ഇതിനിടെ ടംബ്ലറിൽ ഫിൽറ്റർ കോഫിയെത്തി. മേരിയുടെ അമ്മ സാറ മുറിയിലേക്ക് തല നീട്ടി അപ്പോൾതന്നെ അടുക്കളഭാഗത്തേക്കു വലിഞ്ഞു. അവരുടെ മൂത്ത മകൻ സെക്കന്റ് ബി.സി.എയ്ക്കു പഠിക്കുന്നു. ഭാവിയിൽ എന്തായിത്തീരണം എന്ന ചോദ്യത്തിന് "ഐ വാണ്ട് ടു ബി എ സോഫ്റ്റ്‌വെയർ എൻജിനീയർ" എന്ന് അവൻ ഉത്തരമേകി.

മുംബൈയിൽ വരുമ്പോൾ ഇവിടെ വരണമെന്നും വല്ലപ്പോഴും ധാരാവിയുടെ മക്കളെ ഓർക്കണമെന്നും യാത്രാമൊഴി ചൊല്ലി മേരി ബ്രിട്ടോ ഞങ്ങളെ യാത്രയാക്കി.

കാമരാജ് നഗറിന്റെ വടക്കേ അറ്റത്തുള്ള പൊങ്കൽ വീട്ടിലാണ് കണ്ണൻ എന്ന സെക്രട്ടറിയേറ്റ് ജീവനക്കാരൻ താമസിക്കുന്നത്. കിടക്കാൻ ഒരിടവും കുളിക്കാൻ ഒരു പൊതുടാപ്പും പൊതുകക്കൂസുമുള്ള ലോഡ്ജുകളെയാണ് പൊങ്കൽ വീടുകളെന്നു പറയുക. നാല്പത്-അറുപത് പേർ തറയിൽ പായ വിരിച്ചു കിടക്കും. അവരുടെ പെട്ടിവെക്കാനുള്ള സൗകര്യവും ഇത്തരം വീടുകളിലുണ്ട്. വാടകയ്ക്ക് വീടെടുക്കാൻ കഴിയാത്ത ഒറ്റത്തടിക്കാർക്ക് പൊങ്കൽ വീടുകൾ അഭയകേന്ദ്രങ്ങളാണ്. കണ്ണൻ മന്ത്രാലയയിൽ ജോലിക്കുചേർന്ന് വളരെ നാളുകളായി. അവിവാഹിതനാണ്. മറ്റൊരാൾ മുരുകൻ. ധാരാവിയിലെ 90 അടി റോഡിന് സമീപമുള്ള ഗലിയിലാണ് താമസിക്കുന്നത്. മാട്ടുംഗ ലേബർ ക്യാമ്പിൽ ഡി.ടി.പി. സെന്റർ നടത്തിവരുന്ന അയാൾ ദക്ഷിണ ആർക്കോണം ജില്ലക്കാരൻ. മാഹിയിലെ ഒരു കമ്പനിയിലെ ഏറ്റവും നല്ല ടൈപ്പിസ്റ്റായിരുന്നു. കമ്പനി അടച്ചപ്പോൾ വി.ടി. സ്റ്റേഷനു സമീപമുള്ള ഗലിയിൽ ടൈപ്പിങ് സെന്ററിൽ ജോലി നോക്കി. അന്ന് താമസിച്ചിരുന്നത് കുർളയിലെ ജനതാ നഗറിലായിരുന്നു. അല്പം ആർഭാടം നിറഞ്ഞ ജീവിതം വരുത്തിവെച്ചത് കടക്കെണി. ബാങ്കിൽനിന്നും ഹുണ്ടികകച്ചവടക്കാരിൽനിന്നും പണം പലിശക്കെടുത്ത് മുരുകൻ നയിച്ച ജീവിതം അയാളെ കൊണ്ടെത്തിച്ചത് ധാരാവിയിലെ വൃത്തിഹീനമായ ചാളകളിലൊന്നിൽ. ജീവിതത്തിന്റെ തല്ലും തലോടലും ഏറ്റുവാങ്ങി ഒരു കമ്പ്യൂട്ടറുമായി ഇപ്പോൾ ജീവിതത്തോട് പടവെട്ടുന്നു. മൂന്നു കുട്ടികളേയും ഭാര്യയേയും നാട്ടിൽ വിട്ടിരിക്കുന്നു.

ഇനി സെൽവരാജ് എന്ന ഇഡ്ഡലിക്കാരൻ. തലയിൽ സാമാന്യം വലുപ്പമുള്ള ഒരു അലൂമിനിയം പാത്രവും പണ്ടത്തെ ബസ്സുകളുടെ ഹോണും കൈയിലേന്തി ഇടയ്ക്കിടെ അതുമുഴക്കി തന്റെ സാന്നിധ്യമറിയിക്കുന്നു. 18–20 വയസ്സ് തോന്നിക്കും. എം. മുകുന്ദൻ എവിടെയോ പറഞ്ഞപോലെ മലത്തിന്റെ നിറമുള്ള കണ്ണുകളും സ്തൂലിച്ച ശരീരവുമുള്ള ആ പയ്യൻ ഇഡ്ഡലിയുണ്ടാക്കി വിൽക്കുന്ന ഒരു സ്ത്രീയുടെ ശമ്പളക്കാരനാണ്. അവൻ വിറ്റ ഇഡ്ഡലിക്കനുസരിച്ചാണ് കമ്മീഷൻ. ബാക്കിയുള്ളവ വീണ്ടും അരച്ച് എന്തൊക്കെയോ ചേർത്ത് പിറ്റേ ദിവസം ഇഡ്ഡലിയുണ്ടാക്കി വിൽക്കുമത്രേ! ഇടത്തരക്കാരും ചില വൈറ്റ് കോളർ ജോലിക്കാരും മറ്റ് സാധാരണക്കാരുമാണ് ശെൽവരാജിനെപ്പോലുള്ളവരുടെ പറ്റുകാർ. പാൽഗോവയും മുറുക്കും ചിക്കിയും (കപ്പലണ്ടിമിഠായി) ഉണ്ടാക്കി വിൽക്കുന്ന മാരനേയും പരിചയപ്പെട്ടു. അയാൾക്ക് 15 ജോലിക്കാരുണ്ട്. മാരന് നല്ല വരുമാനമാർഗമുണ്ടെങ്കിലും അയാൾക്കെന്തോ ഈ പണിയോട് വിരക്തി ഉള്ളതായി തോന്നി. കാലക്രമേണ തൊഴിലവസാനിപ്പിച്ച് സ്വന്തം നാടായ ചിദംബരത്തേക്ക് പോകണമെന്നാണ് ആഗ്രഹം.

ഒരു വടക്കൻ വീരഗാഥ

കുട്ടിവാഡിലെ ഗോഡൗണുകളിൽ പലതരത്തിലുള്ള ഉല്പന്നങ്ങൾ കയറ്റുകയും ഇറക്കുകയും ചെയ്തുകൊണ്ടിരുന്നു. ഞങ്ങൾ കിഴക്കോട്ട് നടന്നു.

തകരം മേഞ്ഞ ഒരു ഗോഡൗണിൽ ജമാലുദ്ദീന്റെ ഗാർമെന്റ് ഫാക്റ്ററിയാണ്. മോട്ടോർ ഘടിപ്പിച്ച തയ്യൽ മെഷീനിൽ സ്ത്രീപുരുഷ തൊഴിലാളികൾ കുനിഞ്ഞിരുന്ന് ജോലിയിൽ വ്യാപൃതരായിരിക്കുന്നു. മലയാളിയായ മാസ്റ്റർകട്ടർ പ്രഭാകരന്റെ കൈയിൽ ഓട്ടോമാറ്റിക് കട്ടിങ് മെഷീൻ. അത് വളഞ്ഞും പുളഞ്ഞും വലിയ മേശമേൽ അടുക്കായി വിരിച്ചിട്ടിരിക്കുന്ന തുണികളിലൂടെ സഞ്ചരിക്കുന്നു. തുണികൾ ഫാഷൻ പറുദീസയായ പാരീസിലേക്കുള്ള വസ്ത്രങ്ങളായി രൂപാന്തരപ്പെടുകയാണിവിടെ. തുന്നിയ വസ്ത്രങ്ങളുടെ തുന്നൽക്കുറ്റങ്ങൾ പരിശോധിക്കുന്ന ചെക്കർമാർ. തൊഴിലാളികൾക്കിടയിൽ ചായ വിതരണം ചെയ്യുന്ന പയ്യന്മാർ.

ഒരു കോണിലുള്ള ചില്ലിട്ട, ശീതീകരിച്ച ക്യാബിനിലിരുന്ന് ഇവ നിയന്ത്രിക്കുന്നത് ജമാലുദ്ദീൻ സേഠ്. വാതിലിൽ മുട്ടി ഞങ്ങൾ കാത്തുനിന്നു. മെലിഞ്ഞ് കറുത്ത ഒരു തമിഴ് പെൺകൊടി വാതിൽ തുറന്നു. ജമാലുദ്ദീൻ ചൂണ്ടിക്കാട്ടിയ കസേരയിൽ ഞങ്ങളിരുന്നു. ചുമരിൽ നിറയെ ഫാഷൻ വസ്ത്രങ്ങളണിഞ്ഞ മോഡലുകളുടെ ചിത്രങ്ങൾ. മേശമേൽ ഫാഷൻ മാസികകൾ. കത്തുന്ന ചന്ദനത്തിരിയുടേയും എയർ പ്യൂരിഫയറിന്റേയും സുഗന്ധം അന്തരീക്ഷം ഊഷ്മളമാക്കി. കൊടുംയാതനകളിൽ നിന്ന് ജീവിതത്തിന്റെ മരുപ്പച്ചയിലെത്തിയ ജമാലുദ്ദീൻ സേഠിന് പ്രയത്നത്തിന്റേയും നിശ്ചയദാർഢ്യത്തിന്റേയും കഥ പറയാനുണ്ട്.

കാലം 1972. അന്ന് പതിമൂന്ന് വയസ്സ് പ്രായമുള്ള അയാൾ യു.പിയിലെ മിർസാപൂർ ജില്ലക്കാരൻ. കൈമുതലായി ആകെയുണ്ടായിരുന്നത് പിതാവ് നൽകിയ 27 രൂപയും ധാരാളം ആത്മവിശ്വാസവും മാത്രം. മുംബൈയിൽ വന്നിറങ്ങിയ ജമാലുദ്ദീൻ ആദ്യം ചെന്നുപെട്ടത് കാമാത്തിപുരയിലാണ്; ഒരു ചായക്കടയിലെ 'ബാഹർവാല'യായി. ഉടമസ്ഥന്റെ ശകാരവും അടിയും സഹിച്ച് ഗതികെട്ട് ഒരു മാസത്തിനുള്ളിൽ അവൻ പുറത്തു ചാടി സിവരിയിലെ ഗാർമെന്റ് ഫാക്ടറിയിലെത്തി. അവിടെ ഹെൽപ്പറായി. ദിവസക്കൂലി എന്നു പറയാൻ ഒന്നുമുണ്ടായിരുന്നില്ല. എങ്കിലും തയ്യൽ മെഷീൻ പ്രവർത്തിപ്പിക്കുമ്പോഴുണ്ടാകുന്ന പ്രത്യേക ശബ്ദവും അവിടത്തെ അന്തരീക്ഷവും ജമാലുദ്ദീന് നന്നായി ബോധിച്ചു. അവൻ ദിനവും 07.30ന് ഫാക്ടറിയിലെത്തി. തറ തൂത്തുവാരി. മെഷീനുകൾ തുടച്ചുവൃത്തിയാക്കി. വേയ്സ്റ്റ് ചാക്കുകളിൽ നിറച്ചു. തൊഴിലാളികൾ സൗജന്യമായി നൽകിയ കട്ടിങ്ങ് ചായയും വടാപാവും കഴിച്ചു. സിവ്രി സ്റ്റേഷൻ പരിസരത്തുണ്ടായിരുന്ന 'ഗരീബി റെസ്റ്റോറണ്ടി'ൽ നിന്ന് വല്ലപ്പോഴും റോട്ടിയും സബ്ജിയും ഭക്ഷിച്ച് വിശപ്പടക്കി. ഫുട്പാത്തിൽ കിടന്നുറങ്ങി.

നാലുവർഷങ്ങളുടെ നിരന്തരപ്രയത്നത്തിനുശേഷം അയാൾ ഒരു നല്ല തയ്യൽക്കാരനായെന്ന് പറഞ്ഞാൽ മതിയല്ലോ. അല്പാല്പം ശമ്പളം കിട്ടിത്തുടങ്ങിയതിൽനിന്ന് മിച്ചംവെച്ച് ജമാലുദ്ദീൻ ദാദറിലെ കബൂത്തർ ഖാനയിൽ നിന്നൊരു 'സിംഗർ' തയ്യൽ മെഷീൻ വാങ്ങി, ധാരാവിയിലൊരു തയ്യൽക്കടയും തുടങ്ങി. രാപകലുകളിലെ അധ്വാനംകൊണ്ട് അയാൾക്ക് മെഷീനുകളുടെ എണ്ണം മൂന്നാക്കാൻ സാധിച്ചു. ജോലിക്കാർ ഏറി. കട വലുതായി. ഓർഡറുകൾ വന്നു കുമിഞ്ഞു. ഗാർമെന്റ് എക്സ്പോർട്ട് ഉച്ചകോടിയിലെത്തി നിൽക്കുന്ന കാലം. 1980-82-ൽ ജമാലുദ്ദീന് എക്സ്പോർട്ട് കമ്പനികളുടെ ഓർഡറുകൾ ലഭിച്ചുതുടങ്ങി. നൂറ്റിയമ്പതോളം തയ്യൽ മെഷീനുകളും അത്രതന്നെ ജോലിക്കാരും ആറു കട്ടർമാരും എട്ട് ഹെൽപ്പർമാരുമുള്ള ഉന്നതശ്രേണിയിൽ വർത്തിക്കുന്ന ഗാർമെന്റ് ഫാക്റ്ററിയാണ് ധാരാവിയിലെ ആ പഴയ തയ്യൽക്കടയിപ്പോൾ. ധാരാവിയിലേക്ക് വടക്കുനിന്നും തെക്കുനിന്നും വന്ന സാധാരണക്കാർ ബിസിനസ് രംഗത്ത് അഗ്രഗാമികളായതിന്റെ ചെറിയൊരു ഉദാഹരണം മാത്രമാണിത്.

കറങ്ങുന്ന പങ്കയുടെ സംഗീതവും തയ്യൽ മെഷീനുകളുടെ കൂട്ടത്തോടെയുള്ള ശബ്ദവും ഞങ്ങൾ പുറത്തുകടക്കുമ്പോഴും ഉണ്ടായിരുന്നു.

ഒഴുകുന്ന വീര്യം

ധാരാവിയിലെ തദ്ദേശവാസികളായ കോളികൾ മത്സ്യബന്ധനത്തിൽ നിന്ന് ചാരായം വാറ്റിലേർപ്പെട്ടത് അവിചാരിതമായല്ല. ഇപ്പോഴും കോളികളുടെ ഇടയിൽ ചാരായം വാറ്റുന്നു. ആപ്പിൾ, ഗുവ, സപ്പോട്ട, കശുമാങ്ങ, മുന്തിരി തുടങ്ങിയവയിൽനിന്ന് ഊറ്റിയെടുക്കുന്ന അവരുടെ ചാരായം 'കൺട്രിദാരു' എന്നറിയപ്പെടുന്നു. ചാരായം വാറ്റാൻ പറ്റിയ വിശാലമായ ചതുപ്പുനിലങ്ങളും

മംഗലികളിലാക്കി ആരുമറിയാതെ കുഴിച്ചിടാനും പറ്റിയ സ്ഥലമായിരുന്നു ധാരാവി.

1954-ൽ മൊറാർജി ദേശായി മദ്യനിരോധനം കൊണ്ടുവന്നതോടെ 'കൺട്രി'ക്ക് ആവശ്യക്കാരേറി. തമിഴരും ഇതിൽ മുൻപന്തിയിലെത്തി. വരദരാജ മുതലിയാരുടെ നേതൃത്വത്തിൽ വാറ്റുചാരായം ബോംബെയിൽ ഉടനീളം ഒഴുകി. ടാക്സികളിലും അരയിൽ റബ്ബർ ട്യൂബ് ചുറ്റി സൈക്കിളിലും കാൽനടയായും വാറ്റുചാരായക്കാർ അത് നഗരത്തിൽ നാലുപാടുമെത്തിച്ചു. എന്നാൽ ഈ കൺട്രിദാരു കോളികളുടേതായിരുന്നില്ല. ബാറ്ററിയും അമോണിയം സൾഫേറ്റും ചേർത്ത് തമിഴർ ചാരായം കൂടുതൽ വീര്യമുള്ളതാക്കി.

ധാരാവിയിലെ ഗരീബി ബസ്തിയിലെ അരവിന്ദാക്ഷൻ തൃശൂരിലെ വടക്കാഞ്ചേരിക്കാരൻ. അരിക്കു ക്ഷാമമുള്ള കാലത്ത് വസായ്, വീരാർ എന്ന സ്ഥലങ്ങളിൽനിന്ന് ചാക്കുകളിൽ അരി നിറച്ച് ട്രെയിനിൽ മാഹി വരെയെത്തിച്ച് പിന്നീട് ഉപനഗരത്തിലെ വീട്ടമ്മമാർക്ക് എത്തിച്ചുകൊടുക്കുകയായിരുന്നു പണി. 1979-ൽ അരിയുടെ ദൗർലഭ്യം കുറഞ്ഞപ്പോൾ നിൽക്കക്കള്ളിയില്ലാതെ അരവിന്ദാക്ഷൻ ചാരായക്കടത്ത് തുടങ്ങി. കിട്ടുന്ന പണം 'മഡ്ക' (ചൂത്) കളിച്ചുകളഞ്ഞു. ഇപ്പോൾ 70 വയസ്സ് പ്രായമുള്ള അയാൾ ഒന്നും ചെയ്യാനാകാതെ ഒരു ചായമക്കാനിയിൽ ജോലിക്കു നിൽക്കുന്നു.

എതിരൊഴുക്കുകൾ

"ധാരാവിക്കൊരു ചീത്തപ്പേരുണ്ട്. കുറ്റവാളികളിൽ പലരും ഇവിടം സ്ഥിരതാമസമാക്കാനും ഒളിത്താവളമാക്കാനും തെരഞ്ഞെടുക്കുന്നു. സബർമൻ ട്രെയിനിലെ പോക്കറ്റടിക്കാരുടെ നല്ലൊരു ശൃംഖല ഇവിടെ കേന്ദ്രീകരിച്ചിരിക്കുന്നു. അധോലോകത്തിലേക്കുള്ള കുറുക്കുവഴിയാണ് ധാരാവിയിലെ ക്രിമിനലുകളുടെ ജീവിതം." ഒരു റിട്ടയേർഡ് ഇൻസ്പെക്ടർ പറയുന്നു.

1992-ലെ ലഹള, കുറ്റകൃത്യങ്ങൾക്കും അക്രമവാസനകൾക്കും യുവാക്കളിൽ പ്രചോദനമേകി. ചിലർ ഒരു കാരണവും കൂടാതെ വഴക്കുണ്ടാക്കി പ്രശ്നങ്ങൾ സൃഷ്ടിക്കുന്നു. ജീവിതം നരകതുല്യമാക്കുകയാണക്കൂട്ടർ. പൊലീസിനെ ക്രിമിനലുകൾ കൈമടക്കു കൊടുത്ത് സ്വാധീനിക്കുന്നു. സമാധാനപ്രിയരായ പലരും തങ്ങളുടെ ഫോട്ടോപാസും മുറിയും വിറ്റ് നല്ല സൊപ്പാറ, വീരാർ തുടങ്ങിയ സ്ഥലങ്ങളിലേക്ക് ചേക്കേറി.

രാജീവ്ഗാന്ധിയുടെ സന്ദർശനം ധാരാവിക്ക് അല്പം മുതൽക്കൂട്ടുണ്ടാക്കി. ധാരാവിയിലൂടെ പദയാത്ര നടത്തി സ്ഥിതിഗതികൾ വിലയിരുത്തി അദ്ദേഹം 100 കോടി രൂപയുടെ സഹായധനം (പി.എൻ.ജി.പി ഫണ്ട്) അനുവദിച്ചു. സർക്കാരുകൾ മാറുകയും വിവിധ പദ്ധതികൾ ആവിഷ്കരിക്കുകയും ചെയ്തെങ്കിലും ചുവപ്പുനാടയിലും ബ്യൂറോക്രസിയിലും കുടുങ്ങി അവയിൽ പകുതിയും അർദ്ധവിരാമത്തോടെ അവസാനിച്ചിരിക്കുന്നു.

ശാസ്ത്രീയമല്ലാത്തതും പ്രാവർത്തികമാക്കാൻ പ്രയാസമേറിയതുമായ പല കമ്മിറ്റികളും കടലാസിലാക്കി പലതും അവിടംകൊണ്ട് അവസാനിപ്പിക്കുകയത്രേ ഉണ്ടായത്. ജനബാഹുല്യത്താൽ വിങ്ങിനിൽക്കുന്ന ധാരാവിക്ക്. സ്ലം റീഹാബിലിറ്റേഷൻ അതോറിറ്റി നിലവിൽ വന്നതോടെ സ്ഥിതിഗതികൾ തെല്ലൊരു മാറ്റം വന്നിട്ടുണ്ട്.

ധാരാവിയിലെ തുകൽ തുണി ഉത്പന്നങ്ങൾ വിദേശമാർക്കറ്റുകളിലെത്തുമ്പോൾ ഉടമസ്ഥന്റെ കീശയിൽ പണം കുമിഞ്ഞുകൂടുന്നു. ഉദ്ദേശം 2300 ലധികം ചെറുതും വലുതുമായ യൂണിറ്റുകൾ ഇവിടെ പ്രവർത്തിച്ചുവരുന്നു. പപ്പട നിർമ്മാണത്തിൽ അഗ്രഗാമികളായ ലിജ്ജത് പാപ്പടിന് അവ ഉണ്ടാക്കിക്കൊടുക്കുന്ന പതിനായിരത്തിലേറെ സ്ത്രീകൾ ഇവിടെയുണ്ടെന്ന് ഈ സ്ഥാപനത്തിന്റെ മാനേജർ ശ്രീമതി ഐറിൻ അൽമേഡ വെളിപ്പെടുത്തി. ലക്ഷങ്ങളുടേയും കോടികളുടേയും ഔദ്യോഗിക കണക്കുകൾ. ബിസിനസുകാർക്കുപുറമേ അനൗദ്യോഗിക വ്യവസായം നടത്തുന്ന അനേകം പേർ ഇക്കൂട്ടത്തിലുണ്ട്. മധുര പലഹാരങ്ങൾ, ബൺ, പാവ്, ബിസ്ക്കറ്റുകൾ, ബക്കിളുകൾ, സ്റ്റീൽ പാത്രങ്ങൾ, എംബ്രോയ്ഡറി തുടങ്ങി എണ്ണിയാലൊടുങ്ങാത്ത നിരവധി യൂണിറ്റുകൾ ധാരാവിയിലുണ്ട്. റീസൈക്ലിങ്ങിൽ കെമിക്കൽ ഡ്രം, മോട്ടോർ ഓയിൽ തുടങ്ങിയവ 'ബ്രാൻഡ് ന്യൂ' ആയി മാർക്കറ്റിലെത്തുന്നു.

കുംഭാർവാഡയിൽ മൺപാത്രനിർമ്മാണത്തിലേർപ്പെട്ടിരിക്കുന്ന അനേകം കുടുംബങ്ങളുണ്ട്. മുംബൈയിലെ കടകളിലെത്തുന്ന കൂജ, പൂച്ചട്ടികൾ, കലങ്ങൾ തുടങ്ങിയവ ധാരാവി ഉല്പന്നങ്ങളാണ്. നാടോടികളായ ജാഡുവാലകൾ ചൂലും ബാംബൂ ബാസ്ക്കറ്റുകളും മറ്റ് മുള ഉല്പന്നങ്ങളും ഉണ്ടാക്കി വിറ്റ് കുടുംബം പോറ്റുന്നു. "ഫോട്ടോ പാസ്" വാങ്ങി അമിതപലിശയ്ക്ക് പണം കടം കൊടുക്കുന്ന ഇവർ കർണാടകക്കാരാണ്. പ്ലാസ്റ്റിക് ഉല്പന്നങ്ങൾ നൽകി പഴയ വസ്ത്രങ്ങൾ വാങ്ങി തെരുവുകളിൽ വിൽക്കുന്ന സ്ത്രീകളേയും (ബർത്തൻ വാലി) ഇക്കൂട്ടത്തിൽ കാണാം.

തമിഴ്നാട്, ഉത്തർപ്രദേശം, ബിഹാർ, ഹരിയാന, കർണാടക, ആന്ധ്ര തുടങ്ങിയ സ്ഥലങ്ങളിൽനിന്നും കേരളത്തിൽനിന്നും അനേകം പേർ തിങ്ങിത്താമസിക്കുന്ന ഏഷ്യയിലെ ഏറ്റവും വലിയ ചേരിപ്രദേശമായ ധാരാവിയിൽ പുതുതായി ബഹുനിലക്കെട്ടിടങ്ങളും കണ്ടു. ധാരാവിയിലെ തദ്ദേശവാസികൾ - കോളികൾ, താരതമ്യേന ആറു ശതമാനം മാത്രമായി ചുരുങ്ങിയിരിക്കുന്നു.

പെൻഡുലം

1992 ഡിസംബർ 6

പെട്ടെന്ന് മനസ്സ് 23 വർഷങ്ങൾ പിറകോട്ട് സഞ്ചരിക്കുന്നു. ഒരു യുദ്ധക്കളമായി മാറിയ ധാരാവി. കുടിലുകൾ കത്തിയമരുന്നതും ജനങ്ങളെ സ്ഥാപിത താത്പര്യക്കാർ ജീവനോടെ കത്തിച്ചതുമായ കാലം. അന്ന് പട്ടാളം

നിറതോക്കുകളുമായി ധാരാവിയിലൂടെ റൂട്ട് മാർച്ച് നടത്തി. ആഘോഷങ്ങൾ കൈകോർത്ത് കൊണ്ടാടിയിരുന്ന ജനം പെട്ടെന്ന് ബദ്ധശത്രുക്കളായി ത്തീർന്നതിന്റേയും ആർത്തട്ടഹസിച്ച് അന്യോന്യം മാറുപിളർത്തിയതി ന്റേയും ഇമേജറി മിന്നിമായുന്നു. കർഫ്യൂ നടപ്പാക്കിയ ഒരു രാത്രിയിൽ പ്രകൃതിയുടെ വിളിക്കായ് തന്റെ കുടിലിൽനിന്ന് പുറത്തേക്കിറങ്ങിയ പ്രദീപ് ഷിൻഡേയെ പട്ടാളം വെടിവെച്ചിട്ടത് ഒരു ഭീകരസ്വപ്നമായി നാളുകളോളം വേട്ടയാടി.

2005-ലെ വെള്ളപ്പൊക്കത്തിൽ ധാരാവിയിൽ കാണാതായത് അനവധി പേരെ. വൈദ്യുതകമ്പികൾ പൊട്ടി ഷോക്കേറ്റ് കുറേപേർ ജീവൻ വെടിഞ്ഞു എങ്കിലും ധാരാവി മുംബൈയുടെ ഒരു ഫിനിക്സ് പക്ഷിയെപ്പോലെയാണ്. വീണ്ടും ഉയിർത്തെഴുന്നേറ്റിരിക്കുന്നു.

യാത്രാന്ത്യത്തിൽ മഴ ചാറിത്തുടങ്ങി. കുട്ടികൾ കളി നിർത്തി വീടുകളി ലേക്ക്. തെരുവുവിളക്കുകളുടെ ഉജ്ജ്വലപ്രകാശം. കുട ചൂടി കൈയിൽ ടിഫിൻ ബോക്സുമായി നീങ്ങുന്ന ചെറുകിട ജോലിക്കാർ. 90 ഫീറ്റ് റോഡിൽ ടാക്സി കൾ പാഞ്ഞു. ധാരാവി വിടുന്നതിനുമുമ്പ് ഒരു തിളങ്ങുന്ന ബോർഡ് കണ്ടു:

"അംചി മുംബൈ, സുന്ദർ മുംബൈ!"

അപ്പോൾ മൈമുന പറഞ്ഞ വാചകം ഓർത്തു.

"യെ അള്ളാ കാ ഗാവ് ഹൈ."

■

ശിവപ്പ് രാശാത്തികൾ

"നഗരങ്ങൾ വേശ്യകളെപ്പോലെയാണ്. ഒരിക്കലും പിരിയാൻ വിടില്ല." ചർച്ച് ഗേറ്റിനടുത്തുള്ള 'മോക്ക' കഫേയിൽ ചായ മൊത്തിക്കുടിക്കുന്നതിനിടയിൽ സുഹൃത്ത് വിനോദ് നിഗൂഡ്കർ പറഞ്ഞു. തുടർന്ന് വിരലുകൾക്കിടയിലുള്ള കിംഗ് സൈസ് ഫോർസ്ക്വയർ ആഞ്ഞു വലിച്ച് ആഷ്ട്രേയിൽ കുത്തിക്കെടുത്തി. വഡാലയിൽ പ്രവർത്തിക്കുന്ന മുംബൈ എയ്ഡ്സ് കൺട്രോൾ സൊസൈറ്റിയുടെ ജോയന്റ് ഡയറക്റ്ററാണ് അദ്ദേഹം.

"പ്രേമത്തിന്റെ മായാക്കുരുക്കിൽ വീഴ്ത്തിയും ജോലിയെന്ന സുന്ദര സ്വപ്നം സാക്ഷാൽക്കരിക്കാമെന്നുള്ള കപടവാഗ്ദാനത്താൽ വിശ്വസിപ്പിച്ചും നൂറുകണക്കിന് പെൺകുട്ടികളെ കങ്കാണിമാർ മുംബൈയിലെ ഗ്രാന്റ് റോഡിലും മുംബൈ സെൻട്രലിലുമുള്ള ചുവന്ന തെരുവിലെത്തിക്കുന്നു." അദ്ദേഹം പറഞ്ഞു നിർത്തി. യൂറോ കമ്മ്യൂണിസത്തിന്റെ തകർച്ചയിൽ ആ പ്രദേശങ്ങളിലെ ചില യുവതികളും പണത്തിനു വേണ്ടി സ്വയമേവ ജീവിതം കാമാഠിപുരയിൽ ഹോമിക്കുന്നു. നേപ്പാളിൽ നിന്നും കന്യാകുമാരി വരെയുള്ള ഇതര സംസ്ഥാനങ്ങളിൽ നിന്നും ചുവന്ന തെരുവുകളിലെത്തുന്ന പെൺകുട്ടികളെ ആദ്യം പ്രലോഭിപ്പിച്ചും തുടർന്ന് മർദ്ദിച്ചും പീഡിപ്പിച്ചും പട്ടിണിക്കിട്ടും ഗതി മുട്ടിക്കുന്നു. ഇവയാൽ വലഞ്ഞ് ഈ പാവങ്ങൾ ഗത്യന്തരമില്ലാതെ ശരീരം വിൽക്കാൻ നിർബന്ധിതരാകുന്നു. ഇത് സാധാരണ കഥ മാത്രം!

മോക്കയിൽ തിരക്കേറി. ജീൻസും ടോപ്പുമണിഞ്ഞ പെൺകുട്ടികളും അവരുടെ കാമുകരും ധാരാളമായി അവിടെ എത്തിക്കൊണ്ടിരുന്നതിനാൽ സംസാരം അവസാനിപ്പിച്ച് നൂറു മീറ്റർ മാത്രം അകലെയുള്ള മറൈൻ ഡ്രൈവിലേക്ക് നടന്നു. വീർ നരിമാൻ റോഡിലൂടെ മന്ദം മന്ദം നീങ്ങിക്കൊണ്ടിരിക്കുന്ന കാറുകളിലുള്ളവർക്ക് റോസാപ്പൂക്കൾ വിൽക്കാനുള്ള ശ്രമത്തിലാണ് ദരിദ്രരായ ചില പെൺകുട്ടികൾ. അറബിക്കടലിലെ തിരമാലകൾ ഉയരുന്നതും കരിങ്കൽഭിത്തിയിൽ തല തല്ലി ചാവുന്നതും നോക്കി നിൽക്കുന്ന സന്ദർശകർ. ഞങ്ങൾ വീതിയുള്ള പാരപ്പറ്റിൽ ഇരുന്നു.

അൽപനേരം എവിടെയോ മുഴുകിപ്പോയ നിഗൂഡ്കർ തുടർന്നു: "ആവശ്യത്തിലധികം പണം, നല്ല ജോലി, ഭക്ഷണം, ആർഭാടം എന്നിവ കൂടാതെ സിനിമയിൽ അവസരം തേടിയെത്തുന്ന പാവം യുവതികളും ചിലപ്പോൾ

ഈ വലയിൽ അകപ്പെടാറുണ്ട്. കാമാഠിപുരയിലെ ഇരുളടഞ്ഞ മുറികളിൽ ആരംഭിക്കുന്ന ഇവരുടെ ജീവിതം മിക്കവാറും അവിടെത്തന്നെ അവസാനിക്കാറാണ് പതിവ്."

1935ലെ ഒന്നാം ലോകമഹായുദ്ധത്തിനു ശേഷം കാമാഠിപുരയിലെ ബി.ഡി.ഡി ചാളുകൾ ലൈംഗികതൊഴിലാളികളെക്കൊണ്ടു നിറഞ്ഞു. മഹാരാഷ്ട്രയിലെ സത്താറാ, സാംഗ്ലി, കോലാപ്പൂർ ജില്ലകളിൽ നിന്നും ആന്ധ്ര, കർണാടക, തമിഴ്നാട് സംസ്ഥാനങ്ങളിൽ നിന്നുമെത്തി അവർ കൂട്ടത്തോടെ ഇവിടെ തമ്പടിച്ചു. ബ്രിട്ടീഷ് പട്ടാളക്കാരായിരുന്നു ഇവരുടെ ഇരകളിലധികവും. അതിനാൽ സർക്കാരും കണ്ണടച്ചു. തദ്ദേശവാസികളായ മിൽതൊഴിലാളികൾ സ്ഥലം തേടി പരേൽ, ചിഞ്ച്പോക്ലി, ധാരാവി എന്നീ പ്രദേശങ്ങളിലേക്ക് ചേക്കറി. അങ്ങനെ കാമാഠിപുര ലൈംഗികതൊഴിലാളികളുടേത് മാത്രമായി ജനം മുദ്ര കുത്തി.

1971ൽ ടാറ്റാ ഇൻസ്റ്റിറ്റ്യൂട്ട് ഓഫ് ഫണ്ടമെന്റൽ സ്റ്റഡീസിന്റെ ഗവേഷണഗ്രന്ഥം 'എ സ്റ്റഡി ഓഫ് പ്രോസ്റ്റിറ്റ്യൂട്ട്സ് ഇൻ ബോംബേ'യിൽ (എസ്. പുനേക്കറും കമലാറാവുവും ചേർന്ന് രചിച്ചത്) മുംബൈയിൽ തന്നെ ഒരു ലക്ഷത്തിലധികം ലൈംഗികതൊഴിലാളികൾ ഉണ്ടെന്നു കണക്കാക്കി. അതുവരെ അവരുടെ കൃത്യമായി ഒരു സംഖ്യ ആരും ഉണ്ടാക്കിയിരുന്നില്ല.

നഗരപര്യടനത്തിനിറങ്ങുന്ന ബ്രിട്ടീഷ് നേവി, ആർമി പട്ടാളക്കാർ കുതിരവണ്ടികളിലെത്തി കാമാഠിപുരയിൽ ജീവിതം മതിവരുവോളം ആസ്വദിച്ച് വിദേശമദ്യവും സിഗററ്റും വസ്ത്രങ്ങളും പാവപ്പെട്ട സ്ത്രീകൾക്കു നൽകി; കൂട്ടത്തിൽ ലൈംഗികരോഗങ്ങളും. അവർ അത് വീണുകിട്ടുന്ന ഇടവേളകളെ ആഘോഷങ്ങളാക്കി മാറ്റുന്ന മറ്റു സന്ദർശകർക്ക് സമ്മാനിച്ചു. അങ്ങനെ വിനോദ് നിഗൂഡ്കർ നഗരത്തിൽ ചെറുപ്പക്കാരുടെ 'ഫോക്കസ് പുള്ളറാ'യ ചുവന്ന തെരുവിന്റെ ചരിത്രം ചുരുക്കി.

മറൈൻ ഡ്രൈവിലെ തെരുവുവിളക്കുകൾ പ്രകാശിച്ചു. യുവതീയുവാക്കളുടെ സംഖ്യ പാരപ്പറ്റിൽ ഏറിയപ്പോൾ ഞങ്ങൾ എഴുന്നേറ്റ് അൽപ്പദൂരം നടന്നു. ടാക്സികളും ആഡംബരക്കാറുകളും തെരുവിലൂടെ നിരനിരയായി ഒഴുകി.

നിഗൂഡ്കർ ഒരു ടാക്സി കൈ കാണിച്ച് നിർത്തി. 'അലക്സാണ്ട്രിയ സിനിമ' എന്നു പറഞ്ഞപ്പോൾ ടാക്സി ഡ്രൈവർ വൃദ്ധൻ അവജ്ഞയോടെ നോക്കി. ടാക്സിയുടെ ശബ്ദത്താൽ ഭയന്ന് ഉദാരമതികൾ വിതറിയ ഗോതമ്പുമണികൾ കൊത്തിപ്പെറുക്കിയിരുന്ന പ്രാവുകൾ ആകാശത്തിലേക്ക് ഉയർന്നുപൊന്തി. ടാക്സി ബഹുശീഘ്രം മുന്നോട്ടു പാഞ്ഞ് വിൽസൺ കോളജിന്റെ സമീപമെത്തി. അവിടെയേതോ സിനിമയുടെ ചിത്രീകരണം നടക്കുന്നു. താരങ്ങളെക്കാണാൻ ജനത്തിന്റെ ബഹളം. വഴിയിലെ ബഹുനിലക്കെട്ടിടങ്ങൾ ആകാശം മുട്ടുന്നവ. ത്രിഭുവൻദാസ് ബീംജി ഝവേരിയുടെ ആഭരണ സവിശേഷത വിളിച്ചോതുന്ന ബിൽബോർഡുകൾ. ആൾട്ടോ കാറിന്റെ ചാരത്ത് ചാരി ഒരു മോഡൽ സുന്ദരി മന്ദഹസിക്കുന്ന മറ്റൊരു ഹോർഡിങ്ങ്. ചാറ്റൽ

മഴയാരംഭിച്ചു. കണ്ണടയുടെ സ്ഥാനം ഒന്നുകൂടി സുഖപ്പെടുത്തി സീറ്റിൽ ചാരിയിരുന്നു. അത്യുജ്ജ്വലപ്രകാശമുള്ള വഴിവിളക്കുകളിൽ പ്രശോഭിതമായി തെരുവ് നീണ്ടു പരന്നു കിടക്കുന്നു. "വീഥികൾ എപ്പോഴും ഒരു പ്രഹേളികയാണ്. അവ എവിടെ നിന്നാരംഭിക്കുന്നുവെന്നോ എവിടെ അവസാനിക്കുന്നുവെന്നോ ആർക്കുമറിയില്ല." ഒരു തത്വജ്ഞാനിയെപ്പോലെ നിഗൂഡ്കർ സംസാരിച്ചു.

കിലോമീറ്ററുകൾ പിന്നിട്ട് ചൗപാട്ടി കടന്ന് മലബാർ ഹില്ലിന് സമീപമുള്ള ചൗക്കി(നാൽക്കവല)ലെത്തി. അത് ഓപ്പറ ബ്രിഡ്ജ് ലക്ഷ്യമാക്കി കുതിച്ചു. പാലത്തിനു സമീപമുള്ള ബസ് സ്റ്റോപ്പിൽ യാത്രക്കാരുടെ ബാഹുല്യം. ട്രെയിനുകളിൽ ചിലവ റദ്ദാക്കിയിരിക്കണം. മഴയുടെ മട്ട് മാറി. അത് ശക്തിയായി പെയ്യാനാരംഭിച്ചു. റോഡുകൾ പുഴയായി. പാലത്തിനു സമീപം മഞ്ഞച്ചായമടിച്ച കെട്ടിടങ്ങൾ. അവയിൽ ചിലതിന്റെ ജനാലകൾക്ക് നീലനിറം കൊടുത്തിരിക്കുന്നു. "നമ്മുടെ ലക്ഷ്യസ്ഥാനത്തിന്റെ ആദ്യഘട്ടം." നിഗൂഡ്കർ ഒരു ചെറുപുഞ്ചിരിയോടെ അറിയിച്ചു. ബ്രിഡ്ജിന്റെ പരിസരത്ത് പാത്തും പതുങ്ങിയും നീങ്ങുന്ന ചെറുപ്പക്കാരും മധ്യവയസ്കരും. കാലാചൗക്കിലെത്തിയപ്പോൾ അതുവരെ മൗനിയായിരുന്ന ടാക്സിക്കാരൻ പറഞ്ഞു. "പന്ത്രാ മിനട്ട് മേ ഹം പഹുംചേഗാ സാബ്." (പതിനഞ്ച് മിനിറ്റിനുള്ളിൽ നാമവിടെ എത്തുമെന്ന്.)

"കാലാചൗക്കിനടുത്തും ചില വേശ്യാഗൃഹങ്ങളുണ്ട്. ഇവയെ 'ടോളറേറ്റഡ് ഏരിയ' എന്നു പറയാം." ശുക്ലാജി സ്ട്രീറ്റ് ചൂണ്ടിക്കാണിച്ച് വിനോദ് വെളിപ്പെടുത്തി. കെട്ടിടങ്ങളുടെ താഴെ തയ്യൽക്കടകളും ചില വീടുകളും ഒരു സ്കൂളും കണ്ടു. വരാന്തയിൽ, തിളങ്ങുന്ന സാരികളിൽ സ്വയം പ്രദർശിപ്പിച്ച് നിൽക്കുന്ന പെണ്ണുങ്ങൾ. ആവശ്യക്കാർ കൂസലെന്യേ അവിടേക്ക് കയറിപ്പോകുന്നു. ഇവിടെ ജീവിതം ഏറെ വിചിത്രം എന്ന് തോന്നിപ്പോയി.

റോഡിലെ തിക്കും തിരക്കും വർദ്ധിച്ചിരിക്കുന്നു. ബുർക്കയണിഞ്ഞ സ്ത്രീകളും കുട്ടികളും അത്തറും പൂശി നിരത്തിലിറങ്ങിയിരിക്കുന്നു. ചില ഗുജറാത്തി സ്ത്രീകൾ വഴിയോരക്കച്ചവടക്കാരുമായി വിലപേശലിൽ. സമയം ഏഴു മണി. ഞങ്ങൾ മുംബൈ സെൻട്രലിലെത്തി. ആകെ ശബ്ദമുഖരിതമായ അന്തരീക്ഷം. സ്റ്റേറ്റ് ട്രാൻസ്പോർട്ട് സ്റ്റേഷനരികിൽ ടാക്സി നിർത്തി ടാക്സിക്കാരനെ ടിപ്പ് സഹിതം സൽക്കരിച്ച് വിട്ടു. അൽപം നടന്ന് അഞ്ച് മിനിട്ടിനുള്ളിൽ ബഹുനിലക്കെട്ടിടങ്ങൾ നിറഞ്ഞ ഒരു കവലയിലെത്തി. താഴെ കടകളും ഹോട്ടലുകളും. അതിലൊന്നിൽ ഗ്രില്ലിൽ കോർത്ത കോഴികൾ വികൃതവസ്തുക്കളെ അനുസ്മരിപ്പിച്ചു. കനലിൽ ചുട്ടെടുക്കുന്ന ബജ്റാ റോട്ടികളുടെ കൂമ്പാരം. ഹിന്ദിയും ഉർദുവും കലർന്ന മണിപ്രവാളഭാഷ കേട്ട് ഞങ്ങൾ അൽപം കൂടെ മുന്നോട്ടു നടന്നു. ഒരു ഹോട്ടലിൽ ജൂക്ക് ബോക്സിൽ തലത് മുഹമ്മദ് പാടുന്നു. അനനുകരണീയനായ ഗായകൻ. അദ്ദേഹത്തെ ഇപ്പോഴും മുംബൈ ജനം സ്മരിക്കുന്നു.

വലത്തോട്ടുള്ള വഴിയിൽ സൈൻ ബോർഡ് കണ്ടു: 'കാമാഠിപുര.' "നാം സ്ഥലത്തെത്തിയിരിക്കുന്നു." ഒരു സിഗററ്റ് കത്തിച്ച് നിഗൂഡ്കർ പറഞ്ഞു.

മാർവാടികളുടെ സ്വർണക്കടകൾ, പാൻപെട്ടിക്കടകൾ, ഹാർഡ് വെയേഴ്സ്, ആക്രിക്കച്ചവടം എന്നിവ തിങ്ങി നിൽക്കുന്ന കെട്ടിടങ്ങളിൽ അഴികളില്ലാത്ത ജനലുകളിലൂടെ പെൺകുട്ടികൾ ഇരകളെ മാടി വിളിക്കുന്നു. ചില മലയാള വാരികകളിൽ വായിച്ചിട്ടുള്ള പോലെ 'വില കുറഞ്ഞ പൗഡറും ലിപ്സ്റ്റിക്കുമിട്ട്' അമ്പതു വയസ്സിലും ഇരുപതിന്റെ യൗവനം കുത്തിനിറക്കാൻ തത്രപ്പെടുന്ന സ്ത്രീകളെ കണ്ടപ്പോൾ മനസ്സ് വേദനിച്ചു. ലൈംഗിക തൊഴിലാളികളെന്ന് ലോകം വിധിയെഴുതിയ ഈ പാവങ്ങളുടെ നരകയാതന. അത് വിവരിക്കാൻ വാക്കുകളില്ല. യഥാർത്ഥത്തിൽ പട്ടണം ആദ്യമായി കണ്ട വളർത്തു നായയെപ്പോലെ ഒരു അസ്വസ്ഥത തളം കെട്ടിയിരിക്കുന്നു. മഞ്ഞച്ചായമടിച്ച കെട്ടിടങ്ങളുടെ ചുവരുകളിലും ഇടനാഴികളിലും മുംബൈ എയ്ഡ്സ് കൺട്രോൾ സൊസൈറ്റിയുടെ വിവിധ ഭാഷകളിലുള്ള പോസ്റ്ററുകൾ:

'കോൺഡം ഉപയോഗിക്കുക. രോഗം വരാതിരിക്കട്ടെ.' "മാസങ്ങൾക്കു മുമ്പ് ഞങ്ങളുടെ പ്രവർത്തകർ പതിച്ചതാണ്. ആരും കീറിയിട്ടില്ല!" നിഗൂഡ്കർ പറഞ്ഞു. കെട്ടിടങ്ങളിൽ 'വ്യാപാരം' നടക്കുന്ന സമയം. ഹിന്ദിയിൽ പറഞ്ഞാൽ 'ദന്തെ കാ ടൈം'. ഇരുട്ടിൽ നിന്ന് ഒരാൾ വന്നു ചോദിച്ചു, "ഐറ്റം മംഗ്തേ സാബ്? മദ്രാസി, ഗുജറാത്തി, ടമിൾ..." പെൺകുട്ടികളെ വേണമോ എന്ന്. നെഞ്ചിൽ കൈ വെച്ച് പോയി. "ചൽ സാലേ, ഗംഗുബായ് കോ ബുലാകേ ആവോ." (പോയി ഗംഗുബായിയെ വിളിക്കെടാ) അയാൾ നിമിഷനേരം കൊണ്ട് സ്ഥലം വിട്ടു.

തിരസ്കാരമുദ്ര

എംടി ഒരിടത്തു പറഞ്ഞ പോലെ അഴിഞ്ഞുപോയ യൗവനം വാരിക്കുത്തി ഗംഗുബായ് എന്ന ഘർവാലി (വേശ്യാലയം നടത്തിപ്പുകാരി) വന്നു. നെറ്റിയിൽ വലിയൊരു കുങ്കുമപ്പൊട്ട്. മുറുക്കിച്ചുവപ്പിച്ച ചുണ്ടുകൾ. തലമുടിയിൽ അവിടവിടെ നരച്ച ഇഴകൾ പ്രത്യക്ഷപ്പെട്ടത് ആ വെട്ടത്തും കാണാം. നീണ്ട് അറ്റം കൂർത്ത മൂക്കിൽ മുക്കുത്തി. 18 മുഴം ചേല മഹാരാഷ്ട്ര ശൈലിയിൽ ഉടുത്തിരിക്കുന്നു. പ്രായം അമ്പത് കഴിഞ്ഞെങ്കിലും കണ്ണിലെ തിളക്കം കെട്ടടങ്ങിയിട്ടില്ല. കൊടുംയാതനയനുഭവിച്ച ശരീരവും മനസ്സുമെന്ന് വ്യക്തം. നിഗൂഡ്കറെ കണ്ടപ്പോൾ തോളിലെ സാരി തലയിലേക്ക് വലിച്ചിട്ട് ആദരവോടെ കൈകൂപ്പി പറഞ്ഞു: "നമസ്കാർ സാബ്. പ്രത്യേകിച്ചെന്തെങ്കിലും?" ഇല്ലെന്ന് തല കുലുക്കിയപ്പോൾ അവർ തന്റെ മുറിയിലേക്ക് ക്ഷണിച്ചു. മുറി ചെറുതാണെങ്കിലും അവിടെ എല്ലാ സജ്ജീകരണങ്ങളുമുണ്ട്. അടുക്കും ചിട്ടയുമുള്ള ഒരു സ്ത്രീയുടെ കരസ്പർശമേറ്റിരിക്കുന്നു.

"ബസാ... സാഹേബ്..." അവർ ദിവാൻ ചൂണ്ടിക്കാട്ടി ഇരിക്കാൻ പറഞ്ഞു. കറങ്ങുന്ന പങ്ക തൻ സംഗീതം. സാമ്പ്രാണിയുടെ ഗന്ധം മുറിയാകെ. ഒരു മൂലയിലുള്ള സ്റ്റാന്റിൽ ഗണപതി പ്രതിമക്ക് മുമ്പിൽ കൂമ്പെടുക്കുന്ന നാളികേരം ചുവന്ന തുണിയിൽ കെട്ടി പൊതിഞ്ഞു വെച്ചിരിക്കുന്നു.

മഹാരാഷ്ട്രക്കാരുടെ ആചാരം. ഒരു ധർമ്മസങ്കടത്തിലെന്നോണം ചുമരിലെ ക്ലോക്കിലെ കിളി "കൂകൂ' എന്നു ശബ്ദിച്ചു. ക്ലോക്കിന്റെ വാതിൽ തനിയെ അടഞ്ഞു. കൗതുകം തോന്നി. മണി എട്ടു കഴിഞ്ഞിരിക്കുന്നു. "കാ പായ്ജേ സാബ്? കോഫി, സർബത്ത്, ചഹാ?" അവർ ആതിഥേയയായി അടുക്കളയിൽ പ്രവേശിച്ചു. ചുവരിനപ്പുറത്ത് അടക്കിയ സംസാരവും സീൽക്കാരങ്ങളും. സിഗററ്റ് വലിക്കാനെന്ന വ്യജേന ഞങ്ങൾ പുറത്തുള്ള വരാന്തയിൽ വന്നു. ആവശ്യക്കാർ അപ്പുറവും ഇപ്പുറവുമുള്ള മുറികളിലേക്ക് കയറിപ്പോയി. ഒരാൾ മദ്യക്കുപ്പിയുമായി അടുത്ത മുറിയിൽ നിന്നിറങ്ങുന്നത് കണ്ടു.

നിഗൂഡ്കർ പുറം വരാന്തയിൽ വന്നു നിന്നു. പതിഞ്ഞ സ്വരത്തിൽ ഇംഗ്ലീഷിൽ പറഞ്ഞു. "ഗംഗുബായ് ലൈംഗികതൊഴിലാളിയായിരുന്നു. ശരീരവും മനസ്സും അതിനനുവദിക്കാത്തതുകൊണ്ട് ഇന്ന് അവർ ഒരു ഗർവാലിയായി. ഉദ്ദേശം മുപ്പത് പെൺകുട്ടികളെ അവിടെ പാർപ്പിച്ചിട്ടുണ്ട്. 12 വർഷങ്ങൾക്കു മുമ്പ് കാണുമ്പോൾ സുന്ദരിയായ ഒരു മധ്യവയസ്കയായിരുന്നു അവർ. കാർവാറിലെ തന്റെ ഗ്രാമത്തിൽ പട്ടുപാവാടയണിഞ്ഞ് പാറി നടന്നിരുന്ന സരസ്വതി (യഥാർത്ഥ പേര്) എന്ന കൊച്ചു സുന്ദരി പ്രേമത്തിന്റെ മായാവലയിൽ കാമുകന്റെ കൂടെ ഒളിച്ചോടി മുംബൈയിലെത്തി. ഹോട്ടൽ മുറിയിലെ ഒരാഴ്ചത്തെ സുഖവാസത്തിന് ശേഷം കാമുകൻ അവളെ മാന്യമായി വിറ്റ് കാശാക്കി സ്ഥലം വിട്ടു. പട്ടിണിക്കിട്ടും അനേകം പേർ ക്രൂരമായി ബലാൽസംഗം ചെയ്തും ആ പാവത്തിനെ അവർ മെരുക്കിയെടുത്തു. ഒടുവിൽ ഇത്തരത്തിലൊരുവളായി. അമ്മ മരിച്ച് ഒരു വ്യാഴവട്ടക്കാലമായി. പടിയടച്ച് പിണ്ഡം വെച്ച് സരസ്വതിയുടെ ചരിത്രം വീട്ടുകാർ കരിക്കട്ട കൊണ്ടെഴുതി. ആവശ്യത്തിന് പണം അവർക്കുണ്ടെങ്കിലും ഗ്രാമത്തിന്റെ തിരസ്കാരം ഏറ്റുവാങ്ങാൻ അവൾ തയ്യാറല്ലാത്തതിനാൽ ഗാർഹികജീവിതം സ്വപ്നത്തിൽ മാത്രമൊതുക്കുന്നു."

ഗംഗുബായ് ടീപോയിൽ ചായയും പുരൻപോളി(ഒരു തരം മധുരപലഹാരം)യും കൊണ്ടു വെച്ചു. ശുദ്ധമായ നെയ്യിലുണ്ടാക്കിയതിനാൽ നല്ല സ്വാദ്! ഞങ്ങൾ സ്ഥലം വിടാനൊരുങ്ങിയപ്പോൾ അവർ ഞങ്ങളുടെ ആഗമനോദ്ദേശ്യം വീണ്ടും ആവർത്തിച്ചെങ്കിലും മറുപടി പറഞ്ഞില്ല.

"ഗംഗുബായ് ഇന്ന് ഞങ്ങളുടെ ഒരു പ്രവർത്തകയാണ്. എച്ച്ഐവിയെക്കുറിച്ചുള്ള കാമാഠിപുരയിലെ ബോധവൽക്കരണത്തിന് ഞങ്ങളെ സഹായിക്കുന്നു. സന്ദർശകരെ കോൺഡം ഉപയോഗിക്കാൻ പ്രേരിപ്പിക്കുന്നു. അവർ സൗജന്യമായി അവ വിതരണം ചെയ്യുന്നു.

ഭ്രമരം

ഇവളെ നമുക്ക് സീതയെന്നോ ഗീതയെന്നോ വിളിക്കാം. കാരണം ഓരോ കെട്ടിടങ്ങളിലെത്തുമ്പോഴും അവൾക്ക് പേരിൽ വ്യതിയാനം സംഭവിക്കുന്നു. ആന്ധ്ര റെണിഗുണ്ട ജില്ലയിലെ ഒരു കൊച്ചു ഗ്രാമത്തിൽ എട്ടാം ക്ലാസ്സിൽ തമിഴ് മീഡിയത്തിൽ പഠിക്കുകയായിരുന്നു മാലിനി എന്ന പേരില്ലാ പെൺകുട്ടി. രാജമൺട്രിയിൽ ആ തമിഴ് കൂട്ടം സ്ഥിരതാമസമാക്കിയിട്ട് വളരെ

ക്കാലമായി. കൊല്ലപ്പരീക്ഷ കഴിഞ്ഞ് തിരികെ വീട്ടിലേക്ക് മടങ്ങുമ്പോൾ അവൾ മുരുകനെ ധ്യാനിച്ച് പ്രാർത്ഥിച്ചു. "മുരുകാ എന്നെ കാപ്പാത്ത്." ഗ്രാമത്തിന്നടുത്ത വീതി കുറഞ്ഞ പാതക്കരികിൽ കരിമ്പ് വിളഞ്ഞു നിൽക്കുന്ന കാലം. പക്ഷികൾ വിമാനക്കൂട്ടം പോലെ താഴുന്നതും ഉയരുന്നതും നോക്കി മാലിനി നടന്നു. അവൾ ഉല്ലാസവതിയായിരുന്നു. ഒരു മോട്ടോർ സൈക്കിളിൽ ഒരാൾ അവളെ പിന്തുടരുന്നത് അവൾ ശ്രദ്ധിച്ചില്ല. ഒരു വളവിലെത്തിയപ്പോൾ ബൈക്കിൽ വന്നയാൾ മുന്നിലേക്ക് വണ്ടിയോടിച്ച് വിലങ്ങനെ നിർത്തി. ക്ഷണവേഗത്തിൽ അയാൾ മാലിനിയെ കടന്നു പിടിച്ച് കരിമ്പിൻ കൂട്ടത്തിലേക്ക് വലിച്ചിഴച്ചു. എന്നിട്ട് പറഞ്ഞു. "യാരിട്ടാവത് ശൊന്നേൻ ഉന്നൈ കൊന്തിടുവോൻ." പെൺകുട്ടി ഭയചകിതയായെങ്കിലും കുതറിയോടാൻ ഒരു വിഫലശ്രമം നടത്തി നോക്കി. അപ്പോളയാൾ അവളുടെ മുഖത്ത് ആഞ്ഞടിച്ചു. അവളുടെ കണ്ണുകളിൽ നക്ഷത്രങ്ങൾ പൊട്ടിച്ചിതറിയ പോലെ സ്തബ്ധയായി. ഒരു മാൻകുട്ടിയെപ്പോലെ അവളിൽ നിന്നൊരു രോദനമുയർന്നെങ്കിലും ആരുമത് ശ്രവിച്ചില്ല. അവസാനം ഒരു ചെറുചിരിയോടെ കാര്യം നടത്തി അയാൾ സ്ഥലം വിട്ടു. അത് മാലിനിയുടെ അമ്മാവനായിരുന്നു!

എങ്ങനെ അവൾ വീട്ടിലെത്തിയെന്ന് ചോദിക്കരുത്. എത്തിയെന്നു മാത്രം. പിന്നീട് കുറെ കരഞ്ഞ് ഒരിടത്തിരുന്നു. വൈകി വന്നതിന് അവളെ അമ്മ വഴക്കു പറഞ്ഞു. അവൾ ഉരിയാടിയില്ല. ഏതാണ്ടൊരു പ്രതിമ പോലെ. ഭക്ഷണം, കുളി എന്നിവയിൽ ശ്രദ്ധയില്ലാതെ മാലിനി ഒരാഴ്ച കഴിച്ചുകൂട്ടി. അമ്മ ചോദിച്ചെങ്കിലും അവൾ ഒന്നും പറഞ്ഞില്ല. ഒടുവിൽ മന്ത്രം ജപിച്ച ചരട് കയ്യിൽ കെട്ടി ഒരു ഏലസും കഴുത്തിലിട്ടു കൊടുത്തു. ദിനംപ്രതി ഏലസിന്റേയും ചരടിന്റേയും എണ്ണം കൂടി വന്നതല്ലാതെ അവൾ തന്റെ ലോകത്ത് മാത്രം സഞ്ചരിക്കാൻ തുടങ്ങി. ആർക്കും മനസ്സിലാകാത്ത ലോകം. ഒരു മാസം കഴിഞ്ഞ് ആരുമില്ലാത്ത ഉച്ചകളിൽ അയാൾ വീണ്ടും വന്നു. സംഭവങ്ങളുടെ തനിയാവർത്തനം അരങ്ങേറി. ഇത്തവണ എതിർത്തില്ല. ഒരു നെടുവീർപ്പ് അവളിൽ നിന്നുയർന്നുവെന്നു മാത്രം. ഒരു ദിവസം അവൾ വീട് വിട്ടിറങ്ങി. തിരിഞ്ഞു നോക്കാതെ. അപ്പോൾ വെറുതെ കരയുകയും ചിരിക്കുകയും ചെയ്ത അവളുടെ തലച്ചോറിൽ സ്വർണം കെട്ടിയ ആ പല്ലും അറപ്പിക്കുന്ന അയാളുടെ ഗന്ധവും മാത്രം. അവളുടെ കാതുകളിൽ ഒരായിരം വണ്ടുകൾ മൂളിപ്പറക്കുന്ന സ്വരം അവൾ വ്യക്തമായി കേട്ടു. പിന്നീട് മാലിനി വേശ്യാത്തെരുവിലെത്തിയത് അവൾക്കിന്നും അവ്യക്തം. ഇപ്പോൾ ഘർവാലി നൽകുന്ന പേരുകൾ സ്വീകരിച്ച് കാമാഠിപുരയിലെ ഇടുങ്ങിയ മുറികളിൽ ജീവിക്കുന്നു. ആരോടും പരിഭവമില്ലാതെ!

കാരണം അവളുടെ കാതുകളിൽ ഒരായിരം വണ്ടുകൾ മൂളിപ്പറക്കുന്നുണ്ടാകാം. ('സാവ്ധാൻ' സംഘടനയുടെ ജാനകിയെന്ന തമിഴ് വനിതയോട് മാലിനി പറഞ്ഞതിന്റെ സംഗ്രഹം.)

കണ്ണേ മടങ്ങുക!

തൊട്ടടുത്ത കെട്ടിടത്തിലെ രണ്ടാം നിലയിൽ ഞങ്ങൾ കയറിച്ചെന്നു. കദീജ എന്ന പേരിലറിയപ്പെടുന്ന ജനിഫർ ലോപസ് ഗോവക്കാരിയാണ്. അൽപം തുടുത്ത് കിളരം കുറഞ്ഞ ശരീരം. ഇറുകിയ വസ്ത്രം ശരീരവടിവ് വെളിപ്പെടുത്തുന്നുണ്ട്. ലിപ്സ്റ്റിക്കിട്ട ചുണ്ടിൽ എരിയുന്ന സിഗററ്റ്. "വാട്ട് മാൻ? ലോംഗ് ടൈം നോട്ട് സീൻ! എഗെയ്ൻ യു ഹാവ് ടു ടെൽ ദി സെയിം ഓൾഡ് സ്റ്റഫ്! കോൺഡം വാലി കഹാനി?" (വളരെ നാളായി കണ്ടില്ല. വീണ്ടും പഴയത് തന്നെ ആവർത്തിക്കാനാണോ? കോൺഡത്തിന്റെ കഥ!) ജനിഫർ പുച്ഛത്തോടെ ഞങ്ങളോട് ചോദിച്ച് സിഗററ്റ് ഒന്നുകൂടി വലിച്ച് പുറത്തേക്കെറിഞ്ഞു. എന്നിട്ട് ആത്മഗതമെന്നോണം പറഞ്ഞു. "എനിക്ക് ജീവിതം മടുത്തു അങ്കിൾ. നശിക്കാൻ തീരുമാനിച്ചിറങ്ങിയതാണ്. ഏതായാലും അത് അങ്ങനെത്തന്നെയാകട്ടെ."

ഒരു പ്രാവശ്യം കയ്യിലെ ഞരമ്പു മുറിച്ച ജനിഫർ മരണത്തിന്റെ ഗന്ധമേൽക്കുന്നുണ്ടാകണം. കുടിയനും വ്യഭിചാരിയുമായ ഭർത്താവ് ഷിപ്പ്‌യാർഡ് ജീവനക്കാരനായിരുന്നു. രണ്ടു കുഞ്ഞുങ്ങളേയും സമ്മാനിച്ച് അയാൾ ഒരു നാൾ കടലിൽ ചാടി മരിച്ചു. ജീവിക്കാൻ മാർഗമില്ലാതെ ജനിഫർ കുട്ടികളെ അമ്മയെ ഏൽപിച്ച് ജോലി തേടി മുംബൈയിലെത്തി. കൊളാബയിലെ ഒരു പരിചയക്കാരിയുടെ കൂടെ അൽപനാൾ താമസിച്ചു. പിന്നീട് ഒരു ഗസ്റ്റ് ഹൗസിൽ ജോലിക്കാരിയായി. മറ്റൊന്നുമല്ല, അവിടെ ശരീര വിൽപന തന്നെ. പൊലീസ് റെയ്ഡിൽ പിടിക്കപ്പെട്ട് സ്റ്റേഷനിലെത്തിയ ജനിഫറെ ഒരാൾ ജ്യാമത്തിലെടുത്ത് ഇവിടെയെത്തിച്ചു. പിന്നീട് പുറംലോകം കണ്ടിട്ടില്ല.

അവൾക്ക് രണ്ടു പ്രാവശ്യം ലൈംഗികരോഗം പിടിപെട്ടു. ഒരു പ്രാവശ്യം ഗർഭഛിദ്രം നടത്തി. ഉയർന്ന രക്തസമ്മർദ്ദവുമുണ്ട്. നാട്ടിൽ മാർവാടിയോട് വാങ്ങിയ പണത്തിന്റെ പലിശ തന്റെ മകളുടെ യൗവനം പോലെ അതിശീഘ്രം മുന്നോട്ട് കുതിക്കുന്നു. മാഹിം പള്ളിയിൽ പോയി മാതാവിനോട് പ്രാർത്ഥിക്കണമെന്ന് അവൾക്കുണ്ട്. പക്ഷേ ആരനുവദിക്കാൻ! ഇറങ്ങുന്നതിനിടയിൽ അവൾ വിളിച്ചു പറഞ്ഞു, "നെക്സ്റ്റ് ടൈം ബ്രിങ്ങ് സംതിംഗ് ഹോട്ട്..." ഞങ്ങൾ മുന്നോട്ട് നീങ്ങി.

കല്പാന്ത്യേ!

മനസ്സ് വേദനിക്കാൻ തുടങ്ങിയത് നിഗൂഡ്കർ തൃക്കണ്ണുകൊണ്ടറിഞ്ഞു. "ലെറ്റ്സ് ഗോ..." അദ്ദേഹം പറഞ്ഞു. "ശൂന്യതയുടെ പ്രശാന്തതയിലെ അനന്തമായ അസ്വാസ്ഥ്യമാണ് ജീവിതം എന്ന് ഷോപ്പനോവർ പറഞ്ഞില്ലേ. ഇതും അതുപോലൊന്ന് എന്നു കരുതിയാൽ മതി." വിനോദ് കൂട്ടിച്ചേർത്തു.

ചാർണി റോഡിനെ ലക്ഷ്യമാക്കി ടാക്സി കുതിച്ചു. ചുവന്ന തെരുവിൽ വില പേശലുകൾ, കളി ചിരികൾ, ഉറക്കെയുള്ള സംസാരം. 'രചന റെസ്റ്റോറന്റി'നു മുന്നിൽ ടാക്സി നിർത്തി. രണ്ട് ലണ്ടൻ പിൽസ്നർ ബിയർ ഓർഡർ ചെയ്തു. ബിയർ ബാറിൽ റോക്ക് സംഗീതം. ഒരു മൂലയിൽ നീഗ്രോ യുവാക്കൾ മൂക്കിൽ എന്തോ പൊടി വലിച്ചു കേറ്റുന്നു. ലഹരിയാകാം. മഗ്ഗുകളിൽ

പിൽസ്നർ നുരഞ്ഞുപൊന്തി. ചിയേഴ്സ് പറഞ്ഞ് മൊത്തിക്കുടിച്ചു. തണുത്ത ബിയർ ആമാശയത്തിലിറങ്ങിയപ്പോൾ ആശ്വാസം. അന്നത്തെ ദിവസം ആദ്യമായി സിഗററ്റ് കത്തിച്ചു.

"തുൾസി താപ്പയെന്ന നേപ്പാളി പെൺകുട്ടിയുടെ കഥ ഇതിലും ശോചനീയമാണ്." മലമ്പ്രദേശത്തെ ഏതോ ഗ്രാമത്തിൽ നിന്ന് കങ്കാണിമാരാൽ ഇവിടെയെത്തിയ അവൾ മൃഗീയ മർദ്ദനത്തിന് വഴങ്ങി ഒടുവിൽ മറ്റുള്ളവരേപ്പോലെയായി. ഭാഷയുടെ അതിർവരമ്പുകൾ ഭേദിച്ച് നാരായണൻ എന്ന മലയാളി യുവാവുമായി അവൾ അനുരക്തയായി. ഗൾഫ് സ്വപ്നം തേടി മുംബൈയിലെത്തിയ അയാൾ കൂട്ടുകാരുമൊത്ത് ജീവിതത്തിന്റെ മധുനുകരാൻ ചുവന്ന തെരുവിലെത്തിയതാണ്. മിഥുനങ്ങൾ തമ്മിലടുക്കുന്നത് ഘർവാലിയുടെ ശ്രദ്ധയിൽ എന്തുകൊണ്ടോ പെട്ടില്ല. കാമാഠിപുര ഉച്ചയുറക്കത്തിലമർന്ന സമയം. ഒരു ദിവസം രണ്ടു പേരും ടാക്സിയിൽ അവിടം വിട്ടിറങ്ങി. ഭയന്നു വിറച്ച അവർ ഒന്നും ഉരിയാടിയില്ല. ബൈക്കുള ബ്രിഡ്ജ് വഴി ടാക്സി പോയി. ചില ഗലികൾ തിരിഞ്ഞു. വഴിയിൽ കണ്ട കെട്ടിടങ്ങൾ വീണ്ടും പ്രത്യക്ഷപ്പെടാൻ തുടങ്ങിയപ്പോൾ നാരായണന് സംശയമായി. മുറിഹിന്ദിയിൽ അയാൾ ടാക്സിക്കാരനോട് തട്ടിക്കയറി. ഇതിനിടയിൽ ടാക്സി വീണ്ടും നീലച്ചായം തേച്ച ജനലുകളുള്ള കെട്ടിടത്തിന്റെ മുന്നിൽ തിരിച്ചെത്തി. ഘർവാലിയുടെ കിങ്കരന്മാർ പാഞ്ഞെത്തി തുൾസിയെ പിടിച്ചിഴച്ച് കൊണ്ടുപോയി. നാരായണനെ ദാദകൾ ബെൽറ്റൂരിയടിച്ചോടിച്ചു. പിറ്റേന്ന് പത്രത്തിൽ ഒരു വാർത്ത കണ്ടു. കൈകാലുകൾ വിച്ഛേദിച്ച നിലയിൽ രക്തം വാർന്ന് മരിക്കാറായി ഒരു നേപ്പാളി പെൺകുട്ടിയെ പൻവേലിൽ നിന്ന് നാട്ടുകാർ ഹോസ്പിറ്റലിൽ എത്തിച്ചിരിക്കുന്നു.

നിയമപാലകരെത്തി മൊഴിയെടുത്തെങ്കിലും അവരുടെ വായ് പണം കൊണ്ട് മൂടപ്പെട്ടു. തുൾസി താപ്പയെ പിന്നീട് 'സാവ്ധാൻ' പ്രവർത്തകർ സ്വന്തം ഗ്രാമത്തിലേക്ക് തിരിച്ചയച്ചു. 'സാവ്ധാന്റെ' വിനോദ് ഗുപ്തയാണ് ഞങ്ങളോട് ഈ വിവരം പറഞ്ഞത്." നിഗൂഡ്കർ പറഞ്ഞവസാനിപ്പിച്ചു. ഞങ്ങൾ എഴുന്നേറ്റു. യാത്രാക്ഷീണവും അങ്കലാപ്പും ഒരുവിധം തളർത്തിയിരിക്കുന്നു. സമയം ഏറെച്ചെന്നു. ഒരു സിഗററ്റ് കൂടി കത്തിച്ച് ഗുഡ് നൈറ്റ് പറഞ്ഞ് കോത്താച്ചിവാഡിയിലുള്ള തന്റെ വാസസ്ഥലത്തേക്ക് അദ്ദേഹം നടന്നു. ചാർണി റോഡിലെ സെന്റ് തെരേസാസ് പള്ളിയിൽ പ്രാർത്ഥന അവസാനിച്ചിട്ടില്ല. രാത്രി കുറേക്കൂടി കറുത്തു. ചിലരുടെ മനസ്സു പോലെ! വഴിയിൽ മിഴിച്ചു നിൽക്കെ ഇരുട്ടിൽ നിന്ന് ഒരാൾ വന്നു ചോദിച്ചു, "സാബ്, ഐറ്റം മംഗ്തേ? മദ്രാസി, ടമിൾ, ഗുജറാത്തി..." ഒന്നും മിണ്ടിയില്ല. ടാക്സിയിൽ ഹോട്ടലിലേക്ക് പാഞ്ഞു.

മഹാനഗരത്തിൽ വേശ്യാത്തെരുവുകൾ നിലനിർത്തുന്നത് അഭിലഷണീയമാണോ എന്ന കാര്യം സാമൂഹിക ശാസ്ത്രജ്ഞന്മാർക്കും സർക്കാരിനും വിടുന്നു. മുംബൈ എയ്ഡ്സ് കൺട്രോൾ സൊസൈറ്റിയുടെ പരമപ്രധാന ലക്ഷ്യം എയ്ഡ്സിനെക്കുറിച്ച്, ജനത്തിനിടയിൽ പ്രത്യേകിച്ച് ലൈംഗിക

തൊഴിലാളികൾക്കിടയിൽ ബോധവൽക്കരണം നടത്തുകയെന്നത്രെ. ഇവിടെ സജീവമാണീ രംഗം.

മാധ്യമങ്ങൾ സൗജന്യ നിരക്കിൽ എം.എ.സി.എസ്സിന്റെ പരസ്യങ്ങൾ പ്രസിദ്ധീകരിക്കുന്നു. ഈയിടെ 'പോസിറ്റീവ്' എന്ന ഗ്രന്ഥം സൊസൈറ്റി പ്രസിദ്ധീകരിച്ചു. ഉന്നതശ്രേണിയിലുള്ള മറാഠി കഥാകാരന്മാരുടെ എച്ച്ഐവിയെക്കുറിച്ചുള്ള ബോധവൽക്കരണശ്രമമാണ് 'പോസിറ്റീവ്.' 2004–2005ൽ കേരള സർക്കാർ മുംബൈയിലെ ചില സംഘടനകൾക്ക് ഭീമമായ സംഖ്യ പ്രചാരണത്തിനായി അനുവദിച്ചെങ്കിലും അവരുടെ ദൗത്യം ദയനീയമായി പരാജയപ്പെട്ടുവെന്നാണ് അറിയാൻ കഴിഞ്ഞത്. നാഷനൽ എയ്ഡ്സ് കൺട്രോൾ സൊസൈറ്റിയുടെ പ്രവർത്തനം കുറെ നാളുകളായി മന്ദഗതിയിലാണെന്ന് ഒരു എൻജിഒയുടെ വക്താവ് പറഞ്ഞു. പത്രങ്ങളിലും മറ്റ് മാധ്യമരംഗത്ത് പ്രത്യക്ഷപ്പെട്ട 'പുള്ളിരാജാക്ക് എയിഡ്സ് വരുമോ' എന്ന എച്ച്ഐവി ബോധവൽക്കരണ കാംപെയ്ൻ ജനശ്രദ്ധ പിടിച്ചു പറ്റി.

കാമാഠിപുരയിലെ തൊഴിലാളികൾക്കിടയിൽ 80% പേർക്കും ടീബി, ഗർഭാശയരോഗങ്ങൾ, പ്രമേഹം, ഉയർന്ന രക്തസമ്മർദ്ദം, ഗുഹ്യരോഗങ്ങൾ എന്നിവ ഉണ്ടെന്ന് ഒരു അന്വേഷണം വെളിപ്പെടുത്തി.

"ഈ പ്രദേശത്തിന്റെ ചുറ്റുവട്ടത്ത് പാവപ്പെട്ട ലൈംഗികതൊഴിലാളികളെ ചൂഷണം ചെയ്ത് ജീവിക്കുന്ന വ്യാജഡോക്ടർമാർ തമ്പടിച്ചിരിക്കുന്നു. എങ്ങുമില്ലാത്ത ബിരുദങ്ങളാണിവർക്കുള്ളത്! ലൈംഗികതൊഴിലാളികളിൽ 90% പേരും ഇവരെയാണ് സമീപിക്കുക." ഡോക്ടർ നിരഞ്ജൻ നാഗ്പൂർ എന്ന ലൈംഗികരോഗവിദഗ്ധൻ പറഞ്ഞു. "എച്ച്ഐവി രോഗികളുടെ രക്തം, യോനീസ്രവം, ഉമിനീർ, ശുക്ലം തുടങ്ങിയവ വഴിയാണ് രോഗം പകരുന്നത്." അദ്ദേഹം കൂട്ടിച്ചേർത്തു.

ബോധവൽക്കരണത്തിന് എച്ച്ഐവി രോഗത്തിന്റെ പ്രാരംഭഘട്ടത്തിലുള്ളവരേയും ഉൾപ്പെടുത്തിയിട്ടുണ്ട്. മനംമാറ്റം വന്ന ചില ലൈംഗികതൊഴിലാളികളും പിമ്പുകളും എംഎസിഎസിന്റെ കൂടെ പ്രവർത്തിക്കുന്നു. കൗൺസലിങ് വഴി ലൈംഗികതൊഴിലാളികളെ അതിൽ നിന്ന് പിന്തിരിപ്പിക്കാൻ എളുപ്പമല്ല. ദാദമാരും ഘർവാലികളും അവരെ തീറ്റിപ്പോറ്റുന്ന കപട രാഷ്ട്രീയക്കാരും അതിന് അനുവദിക്കുന്നില്ല. മാത്രമല്ല, യുവതികളുടെ പുനരധിവാസം ഒരു കീറാമുട്ടിയായിരിക്കുന്നു. സ്വന്തം ഗ്രാമങ്ങളിൽ അവർക്കു വരുന്ന അപമാനമാണിതിൽ പ്രധാനം. കൂടാതെ അധികം അധ്വാനമില്ലാതെ കിട്ടുന്ന പണം വേറൊരു കാരണമത്രെ. ഘർവാലികളും മാർവാടികളും കടക്കെണിയിൽ പെടുത്തി അവിടം വിട്ടു പോകാൻ ഈ പാവങ്ങളെ അനുവദിക്കുന്നുമില്ല. ലൈംഗികതൊഴിലാളിക്ക് ജനിക്കുന്ന ആൺകുഞ്ഞുങ്ങൾ അവിടെത്തന്നെ വളർന്ന് പിമ്പുകളോ ദാദമാരോ ആയിത്തീരുന്നു. പെൺകുഞ്ഞുങ്ങൾ അവരുടെ അമ്മമാരുടെ വഴി പിന്തുടരുന്നുവെന്നും കാണാം. മനുഷ്യരാശിയുടെ ആരംഭദശയിലുള്ള ഈ വ്യാപാരം എങ്ങുമവസാനിക്കാത്ത ഒരു ടീവി സീരിയൽ പോലെ തുടരുമെന്ന് വ്യക്തം; നാരീമുക്തിസേനകളും വിമൻസ് ലിബ്ബും അരങ്ങു തകർക്കുന്ന ഈ കാലഘട്ടത്തിലും! ■

മുംബൈച്ചാ ഗോവേക്കർ*

യു.പി. ഭയ്യ മുംബൈക്കർക്ക് പാൽ കൊണ്ടുവരുന്നു. ബനിയ പലവ്യഞ്ജനങ്ങളും മിയാൻ - ബായ് രുചിയേറിയ കബാബും ഫലൂദയും ഗോവക്കാർ റൊട്ടിയും മദ്യവും വിൽക്കുന്നു. ഈ യോജിപ്പിനെ ആരും ചോദ്യം ചെയ്യുന്നില്ല. ആരും ആരുടേയും മതം ചോദിക്കാറില്ല. എല്ലാവർക്കുമറിയാമെങ്കിലും. മുസ്ലീമും ഹിന്ദുവും പാഴ്സിയും ജെയ്നും ക്രൈസ്തവരും മുംബൈയുടെ അനിവാര്യ ഭാഗങ്ങളായി വർത്തിച്ചുവരുന്നു.

ഗോവൻ കത്തോലിക്കർ (ഗോവേചാ കത്തോലിക്) റോമൻ കത്തോലിക്കരുടെ വംശീയ, മതപര സമൂഹമാണ്. അവർ കൊങ്കണി സംസാരിക്കുന്നു. അവരുടെ ചരിത്രത്തിൽ പ്രസ്താവ്യയോഗ്യമായ സംഭവങ്ങളിലൊന്ന് പോർച്ചുഗീസ്-മറാത്ത യുദ്ധമത്രെ. അതിനാൽ ഗോവൻ കത്തോലിക്കർ അന്യദേശങ്ങളിലേയ്ക്ക് പലായനം ചെയ്തു.

ഏകദേശം 4000 സ്ക്വയർ കിലോമീറ്റർ മാത്രം വിസ്തീർണ്ണമുള്ള ഗോവയിലെ ജനസംഖ്യയിൽ 22% സംസ്ഥാനത്തിന് വെളിയിലാണെന്നും അവരിൽ ഉദ്ദേശം 5 ലക്ഷത്തോളം ഗോവക്കാർ മുംബൈയിലുണ്ടെന്നും കണക്കുകൾ ഉദ്ധരിച്ച് ഫാദർ പാട്രിക് ഡിസൂസ എന്ന കോളെജ് പ്രൊഫസ്സർ പറഞ്ഞു.

പലായനം ചെയ്ത പലരും മുംബൈയിലെത്തി (ബോംബെയിൽ) യെങ്കിലും ഫെനി എന്ന അവരുടെ ദേശീയ മദ്യവും സംഗീതവും സാഹിത്യവും അവർ കൈവിട്ടില്ല.

1920 മുതൽ 30 വരെയുള്ള കാലങ്ങളിലാണ് ഗോവൻ കത്തോലിക്കർ ബോംബെയിലേയ്ക്ക് അധികവും ചേക്കേറിയത്. ജീവിത മാർഗ്ഗം തേടി മഹാനഗരത്തിലെത്തിയ ഇവരുടെ സംരക്ഷണാർത്ഥം ചുരുങ്ങിയ ചെലവിൽ താമസിക്കാനും ഭക്ഷണം ലഭിക്കുന്നതിനുമുള്ള അവസരം ഗോവൻ പാതിരിമാരൊരുക്കി. അവ 'കുദ്ദ്' എന്ന് അറിയപ്പെട്ടു. ആദ്യത്തെ 'കുദ്ദ്' അല്ലെങ്കിൽ ഇന്നത്തെ ഗോവൻ ക്ലബ്ബ് മെട്രോ സിനിമയ്ക്ക് എതിർവശം 1886ൽ ജെർ

* മുംബൈച്ചാ ഗോവേക്കർ (മുംബൈയിലെ ഗോവക്കാർ)

മെഹളിൽ സ്ഥാപിച്ചു. ഉദ്ദേശം 250 ക്ലബ്ബുകളുണ്ടായിരുന്ന മുംബൈയിൽ ഇന്ന് അവ വിരലിലെണ്ണാവുന്നവയായിത്തീർന്നിരിക്കുന്നു. നഗരത്തിന്റെ മർമ്മ പ്രധാന ഭാഗങ്ങളിലായിരുന്ന ക്ലബ്ബുകൾ പിന്നീട് കച്ചവട മനസ്സോടെ ബിൻഡർമാർ വാങ്ങിക്കൂട്ടി.

മലാഡിൽ താമസിക്കുന്ന മൈക്കിൾ സെക്വേറ എന്ന ഫ്രീലാൻസ് പ്രസ്സ് ഫോട്ടോഗ്രാഫറോട് കൂടുതൽ വിവരങ്ങൾ ചോദിച്ചറിയാം.

"We are fun loving people and peace loving too"

(ഞങ്ങൾ ആഹ്ലാദപ്രിയരും സമാധാനം ആഗ്രഹിക്കുന്നവരാണ്)

"മിക്ക ദിവസങ്ങളിലും ഏതെങ്കിലും ഹോട്ടലുകളിലോ വീടുകളിലോ ഞങ്ങൾ പാർട്ടികൾ നടത്തുന്നു. ഈ പാർട്ടികളിൽ മദ്യം ധാരാളമായി ഒഴുകും." മൈക്കിൾ പറഞ്ഞു.

ഗോവൻ ഗ്രാമങ്ങളെ അനുസ്മരിപ്പിച്ചിരുന്ന കലീന, മലാഡിലെ ഓർളം തുടങ്ങിയ സ്ഥലങ്ങളിലും ബാന്ദ്രയിലെ ചാപ്പൽ റോഡിലും ക്യസ്ത്യാനികളുടെ കോട്ടേജുകൾ കാണാം. ഈ വില്ലേജുകളെ 'ഗാവ്ഠൺ' എന്ന് വിളിക്കുന്നു. നാൽക്കവലകളിൽ കോൺക്രീറ്റ് കൊണ്ട് നിർമ്മിച്ച കുരിശും സ്ഥാപിച്ചിരിക്കുന്നു. വൈകുന്നേരങ്ങളിൽ വിശ്വാസികൾ ഇവിടെ മെഴുകുതിരി കത്തിച്ച് അല്പനേരം പ്രാർത്ഥിക്കുന്നത് കലീന വില്ലേജിലെ ഒരിടത്തു കണ്ടു.

അഭ്യസ്തവിദ്യരായ ഗോവൻ പെൺകുട്ടികളധികവും ഓഫീസുകളിൽ ജോലി ചെയ്യുന്നു. സെക്രട്ടറിയറ്റ് കോഴ്സുകൾ പൂർത്തിയാക്കി ഗോവയിൽ നിന്നെത്തുന്ന ഇവർ ഹോട്ടൽ മാനേജ്മെന്റ്, ട്രാവൽ ആന്റ് ടൂറിസം, അഡ്വർട്ടയ്സിംഗ് എന്നീ രംഗങ്ങളിൽ തിളങ്ങുന്നു. മലയാളികളെപ്പോലെ ആദ്യകാലങ്ങളിൽ ടൈപ്പിസ്റ്റുകളിൽ നല്ലൊരു ഭാഗം ഗോവൻ പെൺകുട്ടികളായിരുന്നു. എന്നാൽ വലിയ വീടുകളിൽ ആയയുടെ ജോലി നോക്കിയിരുന്ന പാവം സ്ത്രീകളിലൊരുവളെ പരിചയപ്പെടാം.

ഗീർഗാവിലെ സെന്റ് തെരേസാസ് പള്ളിയിൽ പ്രാർത്ഥിച്ചുകൊണ്ടിരിക്കുന്ന മിസിസ് ഡൊറോത്തി ഡിക്രൂസ് ഇങ്ങനെ ശബ്ദമുയർത്തി ദൈവത്തിനോട് അപേക്ഷിക്കുന്നതു കേട്ടു. "ഗോഡ് അപ്പുൺ കോ ബച്ചാലോ" (ദൈവമേ എന്നെ രക്ഷിയ്ക്കൂ!)

മിസിസ് ഡിക്രൂസ് ജരാനരകൾ ബാധിച്ച, എഴുപത്തിയഞ്ചിനോടടുത്ത് പ്രായമുള്ള സാമാന്യം വെളുത്ത് ഉയരമുള്ള, മെലിഞ്ഞ സ്ത്രീയാണ്. മറൈൻ ലൈൻസ്റ്റേഷൻ ബ്രിഡ്ജിന് സമീപമുള്ള ഗോവക്കാരുടെ ലെയിനിൽ താമസിയ്ക്കുന്നു. മുംബൈ എത്ര വളർന്നിട്ടും ഈ സ്ഥലം ആയിരത്തിത്തൊള്ളായിരത്തി അമ്പതുകളിലേതുപോലെത്തന്നെ. ഇടവഴിയുടെ ഇരുഭാഗത്തും ഓടിട്ട വീടുകൾ മാത്രം. കർത്താവിന്റെ തൂങ്ങപ്പെട്ട ഛായാചിത്രം മിക്കവീടുകളുടെയും മുൻഭാഗത്ത് തന്നെയുണ്ട്. വരാന്തയ്ക്ക് മരത്തിന്റെ ഗ്രില്ലുകൾ. ഡൊറോത്തി മുംബൈയിൽത്തന്നെയാണ് ജനിച്ചു

വളർന്നത്. പിതാവ് റോഡ്റിഗ്സിന് ചാരായകടത്തായിരുന്നു പണി. ചാരായക്കച്ചവടം മുംബൈയിൽ പൊടിപൊടിച്ചിരുന്ന കാലം. വരദരാജ മുതലിയാർ വാറ്റുന്ന കൺട്രി ലിക്കർ പൊലീസിന്റെ കണ്ണ് വെട്ടിച്ച് മറൈൻ ലൈനിലെത്തിച്ച് ആവശ്യക്കാർക്കു നൽകുക അത്ര ആയാസകരമായ ജോലിയല്ലായിരുന്നു. അന്ന് അയാളുടെ മൂന്ന് മക്കൾക്ക് എട്ടും പൊട്ടും തിരിയാത്ത പ്രായം. മസഗോൺ ഡോക്കിലെ ചുമട്ട് തൊഴിലാളിയായിരുന്ന റോഡ്റിഗ്സ് ഒരിക്കൽ ചെമ്പുകമ്പി മോഷ്ടിച്ച് അഴിക്കുള്ളിലായി. അങ്ങനെ ഉള്ള പണിയും തെറിച്ചു; അതോടെ കുടുംബം പട്ടിണിയിലും. അതിനാൽ ചാരായം കടത്ത് പ്രധാന തൊഴിലാക്കിയെടുക്കാതെ അയാൾക്ക് ഗത്യന്തരമില്ലായിരുന്നു. മൊറാർജി ദേശായിയുടെ 'മദ്യനയം' ചാരായവാറ്റുകാരെ ഒന്നുകൂടി തടിപ്പിച്ചതൊഴികെ മറ്റൊന്നും സംഭവിച്ചില്ല. വാറ്റും വിൽപനയും തകൃതിയായി തുടർന്നു. റോഡ്റിഗ്സ് പലകുറി ജയിലിലായിരുന്നപ്പോൾ വീട്ടിൽ ഒരു അവിഹിത ബന്ധം തളിർക്കുകയായിരുന്നു. വീട്ടുജോലിക്കാരിയായ അയാളുടെ ഭാര്യ ഒരു 'പാവ് വാല' (റൊട്ടിക്കച്ചവടക്കാരൻ) യുടെ കൂടെ ഒളിച്ചോടി. കുട്ടികൾ മൂന്നും മുഴുപ്പട്ടിണി അനുഭവിച്ച നാളുകൾ നീണ്ടുനിന്നു. റോഡ്റിഗ്സ് ജയിലിൽ നിന്ന് മടങ്ങി വന്നെങ്കിലും അയാൾ തികച്ചും പരിക്ഷീണിതനായിരുന്നു. ഭാര്യയുടെ ഒളിച്ചോട്ടം അയാളുടെ മനസ്സിന്റെ സമനില തെറ്റിച്ചു. ഒരു നാൾ മുംബൈ സെൻട്രലിലെ റെയിൽവേ ട്രാക്കുകളിലൊന്നിൽ അയാളുടെ ശരീരം രണ്ടായി മുറിഞ്ഞ് ചലനമറ്റു കിടന്നു. ഗോവക്കാരുടെ പ്രത്യേക ഹിന്ദിയിൽ അവർ പറഞ്ഞു. "അപ്പുൺ ഷോലായാ സത്രാ സാൽകാ ഥാ, അപ്പുൺ കോ ഹെൽപ് കർനാ കോയി നഹി."

ഒരു കരച്ചിലോടെ ഡൊറോത്തി പറഞ്ഞുനിർത്തി.

അവർക്കന്ന് പതിനാറിനോടടുത്ത പ്രായം. ഗീർഗാവിലെ സെന്റ് സെബാസ്റ്റ്യൻ സ്കൂളിൽനിന്ന് പ്രാഥമിക വിദ്യാഭ്യാസം ലഭിച്ചതുകൊണ്ട് ഇംഗ്ലീഷ് പ്രാർത്ഥന ചൊല്ലാറായെന്ന് മാത്രം. രണ്ടാമത്തെ ജ്യേഷ്ഠ സഹോദരി വികലാംഗയാണ്. ഇഴഞ്ഞ് ഇഴഞ്ഞ് പോയി അവൾ പള്ളിയുടെ മുമ്പിൽ മെഴുകുതിരി വിറ്റു. ഡൊറോത്തിയുടെ ജ്യേഷ്ഠൻ ഗ്യാരേജിൽ അല്ലറ ചില്ലറ ജോലി ചെയ്തുകൊണ്ടുവരുന്ന ശമ്പളം ഒന്നിനും തികഞ്ഞില്ല. അവൾ അമ്മയുടെ ജോലി ഏറ്റെടുത്തു. ഓവൽ മൈതാനത്തിനടുത്തുള്ള ഒരു ഗോവൻ കുടുംബത്തിലെ ഗവർണസ് ആയി ജോലിക്കു പോയ്ത്തുടങ്ങി. കുട്ടികളെ നോക്കുന്ന ജോലിക്കാണ് നിയമിച്ചതെങ്കിലും അവിടെ എല്ലാ പണികളും ചെയ്യേണ്ടിവന്നു. വീട്ടമ്മയും ഗൃഹനാഥനും പാർട്ടികൾക്ക് പോകുമ്പോൾ ടി.വി. ഓൺ ചെയ്തുകാണാമെന്നത് മാത്രം മെച്ചം.

"അന്ന് ടി.വിയിൽ ബോംബെ ദൂരദർശൻ ചാനൽ മാത്രമെ ഉണ്ടായിരുന്നുള്ളൂ. അതും ബ്ലാക് ആന്റ് വൈറ്റ്." ഡൊറോത്തി കൃത്യമായി ഓർക്കുന്നു. അവർ അമിതാബ് ബച്ചന്റെ ആരാധികയാണ്. അമർ, അക്ബർ, ആന്റണി ചുരുങ്ങിയത് പത്തു പ്രാവശ്യമെങ്കിലും കണ്ടിട്ടുണ്ടാകുമെന്ന് ഡൊറോത്തി ചെറുമന്ദഹാസത്തോടെ പറഞ്ഞു.

“മൈ നെയ്ം ഈസ് ആന്റണി ഗോൺസാൽവിസ്” എന്ന ഗാനം എപ്പോഴും മൂളിക്കൊണ്ടാണ് അവർ ജോലികൾ ചെയ്തിരുന്നത്.

യൗവ്വനം പൂത്തുലഞ്ഞ അക്കാലത്ത് ഏതൊരു യുവതിയേയും പോലെ ഡൊറോത്തിക്കൊരു പ്രേമമുണ്ടായിരുന്നു. കാമുകൻ കാർ ഡ്രൈവർ ബഹാദൂർ. അയാൾ അരുണാചൽ പ്രദേശക്കാരൻ. കാറിലെ പിൻസീറ്റിൽ വെച്ചുള്ള ആദ്യചുംബനം തുടർന്ന് അവർക്ക് നൽകിയത് ദുരന്തങ്ങൾ മാത്രം. അവരുടെ രഹസ്യസമാഗമങ്ങൾ ഗൃഹനാഥ അറിയുകയും രണ്ടുപേരെയും ജോലിയിൽ നിന്ന് പുറത്താക്കുകയും ചെയ്തു.

“ബഹാദൂർ അച്ചാ ഛോക്രാ ഥാ” അവൻ നല്ലവനായിരുന്നുവെന്ന് ഡൊറോത്തി ഓർക്കുന്നു.

ബഹാദൂർ സമ്മാനിച്ച ചാപിള്ളയെ അവൾ ജെ.ജെ. ഹോസ്പിറ്റലിൽ പോയി ആരുമറിയാതെ പ്രസവിച്ചു. ഇതിനിടെ മുഴുക്കുടിയനായ ഡിക്രൂസുമായുള്ള വിവാഹം നടന്നു. പെട്ടൊന്നൊരുനാൾ അയാളെങ്ങോ അപ്രത്യക്ഷനായി. അതോടെ ഡൊറോത്തിയുടെ ദാമ്പത്യത്തിന് തിരശ്ശീല വീണു. ജീവിത പരാജയത്തിൽ മുക്തിനേടാനായി ഡൊറോത്തി മദ്യത്തിന് അടിമയായി. മെട്രോസിനിമയിൽ നല്ല ചലച്ചിത്രങ്ങൾ വരുമ്പോൾ അവർക്കന്ന് ചാകര. ടിക്കറ്റ് ബ്ലാക്കിൽ വിൽക്കുന്നതാണീയിടെ അവരുടെ തൊഴിൽ. പോലീസ് താക്കീത് നൽകി അവരെ “ആൾക്കഹോളിക് അനോണിമസ്സിൽ” എത്തിച്ചെങ്കിലും ഡൊറോത്തിക്കിപ്പോൾ ജീവിതത്തെക്കുറിച്ച് വലിയ പ്രതീക്ഷകളൊന്നുമില്ല. ഒരു നാൾ ഓടയിൽ മരിച്ചു വീണേക്കാം എന്നവർക്ക് നന്നായി അറിയാമെങ്കിലും സെന്റ് തെരാസസ് പള്ളിയിൽ പോയി ദിനവും പ്രാർത്ഥിക്കുന്നു.

“ഗോഡ് അപ്പുൺ കോ ഹെൽപ് കരോ”

Holy mary, Mother of god. എന്ന പ്രാർത്ഥന അപ്പോൾ പള്ളിയിൽ നിന്നുയർന്നു.

ചർച്ചിനെ ചുറ്റിപ്പറ്റിയുള്ളതാണ് പൊതുവേ ഗോവക്കാരുടെ ജീവിതം. സംഭാവനകൾ ലോഭമില്ലാതെ അവരുടെ പള്ളികൾക്ക് ലഭിക്കുന്നു. സ്കൂളുകളും ഇതിന്റെ ചുറ്റുവട്ടത്തുണ്ടാകും. സെന്റ് സെബാസ്റ്റ്യൻ സ്കൂൾ, ഗീർഗാവ്, സെന്റ് ആന്റണീസ് ഹൈസ്കൂൾ, ചെമ്പൂർ തുടങ്ങി ഒട്ടനവധി സ്കൂളുകൾ പരീക്ഷകളിൽ ഉന്നത വിജയം കൊയ്യുന്നു. മിഡ് നൈറ്റ് മാസ്സുകൾ (പാതിരാ കുർബ്ബാനകൾ)ക്ക് സമയപരിധി നിർണ്ണയിച്ചതിനുശേഷം പള്ളികളിൽ കൃസ്തുമസ്സ്, ന്യൂഇയർ, ഈസ്റ്റർ, കുർബ്ബാനകൾക്ക് പഴയ ആർഭാടമില്ല.

ഗോവ പോർച്ച്ഗീസ് ആധിപത്യത്തിലായിരുന്നതിനാൽ ഭൂരിഭാഗം ഗോവക്കാരും ക്രിസ്തുമതത്തിലേയ്ക്ക് മതം മാറി. പോർച്ചുഗലിന്റെ സ്വാധീനം അവരുടെ വാസ്തു ശില്പകലയിലും പ്രകടിപ്പിക്കപ്പെട്ടു. വസായ്, നന്ദാഖാൾ, അഗാസി തുടങ്ങിയ താനെ ജില്ലയിലെ പള്ളികൾ പോർച്ചുഗീസ് ശില്പ

കലയുടെ ഉത്തമമാതൃകകളാണ്. ഗോവക്കാരുടെ ജീവിതത്തിൽ 'ഫെനി' എന്ന വാറ്റുചാരായം അനിവാര്യമാണ്. പോർക്ക് വിന്ദാലൂവും ഗോവൻ മത്സ്യക്കറിയും നമ്മുടെ നാക്കിൽ വെള്ളമൂറിക്കും. കടലിന് തൊട്ടടുത്തുള്ള ഹോട്ടലിൽ മാസ്മരികത ഹിന്ദി സംഗീതവും ഗോവൻ ചെമ്മീൻ കറിയ്ക്കും ജംബോ ആവോലി കറിയ്ക്കുമൊപ്പം ഫെനിയും കുടിച്ചുള്ള ഭക്ഷണം ഒന്ന് വിഭാവനം ചെയ്യുക. അതല്ലെങ്കിൽ അരിമാവിൽ നാളികേരപ്പാലും പഞ്ചസാരയും മറ്റും ചേർത്തുണ്ടാക്കുന്ന പ്രസിദ്ധ 'ബെബിൻകാ' ആസ്വദിക്കുക. മുംബൈയിൽ 'കഫേ മോണ്ടേഗർ', മാഹിമിലെ 'കൾച്ചർ കറി ഹൗസ്' തുടങ്ങിയ ഹോട്ടലുകളിൽ ഒന്നിൽ കയറിയാൽ ഗോവൻ ഭക്ഷണത്തിന്റെ യഥാർത്ഥ രുചി മനസ്സിലാക്കാം. 'ചിക്കൻ ഡക്കുട്ടി' എന്ന വിഭവം പോർച്ചുഗീസുകാർ ഗോവക്കാർക്ക് സമ്മാനിച്ചതാണ്.

സമ്പന്നവർഗ്ഗം താമസിക്കുന്ന പാലിഹില്ലിലെ മൗണ്ട് മേരി ചർച്ചിൽ ശനിയാഴ്ചയിലെ നൊവേനയ്ക്ക് വരുന്നവരുടെ വൻ തിരക്ക്. വിലകൂടിയ കാറുകളിൽ വന്നിറങ്ങുന്ന കോട്ടിട്ട സുന്ദരന്മാരും മേയ്ക്കപ്പ് ലോഭമില്ലാതെ ഉപയോഗിച്ച് ഹൈ ഹീലിട്ടു നടക്കുന്ന ഫ്രോക്ക് ധാരിണികളായ ഈ സുന്ദരികളും മുംബൈയിലെ ഉന്നത ശ്രേണിയിലെ ജനത്തെ പ്രതിനിധീകരിക്കുന്നു. സീറോക്ക് ഹോട്ടലിനരികെയുള്ള പാറക്കെട്ടുകളിൽ ആലിംഗനബദ്ധരായ യുവതീയുവാക്കൾ. തൊപ്പി വെച്ച് വടിയേന്തി ബെർമുഡ ധരിച്ച വൃദ്ധരായ സ്ത്രീ പുരുഷന്മാർ കാറ്റുകൊള്ളാനിറങ്ങിയിരിക്കുന്നു. ഷാരൂഖാന്റെയും വിജയ് ടെന്റുൽക്കറുടേയും ബംഗ്ലാവുകൾ. കുട്ടികളെ പെരാമ്പുലേറ്ററിൽ ഇരുത്തി വഴിനീളെ പൂവാലന്മാരോട് കിന്നരിച്ചു നീങ്ങുന്ന ആയമാർ. സുന്ദരമീ ലോകമെന്ന് വെറുതെ തോന്നിപ്പോകുന്നു. മെഹ്ബൂബ് സ്റ്റുഡിയോവിന്റെ മുന്നിലെത്തി. തോക്കുധാരിയായ കാവൽക്കാരൻ. മദർ ഇന്ത്യ, സൺ ഓഫ് ഇന്ത്യ, പ്യാസ തുടങ്ങിയ അനവധി വിഖ്യാത ചിത്രങ്ങളുടെ രംഗങ്ങൾ മനസ്സിൽ അപ്പോൾ മിന്നിമറഞ്ഞു.

മൗണ്ട് മേരി ചർച്ച് റോഡിലെ "ലാബെല്ല" എന്ന കെട്ടിടത്തിൽ 11-ാം നിലയിലാണ് ജൂലി ഡിസൂസ താമസിക്കുന്നത്. ഫ്ളാറ്റിന്റെ ഡോർ ബെൽ മുഴക്കി കാത്തുനിന്നു. ഉള്ളിൽ പട്ടിയുടെ ഉഗ്രശബ്ദത്തിലുള്ള കുര മുഴങ്ങി. അല്പ നേരം കഴിഞ്ഞ് ഫ്രോക്ക് ധരിച്ച പെൺകുട്ടി വാതിൽ പകുതി തുറന്നു പിടിച്ചുനിന്നു; അകത്തേയ്ക്ക് വിടാതെ. വിവരം പറഞ്ഞപ്പോൾ അവൾ വിളിച്ചു പറഞ്ഞു. "ആന്റി കോയി കേരൾസെ ആയാ ഹെ." സാരിക്കു മുകളിൽ ഏപ്രൺ ധരിച്ച ജൂലി ഡിസൂസ ഹാളിലേയ്ക്കു വരുന്നതു കണ്ടു. അവർ ആദ്യമേ പറഞ്ഞു. "എനിതിങ്ങ് ബ്രോട്ട് ഫ്രം കേരള?" എന്നിട്ട് ചിരിച്ചുകൊണ്ട് അകത്തേക്ക് ക്ഷണിച്ചു. "ഐ ജസ്റ്റ് കേയ്ം ഫ്രം ഓഫീസ്; പ്ലീസ് സിറ്റ്." കയ്യിലുണ്ടായിരുന്ന ബൊക്കെ സമ്മാനിച്ച് സോഫയിൽ അമർന്നിരുന്നു. "കീപ് ക്വയ്റ്റ് റോക്കി" കുരച്ചുകൊണ്ടിരുന്ന വെളുത്ത ലാബ്രഡോറിനോട് ജൂലി പറയുന്നത് കേട്ടു. അത് അപ്പോൾ മണം പിടിച്ച് ഒരു മൂലയിൽ പോയി കിടക്കുന്നതും കണ്ടു. ചെമ്പൂരിൽ നിന്ന് ബാന്ദ്രവരെയുള്ള

ബസ്സ്യാത്ര തളർത്തിയിരുന്നു. ആയ ഒരു ഗ്ലാസ് സർബ്ബത്ത് കൊണ്ടുവന്ന് ടീപോയിൽ വെച്ചത് ഒറ്റയടിക്ക് കുടിച്ചുതീർത്തു.

" മാൻ, യു ലുക്ക് സോ ഓൾഡ്"

ജൂലി ഇരിങ്ങാലക്കുടക്കാരി അമ്മയുടെ മകളാണ്. അന്ധേരിയിലെ ഒരു ഫാർമസ്യൂട്ടിക്കൽ കമ്പനിയിലെ ഉദ്യോഗസ്ഥനായിരുന്നു അവളുടെ പിതാവ് ഫെഡ്റിക് ഡിസൂസ. അവരുടെ മൂന്നു മക്കളിൽ രണ്ടാമത്തവളാണ് ജൂലി. അവളും മറ്റൊരു ഡിസൂസയെ വിവാഹംചെയ്തു. ഇപ്പോൾ കമ്പനിവക ക്വാർട്ടേഴ്സിൽ താമസിക്കുന്നു. ഡോർ ബെൽ മുഴങ്ങി. വാതിൽ തുറന്ന് 6 അടിയോളം പൊക്കമുള്ള വെളുത്ത് സുന്ദരനായ പയ്യൻ വന്നു. ജൂലി പരിചയപ്പെടുത്തി.

"മൈ ഓൺലി സൺ രോഹിത് ഡിസൂസ"

"നൈസ് മീറ്റിങ്ങ് യു അങ്കിൾ" എന്നു പറഞ്ഞു കയ്യിലുള്ള ഫുട്ബോൾ നിലത്ത് ഉരുട്ടി അവൻ അകത്തേക്ക് പോയി. മുറിയിൽനിന്ന് റോക് സംഗീത മുയരാൻ തുടങ്ങി. ജൂലി വിശേഷങ്ങൾ ചോദിച്ചറിഞ്ഞു. അവളുടെ ഭർത്താവ് വിദേശത്തേക്ക് പോയിരിക്കുന്നു. മുവ്വായിരത്തോളം സ്ക്വയർഫീറ്റ് വിസ്തീർണ്ണമുള്ള ആ ഫ്ളാറ്റ് ശീതീകരിച്ചിട്ടുണ്ട്; തറയിൽ കാശ്മീരി പരവതാനി. ഹാളിന്റെ ഒരു മൂലയിൽ കൊത്തുപണി ചെയ്ത ഒരു ഹുക്ക വെച്ചിരിക്കുന്നു. ഉപയോഗമൊന്നുമില്ലെങ്കിലും L.G. യുടെ LCD യിൽ തമാശ ചിത്രത്തിന്റെ രംഗങ്ങൾ. നടുവിലായി സ്റ്റാന്റിൽ തൂങ്ങപ്പെട്ട ക്രിസ്തുവിന്റെ രൂപം. താഴെ ഒരു സ്റ്റാൻഡിൽ തുറന്നു വെച്ച ബൈബിൾ. ജൂലിയുടെ മുഖം പണ്ടത്തെപ്പോലെ പ്രസന്നമല്ല. അവരുടെ കണ്ണുകൾക്ക് താഴെ കറുപ്പുനിറം ബാധിച്ചിരിക്കുന്നു. തലയിൽ അവിടവിടെ നരച്ചമുടികളും കണ്ടു. അവർ മറ്റ് ഗോവൻ കൃസ്ത്യാനികളെപ്പോലെ മേയ്ക്കപ്പിൽ അത്രശ്രദ്ധ ആദ്യമേ നൽകാറില്ല. കൊലുന്നനേയുണ്ടായിരുന്ന ജൂലി ഒന്ന് തടിച്ചിരിക്കുന്നു. മനോവ്യഥ അവരെ അലട്ടുന്നുണ്ടെന്ന് തോന്നി.

ഭർത്താവിനെപ്പറ്റി ചോദിച്ചപ്പോൾ അവർ അധികമൊന്നും സംസാരിക്കാൻ കൂട്ടാക്കിയില്ല. അപ്പോൾ കണ്ണീർക്കണങ്ങൾ മിഴികളിൽ ഉരുണ്ടുകൂടിയിരുന്നു. ജൂലി നല്ല സുഹൃത്തായിരുന്നു. ലെറ്ററുകൾ തെറ്റുകൂടാതെ ടൈപ്പ് ചെയ്യുന്ന ഓഫീസിലെ ഏക സ്റ്റെനോഗ്രാഫർ. അവരുടെ വിവാഹത്തിന് പോകാനായില്ല. ആശുപത്രിയിലായിരുന്നു. തന്റെ ഭർത്താവിനൊപ്പം കൊച്ചി കണ്ടതും കായലിൽ പഴ്സ് വഴുതി വീണതും തേക്കടിയിലെ ആനകളുടെ ഭംഗിയും മറ്റും സംഭാഷണമദ്ധ്യേ പറഞ്ഞിരുന്നെങ്കിലും ജൂലിയുടെ മനസ്സ് വേറെ എവിടെയോ ആണ്. സമയം 8 കഴിഞ്ഞിരിക്കുന്നു. സംസാരിച്ച് നേരം പോയതറിഞ്ഞില്ല. നാലുപാടും നോക്കി തനിക്കറിയാവുന്ന മലയാളത്തിൽ അവർ പറഞ്ഞു. ഭർത്താവിന് ഒരു അഫയർ ഉണ്ട്. തന്നെ ഡൈവോഴ്സിന് നിർബ്ബന്ധിക്കുന്നു. ഉടൻ തന്നെ ഞങ്ങൾ പിരിഞ്ഞേക്കും. ജൂലി കരച്ചിലടക്കി. അവിടെ വരേണ്ടിയിരുന്നില്ല എന്ന് ന്യായമായും തോന്നി. പാലി ഹില്ലിൽ നിന്ന് ബാന്ദ്ര സ്റ്റേഷനിലേക്ക് ഓട്ടോ പിടിച്ച് താമസസ്ഥലത്തേയ്ക്ക് പോയി.

മുംബൈയിലെ 'ഗോവൻ ആന്റിമാരുടെ' കൺട്രിബാറുകൾ മദ്യനിരോധന ത്തിന് മുമ്പ് 'അടി പൊളി' ബിസിനസ്സ് ചെയ്തിരുന്ന കാലത്തേക്ക് സ്മരണകൾ ഊളിയിടുന്നു. കൺട്രിബാറുകൾ സാധാരണക്കാരായ മദ്യ പാനികളുടെ 'ആശ്വാസ' കേന്ദ്രമായിരുന്നു. ഉഗ്രവീര്യവും വിലക്കുറവുമുള്ള ദേശിദാരു വിൽക്കുന്നതോ? തടിച്ചുകൊഴുത്ത ഗോവൻ ആന്റിമാരും. മൊറാർജി ദേശായിയുടെ മദ്യനയം വന്നതോടെ പരസ്യമായ മദ്യവില്പന നിരോധിച്ചു. ഇതോടെ 'ആന്റിമാർ' മദ്യത്തിന് വിലകൂട്ടുകയും ചെയ്തു. ഗോവക്കാർ തിങ്ങിത്താമസിക്കുന്ന കലീന, മസ്ഗാവ്, മാഹിം തുടങ്ങിയ സ്ഥലങ്ങളിൽ 'കൺട്രി ദാരു' വില്പന പൊടി പൊടിച്ചു. ഈ സ്ഥലങ്ങളിൽ ഇപ്പോൾ ആന്റിമാരുടെ ഇത്തരം ബാറുകൾ ഇല്ലെന്ന് വേണം മനസ്സിലാ ക്കാൻ. വാറ്റു ചാരായം ഗോവക്കാർ നിർമ്മിക്കുന്നത് ചീഞ്ഞ പഴവർഗ്ഗങ്ങൾ ഉപയോഗിച്ചാണത്രെ. ബാറ്ററിയും മറ്റു ചില രാസവസ്തുക്കളും കൂട്ടിച്ചേർത്ത് വെള്ളമൊഴിച്ച് അവ ചതുപ്പുകളിൽ കുഴിച്ചിട്ട് ഒന്നു രണ്ടാഴ്ചകൾക്ക് ശേഷം പുറത്തെടുത്ത് അരിച്ചെടുക്കുമ്പോൾ 'സാധനം സ്കോച്ച് വിസ്ക്കിയെ' വെല്ലു മെന്ന് കൺട്രി ബാറിലെ സ്ഥിരം സന്ദർശകനായിരുന്ന ദത്ത പനാൽക്കർ പറയുന്നു.

"മംഗാതാ തോ ആജാ രസിയ...."

എന്ന് മിനിസ്ക്കർട്ടിട്ട ഹെലന്റെ കൺട്രി ബാറിലെ ഐറ്റം ഡാൻസ് രംഗം പ്രേക്ഷകരെ പുളകം കൊള്ളിച്ചിരുന്ന കാലത്ത് (1970 കളിൽ) ഇത്തരം ബാറുകൾ മുംബൈയിൽ ധാരാളമായുണ്ടായിരുന്നു. ലിക്കർ ഷോപ്പുകൾക്ക് അനുവാദം നൽകിയപ്പോൾ വ്യക്തികൾ അവ ഏറ്റെടുക്കുകയും അതോ ടൊപ്പം കൺട്രി ബാറുകൾ ഏതാണ്ട് നാമാവശേഷമാകുകയും ചെയ്തു.

കോസ്റ്റലീന ഗോംസിന് ഇപ്പോൾ അറുപ്പത്തഞ്ച് വയസ്സ് തോന്നിക്കും. ഒത്ത ഉയരത്തിൽ തടിച്ച്, അല്പം ഇരുണ്ടനിറമുള്ള അവർ മാഹിമിൽ കൺട്രി ബാർ നടത്തിയിരുന്നു. മാഹിമിന്റെ പരിസരങ്ങളിൽനിന്ന് 'ദേശിദാരു' കുടി ക്കാൻ സാധാരണക്കാരും ഗുണ്ടകളും പോക്കറ്റടിക്കാരുമെത്തിയിരുന്നതായി കോസ്റ്റലീന പറയുന്നു. മിൽ തൊഴിലാളിയായിരുന്ന ചാൾസ് ഗോംസിന്റെ ജോലി നഷ്ടപ്പെടുന്നതിന് മുമ്പുതന്നെ കോസ്റ്റലീന ചാരായ വില്പന തന്റെ ചാളിനോടടുത്ത് കെട്ടിയ താൽക്കാലിക ഷെഡ്ഡിൽ നടത്തിയിരുന്നു. പിന്നീ ടത് മാഹിം ക്രീക്കിനോടടുത്തുള്ള സ്ഥലത്തേയ്ക്ക് മാറ്റി. പുഴുങ്ങിയ ശിന്ത ണയും ചണയും (കപ്പലണ്ടിയും കടലയും) ബോംബെ ഡക്ക് (ഒരുമത്സ്യം) ഫ്രൈ ചെയ്തതും മറ്റും ഉപദംശങ്ങളായി അവർ കരുതാറുണ്ട്. "ലുക്കേ, ലൊഫംഗേ ലോഗ് കെ സാത്ത് അഛേ ലോഗ് ഭി ഹമാര അഡ്ഡാമേ ആത്താ ഥാ" കോസ്റ്റലീന ഒരുവിധം വ്യാകരണത്തെറ്റില്ലാതെ ഹിന്ദിയിൽ പറഞ്ഞൊ പ്പിച്ചു. തന്റെ മകൾ മറിയയെ പണ്ട് ഒരു തെമ്മാടി പീഡിപ്പിക്കാൻ ശ്രമിച്ച പ്പോൾ ഒരു സ്റ്റൂളെടുത്ത് അവന്റെ തലയ്ക്കടിച്ചു. ഗുരുതരമായി പരിക്കുപറ്റിയ അവനെ ആളുകൾ ആശുപത്രിയിലാക്കി. തുടർന്ന് കുറെ ഗുണ്ടകൾ വന്ന് കോസ്റ്റലീനയുടെ ബാർ അടിച്ചു തകർത്തു." അവർ ഒരു ചോദ്യത്തിനുത്തര മായി പറഞ്ഞു.

പൊലീസിന്റെ ശല്യം 'ആന്റീസ് കൺട്രി ബാറുകൾ'ക്ക് വലിയൊരു തല വേദനയായിരുന്നു. കൈക്കൂലി (ഹഫ്ത) യും ചാരായവും നൽകി അവരെ തൽക്കാലം ഒതുക്കി വിടാറാണ് പതിവ്. ബാറിലെ അടിപിടിക്കേസ്സുകളിൽ സാക്ഷി പറയാൻ ആഴ്ചയിലൊരിക്കലെങ്കിലും കോടതിയിൽ പോകേണ്ടി യിരുന്നു. "അതൊരു തലവേദന തന്നെ." അവർ പറഞ്ഞു.

മലാഡിലെ ഓർളം ചർച്ചിനടുത്ത് ഇപ്പോൾ താമസിക്കുന്ന കോസ്റ്റലീന പഴയ കാലങ്ങൾ അധികം വെളിപ്പെടുത്താൻ തയ്യാറായില്ല. ഏകമകൾ മറി യയെ വിവാഹം കഴിച്ചിരിക്കുന്നത് ദുബായ്ക്കാരനാണ്. വീട്ടിൽ ഒരു NRI യ്ക്കുള്ള എല്ലാ സൗകര്യവുമുണ്ട്. ചാൾസ് ഗോംസ് ഒരു വരയൻ പൈജാ മയും കയ്യുള്ള ബനിയനും ധരിച്ച് വരാന്തയിലെ ചാരുകസേരയിലിരുന്ന് ശിവജി ബീഡി വലിക്കുന്നുണ്ടായിരുന്നു. താനൊരു കൺട്രിബാർ നടത്തി പ്പുകാരിയായിരുന്നതിൽ കോസ്റ്റലീനയ്ക്ക് കുണ്ഠിതമുള്ളതായി തോന്നി.

ഗോവൻ കാത്തോലിക് സംസ്കാരം ഭാരതീയ ഹിന്ദുത്വവും പോർച്ചുഗീസ് കൃസ്ത്യൻ സംസ്കാരവുമായി സംയോജിച്ചിരിക്കുന്നു. എന്നാൽ സമകാലീന ഗോവൻ ആചാരങ്ങൾ ആംഗലേയ ഇന്തോ-ലാറ്റിൻ സംസ്കാരവുമായി അഭേദ്യബന്ധമുണ്ടാക്കിയത് 1961ൽ ഇന്ത്യ യൂണിയനോട് ഗോവ കൂട്ടിച്ചേർത്ത പ്പോഴാണ്.

മഹാനഗരത്തിലെ ഗോവക്കാർ മുംബൈ സംസ്കാരവുമായി അത്ര ഇഴുകി ചേർന്നിട്ടുണ്ടെന്ന് പറയാനാകില്ല; അവരുടെ ഭാഷയിൽ മറാത്തി കലർന്നിട്ടുണ്ടെങ്കിലും. അഭ്യസ്തവിദ്യർ ഇംഗ്ലീഷ് സംസാരിക്കുന്നു. സ്ത്രീക ൾ സാരിക്കു പകരം അധികവും സ്ക്കർട്ടാണ് ധരിക്കുക. പാർട്ടികളും ഡിസ്ക്കോത്തിക്കുകളും കൂടാതെ ചർച്ചിനോട് ബന്ധപ്പെട്ട കാര്യങ്ങളുമായി ഒരു പ്രത്യേക രീതിയിൽ അവർ ജീവിച്ചുവരുന്നു. ബാൾ ഡാൻസ്, റോക് ആന്റ് റോൾ, ട്വിസ്റ്റ് തുടങ്ങിയവ ഗോവക്കാർക്ക് പ്രിയപ്പെട്ട ഒരു നൃത്ത വിശേ ഷങ്ങളാണ്. 'പാവ് വാല'കൾ എന്ന പരിഹാസപ്പേരുള്ള ഗോവക്കാർ ബേക്കിം ഗിൽ നൈപുണ്യമുള്ളവരാണ്. അവരുടെ കേക്കുകൾക്കും കുക്കീസിനും പ്രത്യേക രുചിയുണ്ട്. കടക് പാവും വെണ്ണയും ജാമും ഇറച്ചിയും മത്സ്യവും യഥേഷ്ടം ഉപയോഗിച്ചുവരുന്നു. ഹിന്ദി സിനിമയിൽ അറുപതു മുതൽ 90 വരെയുള്ള കാലങ്ങളിൽ ഡേവിഡ് ഡിസൂസ എന്ന കാരക്റ്റർ താരമുണ്ടാ യിരുന്നു. ഒരു സഹൃദയനെന്ന് പരക്കെ അറിയപ്പെട്ടിരുന്ന അദ്ദേഹം കുറച്ച് വർഷങ്ങൾക്ക് മുമ്പ് അന്തരിച്ചു.

അഡ്വർട്ടയ്സിങ്ങ് രംഗത്ത് പ്രമുഖരായ ഗോവക്കാരുണ്ട്. ഡക്കുഞ്ഞ അസോസിയേറ്റ്സിലെ ഡക്കുഞ്ഞ, ഫ്രാങ്ക് സൈമോസ്, ക്രിസ്റ്റഫർ ഡിസൂസ തുടങ്ങിയവർ പരസ്യരംഗത്തെ അഗ്രഗാമികളായിരുന്നു. ഈയിടെ അന്തരിച്ച വിശ്വവിഖ്യാത കാർട്ടൂണിസ്റ്റ് പത്മഭൂഷൺ മാറിയോ മിറാൻഡ ഗോവയിലെ പനാജിക്കാരനാണ്. കൊളാബയിലായിരുന്നു താമസിച്ചിരുന്നത്. പൊളിറ്റി ക്കൽ, സോഷ്യൽ സറ്റയറുകളായ കാർട്ടൂണുകളും ഇല്ലസ്ട്രേഷനും കാരി ക്കേച്ചറുകളുമാണ് അദ്ദേഹത്തിന് വിഷയമാകുക. ഫെമിന, ഇക്കണോമിക്ക്

ടൈംസ്, ഈവനിങ്ങ് ന്യൂസ് തുടങ്ങിയ പ്രമുഖ ഇന്ത്യൻ പ്രസിദ്ധീകരണ ങ്ങളിൽ ചിത്രരചന നടത്തിയിരുന്ന മാറിയോ 'പഞ്ച്' 'മാഡ്' തുടങ്ങിയ അന്താരാഷ്ട്ര കാർട്ടൂൺ മാസികകളിലും വരച്ചിരുന്നു. മിസ് ഫോൻസിക്ക എന്ന സെക്രട്ടറി, മിസ് നിംബുവാനി എന്ന നടി, ബണ്ടൽദാസ് എന്ന കപട രാഷ്ട്രീയക്കാരൻ. വൈറ്റ് കോളർ ജീവി ഗോഡ് ബോളെ തുടങ്ങിയ അന ശ്വര കഥാപാത്രങ്ങൾ മാറിയോയുടെ സൃഷ്ടിയിൽനിന്ന് ഉത്ഭവിച്ചവയാണ്. കൊളാബയിലെ 'മോണ്ടേഗർ' റസ്റ്റോറന്റിന്റെ ഭിത്തികളിൽ മിറാൻഡയുടെ കാർട്ടൂണുകൾ അമൂല്യ കലാ വസ്തുക്കളായി സ്ഥലം പിടിച്ചിരിക്കുന്നു.

മാഹിമിൽനിന്ന് ബാന്ദ്രയിലേയ്ക്കുള്ള വഴിയിൽ 'ഗോവൻ ആർട്ട് ജ്വല്ല റിയും തൊട്ടടുത്ത് ഗോവ ഫർണിച്ചർ മാർട്ടും കാണാം. ആഭരണങ്ങളിലും വാസ്തുശില്പകലയിലും ഭക്ഷണത്തിലും എന്തിന് ജീവിതരീതിയിൽത്തന്നെ വളരെയേറെ വ്യത്യാസങ്ങൾ പുലർത്തുന്ന മുംബൈയിലേയ്ക്ക് ഗോവക്കാർ അധികം ഇപ്പോൾ ജോലി തേടിയെത്തുന്നില്ല. അവർ ബംഗളൂരു, ദുബായ്, മറ്റ് ഗൾഫ് രാജ്യങ്ങളിൽ അവസരങ്ങൾ തേടിപ്പോകുന്നു.

ദോബിതാലാവ്, മസ്ഗാവ്, മാഹിം തുടങ്ങിയ സ്ഥലങ്ങളിൽ നിന്ന് ഗോവ ക്കാരുടെ തെരുവുകൾ അപ്രത്യക്ഷമായിക്കൊണ്ടിരിക്കുന്നു. കൂടുതൽ താമസ സൗകര്യവും വിലക്കുറവുമുള്ള വീരാർ, വസായ്, നല്ലസൊപ്പാറ തുടങ്ങിയ സ്ഥലങ്ങളിലേയ്ക്ക് അവർ കുടുംബങ്ങൾ പറിച്ചു നടുകയാണിപ്പോൾ. ∎

www.ingramcontent.com/pod-product-compliance
Lightning Source LLC
LaVergne TN
LVHW041947070526
838199LV00051BA/2939